വിപ്ലവത്തിൽ വിപ്ലവം?
റെജി ദെബ്രേ

ലേഖനം
വിപ്ലവത്തിൽ വിപ്ലവം?
റെജി ദെബ്രേ

വിവർത്തനം
പ്രഭാ ആർ ചാറ്റർജി

ഗ്രീൻ ബുക്സ്

green books private limited
gb building, civil lane road, ayyanthole,
thrissur- 680 003, kerala, ph: +91 487-2381066, 2381039
website: www.greenbooksindia.com
e-mail: info@greenbooksindia.com

original title
(french)
révolution dans la révolution?

malayalam
viplavathil viplavam?
article
by
regis debray

translated by
prabha r chatterji

first published august 2018

cover design : mansoor cheruppa

copyright © François Maspero/
Editions La Découverte, Paris, 1967
all rights reserved

the work is published via the
publication assistance programme tagore with the
support of institut francais en inde
ambassade de france in inde and the
institut francais de paris

branches:
thrissur 0487-2422515
palakkad 0491-2546162
thiruvananthapuram 0471-2335301
calicut 0495 4854662
kannur 0497-2763038

isbn : 978-93-87357-21-1

no part of this publication may be reproduced,
or transmitted in any form or by any means,
without prior written permission of the publisher.

GBPL/1025/2018

മുഖക്കുറി

ക്ഷുഭിതയൗവനത്തിന്റെ തീക്ഷ്ണതയും അക്ഷമയും അരിശവും ആശയത്തിലും ആഖ്യാനശൈലിയിലും അലയടിച്ചുയരുന്നു. അറുപതുകളിലെ ഒരു സുപ്രധാന രാഷ്ട്രീയ രേഖയാണ് റെജിസ് ദെബ്രേയുടെ 'വിപ്ലവത്തിൽ വിപ്ലവം?'. പുതിയ കാലഘട്ടത്തിൽ വിപ്ലവത്തെപ്പറ്റിയുള്ള ചിന്തകളെ രൂപപ്പെടുത്തുന്നതിൽ പ്രധാനമാണ് ഈ പുസ്തകം.

കൃഷ്ണദാസ്
മാനേജിങ് എഡിറ്റർ

മുഖവുര

മുപ്പത്തിമൂന്നു മിനിട്ടു മാത്രം നീളമുള്ള ഡോക്യുമെന്ററി പടമാണ് മയിസ്ത്രാ. സ്പാനിഷ് ഭാഷയിൽ മയിസ്ത്ര എന്നാൽ അധ്യാപിക എന്നർത്ഥം. 2012ൽ പുറത്തിറങ്ങിയ ഈ പടം ക്യൂബൻ സാക്ഷരവിപ്ലവത്തിന് അഭിവാദനങ്ങളർപ്പിക്കുന്നു. 1961 ജനുവരി മുതൽ ഡിസംബർ വരെയുള്ള ഒരു വർഷത്തെ കാലയളവിൽ 250,000 സന്നദ്ധസേവകർ തുനിഞ്ഞിറങ്ങി. അതിൽ 100,000 പേർക്ക് പ്രായം വെറും 18. അവരിൽ പകുതിയും പെൺകുട്ടികൾ. അമ്പതു വർഷങ്ങൾക്കുശേഷം ഇവരിൽ ചിലരെ തേടിയെത്തി പുറംലോകത്തിന് പരിചയപ്പെടുത്തുകയാണ്, സംവിധായിക കാതറീൻ മർഫി. മയിസ്ത്രയ്ക്ക് മറ്റൊരു രൂപം കൂടിയുണ്ട്: സിയേറാ മയിസ്ത്ര അതായത് മയിസ്ത്ര പർവതനിരകൾ. ഫിഡൽ കാസ്ട്രോയുടെ നേതൃത്വത്തിൽ ക്യൂബൻ വിമോചന സമരത്തിന്റെ ബീജം വീണതും പൊട്ടിമുളച്ചതും തായ്വേര് ആഴ്ന്നിറങ്ങിയതും സിയേറാ മയിസ്ത്രയിലായിരുന്നു...

1960 സെപ്റ്റംബറിൽ ഫിഡൽ കാസ്ട്രോ ഐക്യരാഷ്ട്രസഭയിൽ ഉച്ചൈസ്തരം ഘോഷിച്ചു സമ്പൂർണസാക്ഷരത നേടുന്ന ആദ്യത്തെ ലാറ്റിനമേരിക്കൻ രാഷ്ട്രം ക്യൂബയായിരിക്കുമെന്ന്. അതും ഒരു വർഷത്തിനകംതന്നെ ഇതു സാധിച്ചെടുക്കുമെന്ന്. സായുധവിപ്ലവത്തിന്റെ വിജയലഹരിയിൽ മുൻപിൻ നോക്കാതെ ചെയ്ത പ്രഖ്യാപനമായിരുന്നോ സാക്ഷരതാവിപ്ലവം? ലോകരാഷ്ട്രങ്ങൾ അദ്ഭുതപ്പെട്ടു. ക്യൂബ അതെങ്ങനെ സാധ്യമാക്കുമെന്ന് നേരിൽ കണ്ടറിയാനാണ് അൽത്തൂസറിന്റെ പ്രതിഭാശാലിയായ ശിഷ്യൻ റെജി ദെബ്രേ എന്ന ഇരുപതുകാരനായ ഫ്രഞ്ചുകാരൻ 1961ൽ പാരീസിൽ നിന്ന് ഹവാനയിലെത്തിയത്.. ക്യൂബയുടെ നേതൃത്വത്തിൽ ലാറ്റിനമേരിക്ക കടന്നുപൊയ്ക്കൊണ്ടിരുന്ന രാഷ്ട്രീയകോളിളക്കങ്ങൾ ദെബ്രേയെ അമ്പരപ്പിച്ചു; ലാറ്റിനമേരിക്കയിലെ ചൂഷിതവർഗത്തിന്റെ ദയനീയാവസ്ഥ,

ദെബ്രേയെ വിക്ഷുബ്ധനാക്കി. സ്വാതന്ത്ര്യം, സമത്വം, സാഹോദര്യം എന്ന ത്രൈക്യം അടിത്തറ പാകിയ ഫ്രഞ്ചുമനസ്സ് ഉറച്ച തീരുമാനമെടുത്തു. തന്റെ പ്രവർത്തനമണ്ഡലം ഇനിമുതൽ ലാറ്റിനമേരിക്കയാണ്, ലാറ്റിനമേരിക്ക മാത്രം. കാസ്ട്രോയും ചെഗുവേരയും ദെബ്രേയുടെ മാതൃകാപുരുഷന്മാരായി. ഗറില്ലാ യുദ്ധതന്ത്രങ്ങളെക്കുറിച്ച് വിശദമായി പഠിക്കാൻ തുടർന്നുള്ള വർഷങ്ങളിൽ ദെബ്രേ വീണ്ടും ക്യൂബയും ലാറ്റിനമേരിക്കയും സന്ദർശിച്ചു. ഈ സന്ദർശനങ്ങളുടെ അടിസ്ഥാനത്തിൽ ദെബ്രേ എഴുതിയ ലേഖനം 'കാസ്ട്രോയിസം: ലാറ്റിനമേരിക്കയുടെ ലോംഗ് മാർച്ച്' ചെഗുവേരയുടേയും കാസ്ട്രോയുടേയും പ്രത്യേക ശ്രദ്ധ പിടിച്ചു പറ്റി; കാസ്ട്രോയുടെ ക്ഷണം സ്വീകരിച്ച് 1966ൽ ദെബ്രേ ഹവാനയിലെത്തി, അവിടത്തെ യൂണിവേഴ്സിറ്റിയിൽ അധ്യാപകവൃത്തിയും സ്വീകരിച്ചു. ഫിഡലിന്റേയും ഗുവേരയുടേയും വിശ്വാസ്യം നേടിയെടുത്ത ദെബ്രേയ്ക്ക് ഫിഡൽ പുതിയൊരു പേരു നൽകി ഡാന്റൺ.

ഫോകലിസം: വിപ്ലവത്തിന്റെ പുതിയ സമവാക്യം

ഡാന്റൺ ഗറില്ലാസമരമുറകളേയും തന്ത്രങ്ങളേയും ഗഹനമായി വിശകലനം ചെയ്തു, വിലയിരുത്തി. ഫിഡലും ചെഗുവേരയുമായി നീണ്ട നീണ്ട ചർച്ചകൾ നടത്തി. ഗറില്ലാ പോരാളികൾ അവരുടെ അനുഭവങ്ങൾ ദെബ്രേയുമായി പങ്കുവെച്ചു. ഈ പുസ്തകത്തിന്റെ മുഖവുരയിൽ ദെബ്രേ എഴുതുന്നു "ഇത് ലാറ്റിനമേരിക്കൻ സഖാക്കളുമായുള്ള സുദീർഘ സംഭാഷണത്തിന്റെ ഫലമാണ്. അവർ ഉള്ളുതുറന്നു സംസാരിച്ചു, ഞങ്ങൾ ശ്രദ്ധയോടെ കേട്ടിരുന്നു." കാസ്ട്രോയും ചെഗുവേരയും ചേർന്ന് ക്യൂബയ്ക്ക് നേടിക്കൊടുത്ത രാഷ്ട്രീയപരമാധികാരം ലാറ്റിനമേരിക്കയിലും അല്പം ചില ഭേദഗതികളോടെ ആക്ഷൻ റിപ്ലേ പോലെ പുനരാവർത്തിക്കാമെന്ന കാര്യത്തിൽ ദെബ്രേയ്ക്ക് അശേഷം സംശയമില്ലായിരുന്നു.

സോഷ്യലിസത്തിലേക്ക് സമാധാനപരമായ ഒരു മാർഗവും ഇല്ലെന്നും സായുധവിപ്ലവം മാത്രമാണ് ഏക പോംവഴിയെന്നുമുള്ള ആശയം ശക്തിയാർജിക്കുന്ന കാലഘട്ടമായിരുന്നു അത്. സമാധാനമാർഗത്തിൽ രാഷ്ട്രീയമാന്യത നേടിയെടുക്കാനുള്ള തത്രപ്പാടിൽ വിപ്ലവസംഘടനകളുടെ വിപ്ലവവീര്യം ചോർന്നു പോകുന്നു എന്നതാണ് ദെബ്രേയുടെ വിലയിരുത്തൽ. നിയമസാധുത നേടുന്നതിനായി പൊതുരാഷ്ട്രീയത്തിൽ പങ്കു ചേരുന്നതോടെ ചിട്ടവട്ടങ്ങൾ വിപ്ലവസംഘടനയെ തടസ്സപ്പെടുത്തുന്നു. നേതാക്കന്മാർക്ക് നിന്നുതിരിയാൻ സമയമില്ല പാർട്ടി, പത്രങ്ങൾ,

മുഖപ്രസംഗങ്ങൾ, റാലികൾ, ദേശീയ അന്താരാഷ്ട്രീയ സമ്മേളനങ്ങൾ; ആളും പണവും അതിനുവേണ്ടി ചെലവഴിക്കപ്പെടുമ്പോൾ വിപ്ലവം പിൻതള്ളപ്പെടുന്നു. ഈ വിഷമവൃത്തത്തിൽ പെട്ട് വിപ്ലവപോരാളികൾ വർഷങ്ങളായി ഉഴലുകയാണെന്ന് ദെബ്രേ അനുമാനിക്കുന്നു.

അതിനുള്ള പ്രതിവിധിയായാണ് 1967ൽ പ്രസിദ്ധീകരിക്കപ്പെട്ട വിപ്ലവത്തിൽ വിപ്ലവം എന്ന പുസ്തകത്തിൽ ഫോകലിസം എന്ന പുതിയ സമീപനം നിർദ്ദേശിക്കപ്പെടുന്നത്. മാർക്സിസം യാന്ത്രികമായി നടപ്പാക്കേണ്ട സിദ്ധാന്തങ്ങളല്ലെന്നാണ് വാദം. യഥാർത്ഥ സാഹചര്യങ്ങളുടെ യഥാർത്ഥമായ വിശകലനമാണ് മാർക്സിസത്തിന്റെ അടിസ്ഥാനമെന്നിരിക്കേ സ്ഥലകാല സാഹചര്യങ്ങൾ മാറുന്നതനുസരിച്ച് വിശകലനം മാത്രമല്ല പ്രതിക്രിയയും മാറേണ്ടതുണ്ടെന്നും പ്രതിക്രിയകൾ താത്കാലികപ്രസക്തി മാത്രമുള്ള അടവുനയങ്ങളായി പരിണമിക്കുമ്പോൾ അത് വെറും അവസരവാദമായി തരം താഴുമെന്നും ദെബ്രേ വാദിക്കുന്നു. അതുകൊണ്ട് വാൻഗാർഡ് പാർട്ടിയല്ല വിപ്ലവഭ്രൂണമായ ഫോകോ ആണ് ആദ്യം രൂപം കൊള്ളേണ്ടത്. ജൈവശാസ്ത്രത്തിലെ കോശവിഭജനം പോലെ പ്രഥമ ഗ്രാമീണ ഫോകോ വളരും, വിഭജിക്കും; പിന്നീട് ഓരോ ഫോകോയും ഈ പ്രക്രിയ പുനരാവർത്തിക്കും.....

ഭാവിയിൽ രാഷ്ട്രീയ ഫോകോകളല്ല മിലിറ്ററി ഫോകോകൾ, രൂപീകരിക്കുക എന്നതാണ് വളരെ നിർണായകം.... ജനകീയ സൈന്യമാണ് ജനകീയപാർട്ടിയുടെ ന്യൂക്ലിയസ്, മറിച്ചല്ല. ഗറില്ലാ ശക്തിയാണ് രാഷ്ട്രീയനേതൃത്വത്തിന്റെ ഭ്രൂണാവസ്ഥ, ഗറില്ലാ ശക്തിയുടെ വികസനത്തിലൂടെയാണ് യഥാർത്ഥ പാർട്ടി രൂപം കൊള്ളുന്നത്.

ക്ഷുഭിതയൗവനത്തിന്റെ തീക്ഷ്ണതയും അക്ഷമയും അരിശവും ആശയത്തിലും ആഖ്യാനശൈലിയിലും അലയടിച്ചുയരുന്നു. അറുപതുകളിൽ ലാറ്റിനമേരിക്കൻ നാടുകളിൽ നിലവിലിരുന്ന രാഷ്ട്രീയസാമൂഹിക സ്ഥിതിവിശേഷം ഏഷ്യൻ കൊളോണിയൽ രാജ്യങ്ങളിൽ നിന്നു തികച്ചും വിഭിന്നമായിരുന്നു. ചൂഷിതവർഗനേതൃത്വത്തിന് നേരിടേണ്ടിയിരുന്നത് പ്രത്യക്ഷമായൊരു വിദേശശക്തിയെ ആയിരുന്നില്ല; മറിച്ച് സൈദ്ധാന്തികമായ ആശയക്കുഴപ്പത്തെയായിരുന്നു. തദ്ദേശീയരായ ഭൂവുടമകളും കുത്തകമുതലാളികളും എല്ലാത്തിനുമുപരി മർദ്ദക ഭരണകൂടവും അടങ്ങിയ വർഗമാണോ അതോ ഇവർക്കൊക്കെ പലവിധ സൈനികധനസഹായങ്ങൾ നൽകി, പരോക്ഷമായി

സ്വാർത്ഥതാത്പര്യങ്ങൾ സംരക്ഷിക്കാൻ ശ്രമിക്കുന്ന അയൽ വക്കത്തെ മുതലാളിത്തരാജ്യമാണോ യഥാർത്ഥശത്രു എന്നു നിർണയിക്കുന്നതിൽ നിന്നുളവായ ആശയക്കുഴപ്പം.

1967 ജനുവരിയിലാണ് പുസ്തകം പ്രകാശനം ചെയ്യപ്പെട്ടത്. ആദ്യപതിപ്പിൽത്തന്നെ 200,000 കോപ്പികൾ! അതിനകം ചെഗുവേര ബൊളീവിയൻ വനാന്തരങ്ങളിൽ ഒളിപ്പോരിനുള്ള ഒരുക്കങ്ങൾ കൂട്ടിത്തുടങ്ങിയിരുന്നു. കാസ്ട്രോയുടെ പ്രത്യേക സന്ദേശവാഹകനായി ബൊളിവീയൻ കാടുകളിലെത്തിയ ദെബ്രേയെക്കുറിച്ച് ചെയുടെ ബൊളീവിയൻ ഡയറിയിൽ പലയിടത്തും പരാമർശങ്ങളുണ്ട്. ഏപ്രിൽ 20ന് ദെബ്രേ ബൊളീവിയൻ പട്ടാളത്തിന്റെ പിടിയിലായി. ബൊളീവിയയിൽ ഗറില്ലാപ്രവർത്തനം നടത്തിയെന്നാരോപിച്ച് മുപ്പതു വർഷത്തെ തടവിനു ശിക്ഷിക്കപ്പെട്ടു. തുടർന്ന് ഒക്ടോബറിൽ ഗുവേരയും പിടിക്കപ്പെട്ടു, നിഷ്കരുണം വധിക്കപ്പെടുകയും ചെയ്തു. ദെബ്രേയാവാം ചെഗുവേരയെ ഒറ്റിക്കൊടുത്തതെന്ന ആരോപണങ്ങളെ കാസ്ട്രോ ശക്തമായി നിഷേധിച്ചു, അപലപിച്ചു. ഡാന്റണെ കാസ്ട്രോയ്ക്ക് അത്രകണ്ട് വിശ്വാസമായിരുന്നു. സാർത്ര്, മാൾറോ, ഡിഗാൾ എന്നിവരടക്കം ലോകമെമ്പാടുമുള്ള പ്രശസ്തരുടെ അക്ഷീണ യത്നത്തിന്റെ ഫലമായി 1970ൽ ദെബ്രേ വിമോചിതനായി.

വിമോചിതനായ ദെബ്രേ അഭയം തേടിയത് അലേൻഡയുടെ ചിലിയിലാണ്. 1973ൽ ദുരൂഹമായ സാഹചര്യങ്ങളിൽ അലേൻഡാ മരണപ്പെട്ടതോടെ ലാറ്റിനമേരിക്കൻ വാസം അവസാനിപ്പിച്ച് ദെബ്രേ ഫ്രാൻസിൽ തിരിച്ചെത്തി.

വിപ്ലവം പ്രതിക്കൂട്ടിൽ

വിപ്ലവപ്രക്ഷുബ്ധ ലാറ്റിനമേരിക്കയിൽ ആറു വർഷത്തിലധികം ചെലവഴിച്ച ദെബ്രേയുടെ വിചാരധാര ദിശമാറി ഒഴുകിത്തുടങ്ങിയിരുന്നു. ഫ്രാൻസിലും പരിവർത്തനങ്ങളുടെ കാലഘട്ടമായിരുന്നു. ഡിഗാൾഘട്ടം അവസാനിച്ചു; റിപ്പബ്ലിക്കൻ പ്രസിഡൻഡ് ദിസ്താങ് മധ്യവർത്തിനയം കൈക്കൊണ്ട് അധികാരമാളുന്ന കാലം; 68 മെയിലെ വിദ്യാർത്ഥി പ്രക്ഷോഭത്തിന്റെ ചുമരെഴുത്തുകൾ മങ്ങിത്തുടങ്ങിയ കാലം. ഫ്രാൻസിൽ തിരിച്ചെത്തി ഒരു വർഷത്തിനകം 1974ൽ ദെബ്രേയുടെ ആത്മവിമർശനം രണ്ടു ഭാഗങ്ങളായി പുറത്തിറങ്ങി La Critique des Armes (സായുധ പ്രക്ഷോഭം ഒരു വിശകലനം) എന്ന ഒന്നാം ഭാഗവും Les Epreuves du feu (അഗ്നിപരീക്ഷ) എന്ന രണ്ടാം ഭാഗവും. അതിൽ ദെബ്രേ അഭിപ്രായപ്പെട്ടു: സോഷ്യലിസം സ്ഥാപിച്ചെടുക്കാൻ വിപ്ലവകാരികൾ സായുധമാർഗം തെരഞ്ഞെടുക്കുമ്പോൾ, ആ യാത്രയെ

സംബന്ധിച്ച ചില പ്രധാന വസ്തുതകൾ അവർ കണക്കിലെടുക്കുന്നേയില്ല. ഒന്നാമത്തേത് യാത്രാച്ചെലവ്; രണ്ടാമത് ഏതു തരം സാഹചര്യങ്ങളിലേക്കാണ് ഹിംസാമാർഗം സമൂഹത്തെ കൊണ്ടുചെന്നെത്തിക്കുന്നതെന്ന്.

എൺപതുകളിൽ ഫ്രാൻസ്വാ മിത്തറാൻഡിന്റെ സോഷ്യലിസ്റ്റ് സർക്കാറിൽ ലാറ്റിനമേരിക്കൻ വിഭാഗത്തിലെ ഉപദേശകനായി അല്പകാലം ദെബ്രേ സേവനമനുഷ്ഠിച്ചു. പക്ഷേ ആശയപ്പൊരുത്തമില്ലായ്മ കാരണം സ്ഥാനമുപേക്ഷിച്ചു. മിത്തറാൻഡിന്റെ ഇടതുപക്ഷചായ്‌വിന് താൻ വെറും പൊള്ളയായ അലങ്കാരമുദ്ര മാത്രമാണോ എന്ന സംശയവും ഉള്ളിലുണ്ടായിരുന്നിരിക്കാം. Les Masques (മുഖമറകൾ 1992), Loues soient nos seigneurs (തമ്പുരാക്കന്മാർ വാഴ്ത്തപ്പെടട്ടെ 1996) എന്നീ പുസ്തകങ്ങളിൽ തന്റെ വിപ്ലവദിനങ്ങളെ പുനരവലോകനം ചെയ്യാൻ ദെബ്രേ ശ്രമിക്കുന്നുണ്ട്. വിപ്ലവത്തിൽ നിന്നും സജീവരാഷ്ട്രീയത്തിൽ നിന്നും ഏറെ അകന്ന് 1991ൽ ദെബ്രേ വൈവിധ്യമാർന്ന പുതിയ മേച്ചിൽപ്പുറങ്ങൾ തേടിപ്പോയി. 1999 മുതൽ ഷോൺമൂളാലിയോങ് യൂണിവേഴ്‌സിറ്റിയിൽ ഫിലോസഫി പ്രൊഫസറായി സേവനമനുഷ്ഠിക്കുന്ന ദെബ്രേയെ ഏറ്റവുമധികം ആകർഷിക്കുന്ന മേഖലയാണ് മീഡിയോളജി. മുദ്രകൾ, മൂർത്തികൾ, ആശയങ്ങൾ, പദങ്ങൾ, പഴങ്കഥകൾ പഴക്കവഴക്കങ്ങൾ, അങ്ങനെ നിരവധി ഉപരിപ്ലവമായി പരസ്പരബന്ധമില്ലാത്ത കാര്യങ്ങൾ അതിശക്തമായ പ്രതീകങ്ങളായി അച്ചടിശ്രവ്യദൃശ്യ മാധ്യമങ്ങളിലൂടെ വ്യക്തിയേയും സമൂഹത്തേയും സാങ്കേതികമായും സാംസ്കാരികമായും എങ്ങനെ രൂപപ്പെടുത്തുന്നു, കൂട്ടിയിണക്കുന്നു, രൂപാന്തരപ്പെടുത്തുന്നു എന്ന അന്വേഷണമാണ് മീഡിയോളജിയെന്നാണ് ദെബ്രേയുടെ പക്ഷം.

മൂർച്ചയേറിയ ശൈലിയുടെ ഉടമയായ ദെബ്രേയുടെ സ്ഥായിഭാവങ്ങളാണ് അമേരിക്കൻവിരുദ്ധതയും ഇടതുപക്ഷനിലപാടും. അദ്ദേഹത്തിന്റെ തൂലികയും നാവും നിരന്തരം ചലിച്ചുകൊണ്ടേയിരിക്കുന്നു; ആ ചലനങ്ങൾ സൃഷ്ടിച്ച കൊടുങ്കാറ്റുകൾ ദെബ്രേയെ വിവാദപുരുഷനാക്കി. ഉദാഹരണത്തിന് 1968മെയ് പ്രക്ഷോഭത്തിന്റെ പത്താം വാർഷികാഘോഷങ്ങളെക്കുറിച്ച് ദെബ്രേ പ്രസിദ്ധീകരിച്ച ലേഖനം. ഡിഗാളിന്റെ അധികാരക്കസേര തെറിപ്പിച്ച ആ പ്രക്ഷോഭം യഥാർത്ഥത്തിൽ വെറും പ്രഹസനമായിരുന്നെന്ന് ദെബ്രേ വാദിച്ചു. സാങ്കേതികവ്യവസായ മേഖലകളിൽ ഫ്രാൻസ് അതിവേഗം പുരോഗമിച്ചെങ്കിലും

സാമൂഹികസാംസ്കാരിക മേഖലകളിൽ യാഥാസ്ഥിതികരായി തുടർന്നു. ഈ പൊരുത്തക്കേടാണ് 68മേയ് പ്രക്ഷോഭണത്തിന് കാരണമായതെന്നും ആ നിലയ്ക്ക് നോക്കിയാൽ, മാർക്സ് മാവോ കമ്യൂണിസം എന്നൊക്കെയായിരുന്നു മുദ്രാവാക്യങ്ങളെങ്കിലും പ്രക്ഷോഭം പരോക്ഷമായി മുതലാളിത്ത വ്യവസ്ഥിതിക്ക് സഹായകമായി ഭവിക്കുകയാണുണ്ടായതെന്നും ദെബ്രേ വിലയിരുത്തി. ഈയടുത്ത കാലത്ത് എഴുതിയ Civilization : A grammer എന്ന ലേഖനത്തിൽ ഇന്ത്യയെക്കുറിച്ച് പരാമർശിക്കുന്നുണ്ട്. രണ്ടു നൂറ്റാണ്ടു ഇംഗ്ലീഷുകാർ ഭരിച്ചിട്ടും ഇന്നും ഇന്ത്യയിൽ ജനസംഖ്യയുടെ വെറും രണ്ടു ശതമാനം മാത്രമാണ് ക്രിസ്ത്യാനികൾ എന്നതും ക്രിസ്തീയസുവിശേഷങ്ങൾക്ക് വേദങ്ങളിൽ ഒരു പോറലുപോലും ഏല്പിക്കാനായില്ലെന്നതും ഇരുപത്തിമൂന്നു ഔദ്യോഗികഭാഷകളും അഞ്ഞൂറിൽപരം ദേശ്യ ഭാഷകളും ഉൾക്കൊള്ളുന്ന ഇന്ത്യയുടെ അസാധാരണത്വത്തെ എടുത്തുകാട്ടുന്നുവെന്ന് ദെബ്രേ പറയുന്നു. ഷോപ്പിംഗ് മാളുകളും മൾടിപ്ലക്സുകളും ബാറുകളും റിംഗ്റോഡുകളും ഫാസ്റ്റ് ഫുഡും ഒക്കെയായി അമേരിക്കൻ ജീവിതശൈലി ഇന്ത്യയിലെത്തിയിട്ടുണ്ടെങ്കിലും അത് തൊലിപ്പുറമേയുള്ള ആവരണം മാത്രമാണെന്നും ജീവിതത്തിലെ അർധവിരാമമായി മരണത്തെ കാണുന്ന ഭാരതത്തിന്റെ ആത്മാവിനെ ഉന്മൂലനം ചെയ്യുക എളുപ്പമുള്ള കാര്യമല്ലെന്നും ആഗോളവിപണിയും ഭോഗപരതയും (consumerism) ഒറ്റക്കെട്ടായി നടത്തുന്ന വേലിയേറ്റത്തെ അല്പമെങ്കിലും തടുത്തു നിർത്താൻ ഇന്ത്യയ്ക്കുമാത്രമേ കഴിയൂ എന്നും ദെബ്രേ കൂട്ടിച്ചേർക്കുന്നു

2017ൽ വെർസോ പബ്ലിക്കേഷൻസ് വിപ്ലവത്തിൽ വിപ്ലവം പുനഃപ്രസിദ്ധീകരിച്ചപ്പോൾ ദെബ്രേ അതിന് ഹ്രസ്വമായൊരു മുഖവുര എഴുതി. അറുപതുകളിൽ സായുധവിപ്ലവം എന്ന ആശയം മാസ്മരശക്തിയായി ലോകമെമ്പാടുമുള്ള അന്നത്തെ യുവതലമുറയെ ആകർഷിച്ചതും ആവേശിച്ചതും പുനരാവർത്തിക്കാനാവാത്ത ഒരു പ്രതിഭാസമായിരുന്നെന്ന് ദെബ്രേ സ്മരിക്കുന്നു. ആദ്യാനുരാഗത്തിന്റെ വികാരതീവ്രതയിൽ യുവകാമുകൻ എഴുതിയ പ്രേമലേഖനം പോലെയാണ് വിപ്ലവത്തിൽ വിപ്ലവം എന്ന രചനയെന്നും ദെബ്രേ അഭിപ്രായപ്പെടുന്നു.

അടിക്കുറിപ്പുകൾ മൂലകൃതിയിലുള്ളതാണ്. പരിഭാഷകയുടേത് (പ) എന്നു ചേർത്തിട്ടുണ്ട്.

പ്രഭാ ആർ ചാറ്റർജി

കടപ്പാട്

1. Collins, Jacob Joseph, Political Anthropolgy of Regi Debray p233-383 in Ph.D dissertation, Anthropological turn in French thought 1970's to present (Submitted to the Universtiy of California, Los Angeles 2013)
2. Debray, Regis, Latin America : The Long March. New Left Review 1/33 Sept-Oct. 1965
3. Debray, Regis, Rites and ceremonies of tenth anniversary: New Left Review 1/115 May-June 1979
4. Debray, Regis, Remarks on the Spectacle : New Left Review 1/214 Nov.Dec.1995
5. Debray, Regis, What is Mediology? Reference URL:http://www.monde-diplomatique.fr/1999/08/DEBRAY/12314
6. Debray, Regis, Socialism A life cycle New Left Review 46, July-Aug.2007
7. Debray, Regis, Civilization A Grammer New Left Review 107 Sept.-Oct 2017
8. Guevara, Ernesto Che ബൊളീവിയൻ ഡയറി (DC Books 2011) ISBN-978-81-264-2960-8
9. Hobsbawm, Eric How to Change the World, (Abacus,2011), ISBN-978-0-3491-2352-3
10. McKnight, David, Critique of Arms: Autsralian Left Review Vol 65,1978 pp46

അവതാരിക

കെ. വേണു

1969–70 കാലത്ത് ഞാൻ 'പ്രപഞ്ചവും മനുഷ്യനും' എഴുതിയപ്പോൾ അതിന്റെ അവസാന അദ്ധ്യായം വിപ്ലവത്തെക്കുറിച്ചായിരുന്നു. മാവോയുടെ വിപ്ലവ നിലപാടും ക്യൂബൻ വിപ്ലവവും ഗുവേരയും റെജി ദെബ്രേയുടെ വിപ്ലവത്തിനുള്ളിൽ വിപ്ലവവും ഒക്കെ അതിൽ പരാമർശിക്കപ്പെട്ടിരുന്നു. ചെയുടെ ബൊളീവിയൻ ഡയറിയോടൊപ്പം ദെബ്രേയുടെ ഈ പുസ്തകവും 1968ലെ പാരീസ് വിദ്യാർത്ഥി കലാപത്തിന്റെ നേതാക്കളിൽ ഒരാളായിരുന്ന കോഹൻ ബെൻഡിറ്റിന്റെ ലെഫ്റ്റ്വിംഗ് കമ്മ്യൂണിസവും അന്ന് പുരോഗമനപരമായി ചിന്തിച്ചിരുന്ന യുവാക്കളുടെ ഇടയിൽ പ്രചാരത്തിലുണ്ടായിരുന്നു. അക്കാലത്ത് എന്നെ ആവേശം കൊള്ളിച്ച പുസ്തകങ്ങളായിരുന്നു അവ. പക്ഷേ താമസിയാതെ ഞാൻ മാവോയിസ്റ്റ് നിലപാടുകളിൽ എത്തിയതോടെ ഇതൊക്കെ പെറ്റിബൂർഷ്വാ ആശയങ്ങൾ മാത്രമായി. അതുകൊണ്ടുതന്നെ 'പ്രപഞ്ചവും മനുഷ്യനും' പില്ക്കാല പതിപ്പുകൾ ഇറക്കിയപ്പോൾ ഈ അവസാന അദ്ധ്യായം ഒഴിവാക്കുകയായിരുന്നു. അപ്പോൾ പോലും ഞാൻ മാവോയിസ്റ്റ് തീവ്രവാദത്തിൽ തുടർന്നിരുന്ന കാലത്ത് ഈ പുസ്തകത്തിൽ പരാമർശിക്കുന്ന പല കാര്യങ്ങളും പരിശോധിക്കാറുമുണ്ടായിരുന്നു.

ക്യൂബൻ വിപ്ലവത്തിന്റെയും അതിനെ പിന്തുടർന്നു കൊണ്ട് ലാറ്റിൻ അമേരിക്കൻ രാജ്യങ്ങളിൽ നടന്നുകൊണ്ടിരുന്ന വിപ്ലവ പ്രവർത്തനങ്ങളുടെയും അനുഭവങ്ങൾ ആ പ്രവർത്തനങ്ങളിൽ ഏർപ്പെട്ടുകൊണ്ടിരിക്കുന്നവരിൽ നിന്നു നേരിട്ട് ശേഖരിക്കുകയും വിലയിരുത്തുകയും ചെയ്തുകൊണ്ട് ദെബ്രെ അവതരിപ്പിക്കുന്ന പ്രധാന പാഠം ആരംഭത്തിൽ വിപ്ലവ പാർട്ടി ഉണ്ടാക്കാനല്ല, വിപ്ലവ പ്രവർത്തനത്തിനാണ് ഊന്നൽ നൽകേണ്ടത് എന്നാണ്. വിപ്ലവ പാർട്ടിയുടെ മാർഗദർശനത്തിലല്ലാതെ നടക്കുന്ന ഏതു വിപ്ലവ

പ്രവർത്തനവും വഴിതെറ്റി പോകും, അതുകൊണ്ട് അനുവദനീയ മല്ലെന്നുമാണ് മാവോയിസ്റ്റ് നിലപാട്. ഈ മാവോയിസ്റ്റു നിലപാട് സ്വീകരിച്ചുകൊണ്ട് പ്രവർത്തിക്കുമ്പോഴും തീവ്രവാദ പ്രായോഗിക പ്രവർത്തനങ്ങൾക്ക് സഹായകമായ അനവധി അനുഭവങ്ങളും അഭിപ്രായങ്ങളും ദെബ്രേയുടെ പുസ്തകത്തിൽ ഉള്ളതു കൊണ്ടാണ് പിന്നെയും ഞാൻ അത് ഉപയോഗപെടുത്തിയിരുന്നത്.

2017ൽ ഈ പുസ്തകത്തിന്റെ പുതിയ വേഴ്സോ പതിപ്പിനുള്ള മുഖവുരയിൽ വിപ്ലവത്തോടുള്ള പ്രഥമാനുരാഗത്തിന്റെ വികാരതീവ്രതയിൽ യുവകാമുകൻ എഴുതിപ്പോയ ആദ്യ പ്രേമ ലേഖനമായിരുന്നു ഈ പുസ്തകമെന്നു അദ്ദേഹം പറഞ്ഞിട്ടുള്ളത് (വിവർത്തകയുടെ മുഖവുര) അദ്ദേഹത്തിന്റെ മാനസികാവസ്ഥയെ മാത്രമാണ് പ്രതിഫലിപ്പിക്കുന്നത്. അതൊരു രാഷ്ട്രീയ വിലയിരുത്തലല്ല. ഇന്നത്തെ സാഹചര്യത്തിൽ ഈ പുസ്തകത്തിനു എന്തെങ്കിലും രാഷ്ട്രീയ പ്രസക്തി ഉണ്ടോ എന്നു ചോദിച്ചാൽ ഇല്ലെന്നേ മറുപടി പറയാനാകൂ. മാർക്സിസത്തിന്റെ അടിസ്ഥാനത്തിൽ ക്യൂബൻ മാതൃകയിലുള്ള വിപ്ലവത്തിലൂടെ ലാറ്റിനമേരിക്കൻ രാജ്യങ്ങളിൽ സോഷ്യലിസം സ്ഥാപിക്കാനാകും എന്ന നിലപാടിൽ നിന്നുകൊണ്ട് അത്തരം വിപ്ലവം പ്രായോഗികതലത്തിൽ നേരിടുന്ന പ്രശ്നങ്ങൾ ലാറ്റിനമേരിക്കൻ അനുഭവങ്ങളുടെ അടിസ്ഥാനത്തിൽ ചർച്ച ചെയ്യുകയാണ് ഈ പുസ്തകത്തിൽ ദെബ്രേ ചെയ്യുന്നത്. മാർക്സിസത്തിന്റെ അടിസ്ഥാനത്തിൽ നടന്ന വിപ്ലവങ്ങളും തുടർന്നു രൂപംകൊണ്ട സോഷ്യലിസ്റ്റ് വ്യവസ്ഥകളും ചരിത്രത്തിന്റെ തടുക്കാനാവാത്ത ചലനപ്രക്രിയക്ക് മുന്നിൽ തകർന്നടിയുന്ന കാഴ്ചയാണ് ഇരുപതാംനൂറ്റാണ്ട് കണ്ടത്. അവശേഷിക്കുന്ന ചൈനയും ക്യൂബയും പോലും തുറന്ന വിപണിയിലേക്ക് തിരിച്ചുപോവാൻ നിർബന്ധിതമാവുകയും ചെയ്തിരിക്കുന്നു. മാർക്സിയൻ സിദ്ധാന്തങ്ങളും പ്രയോഗപദ്ധതികളും മനുഷ്യസമൂഹത്തിന്റെ ജനാധിപത്യപരിണാമത്തിന്റെ ഗതിക്രമത്തിൽ നിന്നുള്ള ഗുരുതരമായ വ്യതിയാനങ്ങളായിരുന്നു എന്നതുകൊണ്ടാണ് ഈ വിപ്ലവപദ്ധതികളെല്ലാം പരാജയപ്പെട്ടതെന്നു ലോകസമൂഹം തിരിച്ചറിഞ്ഞുകൊണ്ടിരിക്കുകയാണ്. അതുകൊണ്ടാണ് ഈ പുസ്തകം രാഷ്ട്രീയമായി അപ്രസക്തമാവുന്നത്.

അതേസമയം ഈ പുസ്തകം ചരിത്രപരമായി പ്രസക്തമാകുന്നത് ഇത് എഴുതപ്പെട്ട കാലഘട്ടത്തിലെ ലോകരാഷ്ട്രീയാന്തരീക്ഷത്തിലെ ഒരു പ്രധാന പ്രവണതയെ ഇത് പ്രതിഫലിപ്പിക്കുന്നു എന്നതുകൊണ്ടാണ്. ഇതിൽ ചർച്ച ചെയ്യുന്ന രീതിയിലുള്ള തീവ്രവാദം ലാറ്റിനമേരിക്കയിലെ ചില രാജ്യങ്ങളിൽ

ഇപ്പോൾ നാമമാത്രമായിട്ടു മാത്രമേ നിലനിൽക്കുന്നുള്ളൂ. സാമൂഹികമായി പിന്നോക്കം നില്ക്കുലന്ന പ്രദേശങ്ങളിലേക്ക് ചുരുങ്ങി കൊണ്ടിരിക്കുന്ന ഇന്ത്യൻ മാവോയിസം വേറൊരു തരം തീവ്രവാദമാണ്. സമകാലീന ലോക സാഹചര്യത്തിൽ ഏറ ക്കുറെ അപ്രസക്തമായി കഴിഞ്ഞിട്ടുള്ള കമ്മ്യൂണിസ്റ്റ് തീവ്രവാദ ത്തിന്റെ ഒരു സജീവ കാലഘട്ടത്തെ ഈ പുസ്തകം പരിചയ പ്പെടുത്തുന്നു എന്നത് തന്നെയാണ് ഇതിന്റെ ചരിത്രപരമായ പ്രസക്തി.

ഇടതുപക്ഷ വീക്ഷണങ്ങൾക്കും മാവോയിസം ഉൾപ്പെടെ യുള്ള കമ്മ്യൂണിസ്റ്റ് തീവ്രവാദങ്ങൾക്കും സ്വാധീനമുണ്ടായിരുന്ന, ഇപ്പോഴുമുള്ള കേരളത്തിൽ ഈ പുസ്തകം ആദ്യം പ്രസിദ്ധീ കരിക്കപ്പെട്ടിട്ട് അമ്പത് വർഷമായിട്ടും മലയാളത്തിൽ ഇത് ഇറ ങ്ങിയില്ലെന്നത് വിചിത്രമായി തോന്നാം. നേരത്തെ സൂചിപ്പിച്ചത് പോലെ യാഥാസ്ഥിതിക കമ്മ്യൂണിസ്റ്റുകാരും തീവ്രവാദികളും ദെബ്രേയെ അംഗീകരിച്ചിരുന്നില്ലെന്നത് ഇതിനു ഒരു കാരണമായി രുന്നിരിക്കാം. ഏതായാലും ഇപ്പോഴെങ്കിലും ഗ്രീൻബുക്സ് ഇത് പ്രസിദ്ധീകരിക്കാൻ തയ്യാറായത് നന്നായി.

ഇംഗ്ലീഷ് പുസ്തകങ്ങളുമായി അധികം ഇടപഴകാത്ത, എന്നാൽ രാഷ്ട്രീയ സാമൂഹികവിഷയങ്ങളിൽ തത്പരരായ അസംഖ്യം വായനക്കാർ കേരളത്തിലുണ്ട്. അത്തരക്കാർ ഈ പുസ്തകം വായിച്ചാൽ വിപ്ലവത്തെയും സായുധസമരത്തെയും ഇങ്ങനെയൊരു തലത്തിൽ ഇത്ര സൂക്ഷ്മമായി ചർച്ച ചെയ്യുന്ന ഇതുപോലൊരു പുസ്തകം ഇത്ര നാളായിട്ടും തങ്ങൾക്ക് വായി ക്കാൻ അവസരം കിട്ടിയില്ലല്ലോ എന്നു ഖേദിക്കുകയും ചെയ്യും. അതുകൊണ്ടു മലയാളി വായനക്കാർ ഈ പുസ്തകത്തിനു ഹൃദ്യമായ സ്വീകരണം നൽകുമെന്ന് തന്നെ പ്രതീക്ഷിക്കാം.

കെ. വേണു

മുന്നറിയിപ്പ്

ഈ കൊച്ചു പുസ്തകം ഒരു വേള അത്യന്തം ശുഷ്കമാണെന്നു തോന്നിയേക്കാം. അതങ്ങനേയേ വരൂ. കാരണം ലാറ്റിനമേരിക്കൻ സഖാക്കളുമായുള്ള സുദീർഘ സംഭാഷണത്തിന്റെ സംക്ഷിപ്തമാണിത്. അവർ ഉള്ളുതുറന്നു സംസാരിച്ചു, ഞങ്ങൾ ശ്രദ്ധയോടെ കേട്ടിരുന്നു. ഇത് അവർക്കുള്ളതാണ്: ലാറ്റിനമേരിക്കൻ ഭൂഖണ്ഡത്തിന്റെ ചരിത്രത്തിൽ ക്യൂബൻ വിപ്ലവം അദമ്യമായ സമരാവേശം വിതച്ചു: ഇനിയൊന്നും നോക്കാനില്ല, ആകസ്മിക അപായങ്ങൾ ഒഴിവാക്കാൻ, ലാറ്റിനമേരിക്കയിൽ നിത്യേനയെന്നോണം സംഭവിച്ചുകൊണ്ടിരിക്കുന്നത് എന്തെന്ന് പരക്കെ ബോധ്യപ്പെടുത്താൻ; നിലവിലുള്ള പലതരം സമരശൈലികളിൽ നിന്ന് തികച്ചും വ്യത്യസ്തവും സുഘടിതവുമായ ആ ഒരു സമരരൂപം ഏതെന്ന് രേഖപ്പെടുത്താൻ, മുൻവിധിയോടെയുള്ള ആശയങ്ങളെ, അവ എത്രതവണ പുനരാവർത്തിക്കപ്പെട്ടാലും നഖശിഖാന്തം എതിർക്കാൻ, അതിശക്തമായ വിപ്ലവപ്രസ്ഥാനത്തിന്റെ കുത്തൊഴുക്കിൽ സംഘടനകളെ സമാവേശിപ്പിക്കാൻ, അതു മാത്രമല്ല മറ്റൊന്നുകൂടി അടിയന്തരമായി ചെയ്യേണ്ടതുണ്ട്, എത്രയെത്രയോ പ്രാന്തങ്ങളിലെ അളവറ്റ രക്തച്ചൊരിച്ചിലുകൾ വരണ്ട ചോരപ്പാടുകൾ മാത്രമായിത്തീരില്ലെന്നുറപ്പു വരുത്താൻ, ആ ബലിദാനങ്ങളുടെ യാഥാർത്ഥ്യം ലോകസമക്ഷം പ്രസ്താവിക്കാൻ ഈ പുസ്തകത്തിലെ അക്ഷരങ്ങൾക്ക് അതിനുള്ള കരുത്തുണ്ടെന്നു കരുതുന്നത് ധാർഷ്ട്യമല്ലെന്നു വരികിൽ.

അതെന്തായാലും ശരി ഈ കൈപ്പുസ്തകത്തെപ്പറ്റി: എളുപ്പത്തിൽ കൈമാറാം, അതിവേഗം വായിക്കാം, മനസ്സിലാക്കാം. പ്രോസ്പെക്റ്റസ് അഥവാ കാറ്റലോഗ് പോലെ കിട്ടിയാലുടൻ പലരും ചവറ്റുകുട്ടയിലേക്കിട്ടെന്നും വരും. എന്തു പ്രയോജനം? ആർക്കു പ്രയോജനപ്പെടും? കുറച്ചു കൂടി തുറന്ന ചർച്ചയ്ക്ക്, പ്രകോപനപരമായ പ്രതികരണങ്ങൾക്ക്, രൂക്ഷമായ ചോദ്യങ്ങൾ ഉന്നയിക്കാൻ സഖാക്കളെ പ്രോത്സാഹിപ്പിക്കാൻ, കുറെക്കൂടി കൃത്യമായ ഉത്തരങ്ങൾ ലഭിക്കാൻ. ചുരുക്കത്തിൽ, വിപ്ലവം, ശരിതന്നെ പക്ഷേ, എങ്ങനെ? എന്ന ചർച്ചയ്ക്ക് പ്രയോജനപ്പെടാൻ, അതല്ലെങ്കിൽ ലാറ്റിനമേരിക്കയെപ്പറ്റി വെറും ആശയങ്ങൾ ഉന്നയിക്കുകയല്ല, അതിന്റെ വർത്തമാനഭാവിസമസ്യകളെപ്പറ്റി വാദ

വിവാദം നടത്താൻ: അത്തരം വാദവിവാദങ്ങൾ അത്യന്തം ക്ലേശകരമാണ്, വേദനാജനകമാണ്, പ്രസവസമയത്ത് മാംസപേശികൾ അതിവേഗം വലിയുകയും മുറുകയും ചെയ്യുംപോലെ, ഒടുവിൽ മുക്തിദായകം. ഷ്വൈകി* ന്റെ ചെവികളിൽ ബ്രെഹ്തിന്റെ സംഗീതം പൊഴിയുമ്പോലെ....

ഈ കൈപ്പുസ്തകം യുദ്ധരംഗത്തു നിന്ന് തീർത്തും അകന്നു നിൽക്കുന്ന യുക്തിവാദിയുടെ രചനയാണെന്ന് അനുമാനിക്കപ്പെടാൻ ഇടയുണ്ട്. സോഷ്യലിസത്തെ സംബന്ധിച്ച ആചാരപരവും ക്രമബദ്ധവുമായ സൂത്രവാക്യങ്ങളോ അഭിസംബോധനകളോ ഉദ്ധരണികളോ ഒന്നും തന്നെ ഇതിൽ കൂട്ടിച്ചേർത്തിട്ടില്ലെന്നതു ശരിതന്നെ. എന്നിരിക്കിലും ഫ്രഞ്ചു പതിപ്പിനെപ്പറ്റി ഒരല്പം. വിപ്ലവപ്രവർത്തകരുടെ ബൗദ്ധിക കേളികൾ പരിഷ്കാരമായിത്തീർന്ന ഇന്നത്തെ പാരീസിൽ വിമോചന സമരങ്ങളെക്കുറിച്ചുള്ള കനംകുറഞ്ഞ പുസ്തകങ്ങൾ പുസ്തകശാലകളുടെ മുന്നിൽവെച്ചുതന്നെ വായിച്ചു തീർക്കപ്പെടും. ക്ലോസ്വിറ്റ്സ് എന്തെന്നു നന്നായറിയാവുന്ന സോർബോൺ യൂണിവേഴ്സിറ്റിക്കാരൻ നൊടിയിടയിൽ ഒരു ഗറില്ലയെ വിജയത്തിലേക്കു നയിക്കുമല്ലോ. പക്ഷേ ഇവിടെ കാര്യം അതൊന്നുമല്ല. ഏറ്റവും ഫലപ്രദമായ, കാര്യക്ഷമമായ വിപ്ലവമാർഗമാണ് കണ്ടെത്തേണ്ടത്.

ഫലപ്രദമായ വിപ്ലവമാർഗം, ഒരു നുള്ളുമനഃസാക്ഷിയുള്ള എല്ലാവരും എല്ലാവിധത്തിലും ഏറ്റെടുക്കേണ്ട ചുമതലയാണ്. ഇവിടെ തുടക്കം വീണ്ടും വെറും സിദ്ധാന്തങ്ങളിൽ നിന്നല്ല. ലാറ്റിനമേരിക്കയിൽ, അമേരിക്കൻ സാമ്രാജ്യത്വം അതിന്റെ നിർണായകവും അവസാനവുമായ രംഗം ആടിത്തീർക്കും: അതാവും അതിന്റെ അന്ത്യവും. കരുത്തിലും പ്രവർത്തിയിലും ആഗോളസാമ്രാജ്യത്വശക്തിയാണെങ്കിലും. ഏഷ്യയിൽ നിന്ന് ഇന്നല്ലെങ്കിൽ നാളെ അവർ വിരട്ടിയോടിക്കപ്പെടും. അതിനുശേഷം ലാറ്റിനമേരിക്കയിൽ മാത്രം. ഇവിടെയാവും അതിന്റെ സംഹാരം. നേതാക്കന്മാർക്കതറിയാം. അതുകൊണ്ടാണ് കൊല്ലപ്പെട്ട അമേരിക്കൻ പ്രസിഡന്റിന്റെ സഹോദരൻ, ഭാവി പ്രസിഡന്റ് ഇപ്രകാരം പ്രസ്താവിച്ചത് 'വിയറ്റ്നാമിനേക്കാൾ ഞങ്ങൾക്കു മുഖ്യം ലാറ്റിനമേരിക്കയാണ്.' സാമ്രാജ്യത്വതാത്പര്യങ്ങൾ സംരക്ഷിക്കാനായി അവർ കല്പനാതീതമായ വിധത്തിൽ സകല തയ്യാറെടുപ്പുകളും നടത്തിയിരിക്കുന്നു. ഇക്കാരണങ്ങൾ കൊണ്ടുതന്നെ, അതായത് നഷ്ടപ്പെടാനിരിക്കുന്നതേപ്പറ്റി ചൂഷകശക്തിക്ക് പൂർണബോധ്യമുള്ളതിനാൽ, ലാറ്റിനമേരിക്കയിലെ വിപ്ലവസമരം അത്യന്തം ഭയങ്കരമായിരിക്കും, മറ്റേതു ഭൂഖണ്ഡത്തിൽ നടന്നതിനേക്കാളും നിഷ്ഠുരവും ദുർഘടവുമായ സാഹചര്യങ്ങളാവും. ലോകത്തെ അവസാനത്തെ സാമ്രാജ്യശക്തി ചക്രശ്വാസം വലിക്കാൻ തുടങ്ങിക്കഴിഞ്ഞു. ആരെയാണ് ഇതു ബാധിക്കാത്തത്? കൊലയാളികളെ കൊല്ലാൻ സഹായിക്കാത്തവരുണ്ടോ?

---

* 1960ൽ ഇറങ്ങിയ Good Soldier Schweik എന്ന ജർമ്മൻ ആക്ഷേപഹാസ്യ സിനിമയിലെ നായകൻ

യാഥാർത്ഥ്യം എപ്പോഴും നിഗൂഢമാണ്. അതല്ലെങ്കിൽ ഒരു പുസ്തകം തുറന്നു വായിച്ചാൽ മതിയല്ലോ പാത താനെ തെളിഞ്ഞു വരും. തെറ്റു പറ്റിയേക്കാമെന്ന ആശങ്കയേ വേണ്ട. ഇനി ബുദ്ധിയുടെ കാര്യം. ചരിത്ര ശാസ്ത്രം എന്നൊന്നിന്റെ ആവശ്യമേ ഇല്ലായിരുന്നു. മാർക്സ് അമ്മയെ അനുസരിച്ച് ജീവിതകാലം മുഴുവനും മുതലുണ്ടാക്കാൻ ശ്രമിച്ചാൽ മതിയായിരുന്നല്ലോ, അതിനെപ്പറ്റി എഴുതേണ്ട ആവശ്യം എന്തായിരുന്നു? കോഡ് കണ്ടെടുത്തേ പറ്റൂ. ഓരോ സംഭവത്തിന്റെയും വിജയത്തിന്റെയും പരാജയത്തിന്റെയും കഷ്ടനഷ്ടങ്ങളുടെയും ആത്മഹത്യകളുടെയും. ഓരോ തവണയും വീണ്ടും വീണ്ടും അപഗ്രഥിക്കണം. ഒരു കൃത്യത്തിന്റെ ചരിത്രസാഫല്യം, ചരിത്രത്തിലെ വിവേചനബുദ്ധികളുടെ പ്രവൃത്തികളാണ്. പ്രവർത്തകർ അതേക്കുറിച്ച് ഒട്ടും വേവലാതിപ്പെടുന്നില്ല; കാരണം ഓടുന്ന വ്യക്തിക്ക് തത്സമയം സ്വന്തം നിഴലിനെ നിരീക്ഷിക്കാനാവില്ലല്ലോ. വിപ്ലവനടപടികളെക്കുറിച്ച് പഠിച്ചെടുക്കാനും കാര്യകാരണങ്ങൾ ബോധ്യപ്പെടാനും സമയമെടുക്കുമെന്നത് ശരി തന്നെ എന്നു വെച്ച് വിപ്ലവം തടസ്സപ്പെടുകയോ വെട്ടിച്ചുരുക്കപ്പെടുകയോ ചെയ്യുന്നില്ല (ലെനിൻ കാണുക)

പരമമായ സാഫല്യത്തിനുവേണ്ടി സമരം ചെയ്യുക എന്നാൽ ഓരോ സന്ദർഭത്തിലും സൈദ്ധാന്തികപ്രയോഗതലങ്ങൾ തമ്മിൽ ഐക്യപ്പെടണമെന്നല്ല; സിദ്ധാന്തങ്ങൾക്കെതിരെ എന്തു വിലകൊടുത്തും പ്രയോഗത്തെ ഉയർത്തിപ്പിടിക്കുകയുമല്ല. സിദ്ധാന്തവും പ്രയോഗവും തമ്മിൽ ഫലപ്രദമായ സമ്മേളനമാണ് വേണ്ടത്. അതായത് സായുധമോ അല്ലാത്തതോ ആയ പ്രായോഗികസമരത്തിൽ നിന്നകന്നു മാറി നില്ക്കുന്ന സൈദ്ധാന്തികതലം എടുത്തണിയുന്നത് പ്രഭുവർഗത്തിന്റേയും ഉദ്യോഗസ്ഥവൃന്ദത്തിന്റേയും പരിവേഷമാണ്. മേൽവർഗം കസേരയിലിരുന്ന് താഴെക്കിടയിലുള്ളവർക്ക് ഉത്തരവു നല്കുമ്പോലെ. വർഷങ്ങളോളമായുള്ള പൊള്ളയായ വാഗ്ധോരണികൾക്കും മിഥ്യാവാഗ്ദാനങ്ങൾക്കും അപ്രായോഗികമായ പരിപാടികൾക്കും ശേഷം ഫലപ്രദമായ മറ്റൊരു മാർഗം വേണമെന്ന തീവ്രമായ ആവശ്യം വാതിൽക്കൽ സമ്മർദ്ദം ചെലുത്തുകയാണ്. ഈ ആവശ്യം, കാര്യകാരണങ്ങളോടെ യുക്തിസഹമായി അംഗീകരിച്ചില്ലെന്നു വരികിൽ എല്ലാം തികച്ചും നിഷ്ഫലമാകും. അതുകൊണ്ട് സൈദ്ധാന്തികപ്രായോഗികതലങ്ങൾ തമ്മിലുള്ള അതിർവരമ്പ് അസ്പഷ്ടമാണെന്ന ധാരണ മാറ്റിവെക്കണം; സദാ ജാഗരൂകരായിരിക്കാൻ ആഹ്വാനം നൽകുക; പോരാളികൾ തന്നെ പോരാട്ടത്തിനുള്ള സിദ്ധാന്തങ്ങൾക്കു രൂപം നല്കട്ടെ. അതുമായി മലമുകളിലേക്കു പോവുകയോ, നേതൃനിരപാർട്ടിയുമായി ബന്ധപ്പെടുകയോ അതല്ലെങ്കിൽ തനിച്ചു നിൽക്കയോ ചെയ്യട്ടെ; അവർ, അവർ മാത്രം എല്ലാം തീരുമാനിക്കട്ടെ, മറ്റാരുമല്ല. തലയില്ലാത്ത പ്രായോഗികതയ്ക്കും കാലില്ലാത്ത സിദ്ധാന്തങ്ങൾക്കുമിടയിൽ തെരഞ്ഞെടുക്കാനായി ഒന്നുമുണ്ടാവില്ല. വിപ്ലവ

വിപ്ലവത്തിൽ വിപ്ലവം?

സാഫല്യത്തിനായി പ്രയത്നിക്കുക എന്നാൽ വിവേചനബുദ്ധിയോടെ പ്രവർത്തിക്കുക എന്നാണ്.

വീണ്ടും ആവർത്തിക്കട്ടെ: ഈ പുസ്തകത്തിലെ ആശയങ്ങളുടെ ആധാരം ലാറ്റിനമേരിക്കയിലെ പ്രത്യേകിച്ച് ക്യൂബ, വെനിസ്വേല, ഗ്വാട്ടിമാല, എന്നിവിടങ്ങളിലെ, അനേകം സഖാക്കളാണ്; അവർ സ്വന്തം അനുഭവങ്ങൾ വിവരിച്ചു, അഥവാ അവരിൽ ചിലരുടെ ഓർമക്കുറിപ്പുകൾ വായിക്കാനായി. പക്ഷേ അവർക്കെല്ലാം മുന്നിലായി മറ്റൊരു വ്യക്തി നില കൊള്ളുന്നു: സോഷ്യലിസ്റ്റ് രാഷ്ട്രത്തിന്റെ നേതാവ്, വിപ്ലവാദർശങ്ങളും സോഷ്യലിസത്തിന്റെ മൂല്യങ്ങളും സ്വന്തം ജീവിതവുമായി അഭേദ്യമായ വിധത്തിൽ ഇണക്കിച്ചേർത്ത വ്യക്തി; പ്രോലിറ്റേറിയറ്റിന്റെ ഐക്യവും അഭിമാനവും നിലനിർത്താനായി സ്വന്തം ജീവിതം ഉഴിഞ്ഞുവെച്ച, അമേരിക്കൻ സാമ്രാജ്യത്തിൽ നിന്ന് വെറും 120 കിലോമീറ്റർ മാത്രം ദൂരെ നിന്നുകൊണ്ട് 'ക്യൂബൻ വിപ്ലവകാരികൾക്ക് അഖിലലോകവും യുദ്ധക്കളമാണ്' എന്നു പ്രഖ്യാപിച്ച (ആ വാക്കുകൾ യാഥാർത്ഥ്യമാക്കാനിരിക്കുന്നു അദ്ദേഹത്തിന്റെ മുഖ്യസൈന്യാധിപൻ ഏണസ്റ്റോ ചെഗുവേര). ആ നേതാവ്: ഫിഡൽ കാസ്ട്രോ

ക്യൂബൻ വിപ്ലവം ഒരിക്കലും ലാറ്റിനമേരിക്കയിൽ ആവർത്തിക്കാനാവില്ല

ലാറ്റിനമേരിക്കൻ രാഷ്ട്രീയപ്രവർത്തകരുടെ ചുണ്ടുകളിൽ നിന്നുതിർന്നു വീഴുന്ന ഈ വാചകം ആപൽക്കരമായ ഒരു പല്ലവിയായി തീർന്നിരിക്കുന്നു. കുറച്ചൊക്കെ സത്യമുണ്ടെങ്കിലും ഗുരുതരമായ പാളിച്ചകൾക്കും ഇതു കാരണമായിരിക്കുന്നു.

ബലാബലസമവാക്യങ്ങളിൽ വന്നു ചേർന്ന മാറ്റങ്ങൾ കാരണം ക്യൂബൻ വിപ്ലവത്തിനു സമാനമായതൊന്ന് ലാറ്റിനമേരിക്കയിൽ ഇനി സംഭവിക്കയില്ല എന്ന പ്രസ്താവനയിലൂടെ എന്താണ് പുനരാവർത്തിക്കാനാവത്തത് എന്ന വിഷയം നാം സൗകര്യപൂർവം മറക്കുന്നു ക്യൂബൻ വിപ്ലവത്തിന്റെ ആദ്യാക്ഷരങ്ങൾ അമ്പേ അവഗണിക്കപ്പെടുന്നു.

ഒന്നാമതായി ക്യൂബയെ നാം ഒരു സുവർണേതിഹാസമായി ചുരുക്കുന്നു. പായ്ക്കപ്പലിറങ്ങിയ പന്ത്രണ്ടുപേർ കണ്ണടച്ചു തുറക്കുംമുമ്പ് എങ്ങനെയെന്നറിയില്ല അവരങ്ങു പെരുകി ജനസമുദ്രമായത്രെ. അതിസാഹസികമായ ഈ മാലാഖക്കഥയ്ക്ക് യാഥാർത്ഥ്യവുമായി ഒരു ബന്ധവുമില്ലെന്നാണ് നാം പറഞ്ഞുവെക്കുന്നത്. ഈ കൺകെട്ടുവിദ്യ വരുത്തി വെച്ച വിനയോ ക്യൂബൻ വിപ്ലവത്തിന്റെ സത്തയെ, സങ്കീർണ യാഥാർത്ഥ്യത്തെ നാം പാടേ അവഗണിച്ചുവെന്നതാണ്.

എത്രയെത്ര വിഫല പ്രക്ഷോഭങ്ങൾ, എത്രയേറെ സമയനഷ്ടം, എത്രയെത്ര നിർഭാഗ്യകരമായ ദുരന്തങ്ങൾ, എത്രയെത്ര തിരിച്ചടികൾ വേണ്ടി വന്നു, ഇന്നത്തെ വിപ്ലവപ്രസ്ഥാനത്തിനു രൂപം നൽകാൻ. ക്യൂബ എപ്രകാരം, എത്രത്തോളം ഈ വൻകരയെ മാറ്റിമറിച്ചു എന്നത് മുമ്പുള്ള ചില പഠനങ്ങളിൽ ഞാൻ ചൂണ്ടിക്കാട്ടുകയുണ്ടായി. പക്ഷേ ഇന്ന്, വിപ്ലവകാരികളും സാമൂഹികപ്രവർത്തകരും മറുദിശയിലേക്കുള്ള പ്രയാണത്തിന് തയ്യാറെടുക്കുകയാണ്, ക്യൂബൻ വിപ്ലവത്തിൽ അവർക്ക് താത്പര്യം തോന്നിത്തുടങ്ങിയിരിക്കുന്നു, പുറംമോടികൾക്കപ്പുറം അതെങ്ങനെ സംഭവിച്ചു, രാഷ്ട്രീയവും സൈനികവുമായ വിശദാംശങ്ങൾ, അണിയറനീക്കങ്ങൾ എന്തൊക്കെ അതാണവർക്കറിയേണ്ടത്.

വിപ്ലവത്തിൽ വിപ്ലവം?

എന്തുകൊണ്ടാണെന്നല്ലേ? കാരണമുണ്ട്. വർഷങ്ങളോളം നീണ്ടുനിന്ന, പലപ്പോഴും വ്യർത്ഥമായ കഷ്ടനഷ്ടങ്ങൾക്കു ശേഷം അവർ ഒരു സത്യം കണ്ടെത്തിയിരിക്കുന്നു ക്യൂബൻ വിപ്ലവകാരികൾ തുടക്കം മുതൽക്കേ കൈക്കൊണ്ട പ്രായോഗികവും കൗശലപൂർണവും തന്ത്രപരവുമായ പദ്ധതി ചിലപ്പോഴൊക്കെ ഇത് ബോധപൂർവമായിരുന്നില്ലെങ്കിലും. മറ്റൊന്നു കൂടി അവർ മനസ്സിലാക്കിയിരിക്കുന്നു ഫിഡലിസ്റ്റ് വിപ്ലവം ഒരൈതിഹാസിക സംഭവമാണെന്ന ഉച്ചൈസ്തരഘോഷണം മറച്ചു പിടിക്കുന്നത് ആ വിപ്ലവത്തിന്റെ അടിസ്ഥാനപാഠങ്ങൾ എന്തെന്നറിയാനോ, അവ ഉൾക്കൊള്ളാനോ ഉള്ള ഉദാസീനതയും വൈമുഖ്യവുമാണ്.

ക്യൂബൻ വിപ്ലവ പ്രക്രിയയെപ്പറ്റി വിശദമായ ചരിത്രരചനകളില്ലെന്നത് അത്യന്തം ഖേദകരമായ സംഗതിയായി തുടരുന്നു. വിപ്ലവം സംഘടിപ്പിച്ചവർക്കും അതിൽ പങ്കെടുത്തവർക്കും മാത്രമേ ആ ചരിത്രം സവിസ്തരം നമ്മിലേക്കെത്തിക്കാനാവൂ. അതുകൊണ്ട് ഇതേ സംബന്ധിച്ച പ്രസ്താവങ്ങൾ നടത്തുമ്പോൾ കേട്ടറിവുകളുടേയും അനുമാനങ്ങളുടേയും പരിമിതിയിലേക്ക് നീങ്ങിനില്ക്കാൻ നാം നിർബന്ധിതരാകുന്നു. എന്നാൽ വേണ്ടിയിരുന്നതോ ക്രമാനുഗതവും സുഘടിതവുമായ സൂക്ഷ്മ പരിശോധനയാണ്.

വർത്തമാനത്തെ ഭൂതകാലത്തിൽനിന്ന് വിമോചിപ്പിക്കാൻ

നമുക്കൊരിക്കലും വർത്തമാനകാലത്തിൽ മാത്രമായിട്ടൊരു നിലനില്പില്ല. ചരിത്രം മുഖമറയണിഞ്ഞാണ് മുന്നോട്ടു പോകുന്നത്. രംഗപ്രവേശം ചെയ്യുന്നതോ മുൻരംഗത്തിന്റെ മുഖംമൂടിയണിഞ്ഞുകൊണ്ടും. അരങ്ങത്ത് നടക്കുന്നതൊന്നും നമുക്കു മനസ്സിലാക്കാനാവുന്നുമില്ല. ഓരോ തവണ തിരശ്ശീല ഉയരുമ്പോഴും തുടർച്ച വീണ്ടും ഉറപ്പാക്കേണ്ടതുണ്ട്. തെറ്റ് ചരിത്രത്തിന്റേതല്ല. ഓർമകളുടേയും ഭൂതകാലത്തിൽ നിന്ന് ഉൾക്കൊണ്ട രൂപകല്പനകളുടേയും ബാധ്യത പേറി നിൽക്കുന്ന നമ്മുടെ കാഴ്ചപ്പാടിലാണ് പിഴവ്. ഭൂതകാലം വർത്തമാനത്തിനുമേൽ അള്ളിപ്പിടിച്ചിരിക്കുന്നത് നാം കാണുന്നു, വർത്തമാനം വിപ്ലവകാലമാണെങ്കിൽ പോലും.

പ്രധാനമായും ലാറ്റിനമേരിക്കയാണ് ക്യൂബൻ വിപ്ലവത്തിന്റെ സ്വാധീനം ഏറ്റവും ശക്തമായി അനുഭവിച്ചറിഞ്ഞതും അതേപ്പറ്റി പരിചിന്തനം ചെയ്തതും. ആ പ്രക്രിയകളെ ചരിത്രം ക്രോഡീകരിക്കുകയും പ്രകീർത്തിക്കുകയും വിശുദ്ധീകരിക്കുകയും ചെയ്തു. അതുകൊണ്ടാണ് വലിയ കോളിളക്കങ്ങൾക്ക് പ്രചോദനമായിട്ടുകൂടി, വിപ്ലവത്തിന്റെ ആഘാതം മയപ്പെട്ടുപോയത്. ഇന്ന് ആരവങ്ങൾ കെട്ടടങ്ങിയിരിക്കുന്നു, ക്യൂബയുടെ, ഇന്നു വരെ അവഗണിക്കപ്പെട്ടിരിക്കയായിരുന്ന യഥാർത്ഥ മൂല്യം, ആ പാഠങ്ങളുടെ വ്യാപ്തി, ഇവയൊക്കെ കണ്ടെത്താനുള്ള ശ്രമം നടക്കുകയാണ്. ഒളിപ്പോരാട്ടത്തെ പറ്റിയുള്ള നൂതന ധാരണകൾ വെളിച്ചം കാണുകയാണ്.

ബൂർഷ്വാ ഭരണകൂടത്തിന്റെ സൈനികശക്തിക്കെതിരായി നടത്തപ്പെടുന്ന സായുധപോരാട്ടത്തിന്റെ ഫലമാണ് സോഷ്യലിസ്റ്റ് വിപ്ലവം എന്ന വസ്തുത മറ്റു പലതിനോടുമൊപ്പം തുടക്കം മുതൽ കൊണ്ടുതന്നെ ക്യൂബ ഓർമയിൽ വെച്ചു. ഏറെ പഴക്കമുള്ള ഈ ചരിത്രനിയമത്തിന്, സുപരിചിതവും തന്ത്രപരവുമായ ഉള്ളടക്കം നല്കേണ്ടതുണ്ടായിരുന്നു. തുടക്കത്തിൽ ഗറില്ലാപോരാട്ടം വിപ്ലവത്തിനു സമമായി പരിഗണിക്കപ്പെട്ടു.

കാരണം 1917ലെ മൂലമാതൃക അത്തരത്തിലായിരുന്നല്ലോ. ലെനിനും പിന്നീട് സ്റ്റാലിനും അതിനെ അടിസ്ഥാനമാക്കി താത്ത്വികസൂത്രവാക്യങ്ങൾക്ക് രൂപം നല്കുകയും ചെയ്തിരുന്നു. ഉദാഹരണത്തിന് വിപ്ലവം പൊട്ടിപ്പുറപ്പെടാനുള്ള സാഹചര്യങ്ങൾ, അധികാരകേന്ദ്രത്തിന്മേൽ പൊടുന്നനെയൊരാക്രമണം നടത്തിയാലുള്ള ഫലങ്ങൾ... ഇത്തരം വിഷയങ്ങൾ ഇടയ്ക്കിടെ വ്യർത്ഥമായി ചർച്ച ചെയ്യപ്പെട്ടിരുന്നുവെന്നല്ലാതെ സൂത്രവാക്യങ്ങൾക്ക് നിലവിലുള്ള സാഹചര്യങ്ങളുമായി യാതൊരു ബന്ധവുമില്ലായിരുന്നു. അധികം വൈകാതെത്തന്നെ ഈ വിടവ് ഏവർക്കും ദൃഷ്ടിഗോചരമായി. അടുത്തപടിയായി ലാറ്റിനമേരിക്കൻ ഗറില്ലാസമരങ്ങളെ ഏഷ്യൻ വിപ്ലവ സമരങ്ങളുമായി സാമ്യപ്പെടുത്താനുള്ള ശ്രമം നടന്നു. കാരണം ഇവ രണ്ടും നാട്ടിൻപുറങ്ങളിൽ നിന്നാരംഭിച്ച് നഗരത്തെ വളഞ്ഞ അവ്യവസ്ഥിത ജനകീയ പ്രക്ഷോഭങ്ങളായിരുന്നു. ഈ ആശയക്കുഴപ്പം ആദ്യത്തേതിനേക്കാൾ ആപൽക്കരമായിരുന്നു.

ഓരോ വൻകരയിലും ഓരോ രാജ്യത്തും സായുധവിപ്ലവത്തിന് എതിരിടേണ്ടി വരുന്ന സാഹചര്യങ്ങൾക്ക് സ്വാഭാവികമോ, സുവ്യക്തമോ അല്ലാത്ത തനതായ പ്രത്യേകതകളുണ്ട്. ഓരോയിടത്തും വർഷങ്ങളോളം നീണ്ടുനിൽക്കുന്ന കഷ്ടനഷ്ടങ്ങളിലൂടേ മാത്രമേ ഇവയെക്കുറിച്ചുള്ള അറിവും ഉണർവും ലഭിക്കൂ. പാരിസ് കമ്യൂൺ എന്ന പ്രതിഭാസം പെട്രോഗ്രാഡിൽ പുനരാവർത്തിക്കാമെന്ന് സ്വാഭാവികമായും റഷ്യൻ സോഷ്യൽ ഡെമോക്രാറ്റുകൾ കരുതി. 1920കളിലെ കാൻടണിൽ റഷ്യൻ ഒക്ടോബർ ആവർത്തിക്കാമെന്ന് ചൈനീസ് കമ്യൂണിസ്റ്റുകളും പാർട്ടി രൂപീകരിച്ച് ഒരു വർഷത്തിനകം വടക്കൻ കാർഷിക ജില്ലകളിൽ സോവിയറ്റ് മാതൃകയിലുള്ള ജനകീയസമരം സംഘടിപ്പിക്കാനാകുമെന്ന് വിയറ്റ്നാമീസ് സഖാക്കളും വിഭാവനം ചെയ്തു. സോവിയറ്റ് മാതൃകയിലുള്ള വിപ്ലവങ്ങൾ യുദ്ധപൂർവ കൊളോണിയൽ ഏഷ്യൻ രാജ്യങ്ങളിൽ വിജയിക്കില്ല എന്ന വസ്തുത ഇന്ന് നമുക്ക് തെളിവായി മനസ്സിലാകുന്നു. എന്നിരിക്കിലും യഥാർത്ഥ കമ്യൂണിസ്റ്റ് വിപ്ലവകാരിയുടെ വിജയപ്രാപ്തിക്കുള്ള പരിശീലനം തുടങ്ങിയത് അവിടെ നിന്നാണ്.

ഓറിയന്റ് തീരത്ത് കപ്പലിറങ്ങുന്നതിനുമുമ്പ് ഫിഡൽ, മാവോയുടെ രചനകൾ വായിച്ചിരുന്നില്ലെന്നത് ഭാഗ്യമായിവേണം കരുതാൻ. അതുകൊണ്ട് സ്വന്തം അനുഭവത്തിന്റെ അടിസ്ഥാനത്തിൽ ഭൂപ്രദേശത്തിന് അനുസൃതമായ സൈനികതന്ത്രങ്ങൾക്ക് തത്ക്ഷണം രൂപം നല്കാൻ അദ്ദേഹത്തിനു കഴിഞ്ഞു. യുദ്ധത്തിനുശേഷം, സൈനികതന്ത്രങ്ങൾ നടപ്പിലാക്കിയതിനുശേഷമാണ് വിപ്ലവകാരികൾ മാവോയുടെ രചനകൾ കണ്ടെടുത്തത്[1]. എന്നാലിന്ന് ജപ്പാനെതിരായി ചൈന നടത്തിയ യുദ്ധ

1. മോൺകാഡയ്ക്കു വളരെ മുമ്പ്, ഫിഡലിനെ രാഷ്ട്രീയമായി മാർക്സിസ്റ്റ് ലെനിനിസ്റ്റ് ആശയങ്ങളിലൂടെ ഉത്തേജിപ്പിച്ചത് മാർട്ടി(Marti) ആയിരുന്നു. ലെനിന്റെ സ്റ്റേറ്റ് ആൻഡ് റെവല്യൂഷൺ എന്ന പുസ്തകത്തിലെ വിചിന്തനങ്ങൾ ഫിഡലിനെ ഏറെ ആകർഷിച്ചു. പ്രത്യേകിച്ച് പഴയഭരണസംവിധാനത്തേയും

ത്തെക്കുറിച്ചുള്ള മാവോ രചനകളും ജിയാപ്പിന്റെ ലേഖനങ്ങളും ലെനിന്റെ ചില പുസ്തകങ്ങളും വായിച്ചെടുത്ത അതേ കണ്ണുകൾ കൊണ്ടുതന്നെ ഫിഡലിന്റെ പ്രഭാഷണങ്ങളും ചെ ഗുവേരയുടെ ലേഖനങ്ങളും വായിക്കുകയാണ് ലാറ്റിനമേരിക്കൻ വിപ്ലവകാരികൾ. പിൻഗാമികളിൽ മുൻഗാമികളെ കാണാനാവുന്നുണ്ടെന്ന് അവർ കരുതുന്നു. ഉൽക്കൃഷ്ടമെങ്കിലും അത്യന്തം അപകടകാരിയാണ് ഈ ദൃശ്യപുനർലേപനം. കാരണം, ലാറ്റിനമേരിക്കൻ വിപ്ലവപോരാട്ടത്തിന് സവിശേഷവും വ്യത്യസ്തവുമായ സാഹചര്യങ്ങളിലാണ് വളർന്നു വികസിക്കേണ്ടിയിരിക്കുന്നത്. ആ സാഹചര്യങ്ങൾ അനുഭവത്തിലൂടെ മാത്രമേ കണ്ടെത്താനാകൂ. അങ്ങനെ നോക്കിയാൽ ജനകീയസമരങ്ങളെക്കുറിച്ചുള്ള താത്ത്വികരചനകൾ ഗുണത്തേക്കാളേറെ ദോഷമാണ് പ്രദാനം ചെയ്യുന്നത്. ജനകീയസമരത്തിന്റെ വ്യാകരണ പുസ്തകങ്ങളാണ് ഇവയൊക്കെ എന്നാണ് കേൾവി. ഒരു വിദേശഭാഷ എളുപ്പത്തിൽ പഠിച്ചെടുക്കാനാകുന്നത് അതു സംസാരഭാഷയായ രാജ്യത്ത് താമസിച്ചുകൊണ്ടാണ്, അല്ലാതെ വീട്ടിലിരുന്ന് ഭാഷാസഹായി വായിച്ചു പഠിച്ചല്ല. യുദ്ധസമയത്ത് ചലനവേഗത(മൊബിലിറ്റി) അത്യാവശ്യമാണ്, പ്രത്യേകിച്ച് നിരായുധരും അനുഭവരഹിതരുമായ ഒളിപ്പോരുകാർക്ക്, സായുധരും പരിചയസമ്പന്നരുമായ ശത്രുസംഘവുമായി ഏറ്റുമുട്ടേണ്ടി വരുമ്പോൾ.

ഗറില്ലകളുടെ ചില പരാജയങ്ങൾക്ക്, യുദ്ധത്തോടുള്ള അവരുടെ ബൗദ്ധികസമീപനത്തേയാണ് ഫിഡൽ പഴിചാരിയത്. കാരണം മനസ്സിലാക്കാവുന്നതേയുള്ളൂ. മെയ്‌വഴക്കമില്ലായ്മയും അതിനപ്പുറം ഗ്രാമീണ ജീവിതത്തോട് പൊരുത്തമില്ലായ്മയും കാരണം ബുദ്ധിജീവി എന്തും ഗ്രഹിച്ചെടുക്കാൻ ശ്രമിക്കുന്നത് പ്രത്യയസംബന്ധമായ മുൻവിധികളോടെയാണ്. ജീവിക്കുന്നതോ പുസ്തകങ്ങളിലൂടെയും പുതിയതിനെ

അതിന്റെ മർദ്ദനോപകരണങ്ങളേയും തകർക്കുക എന്നത് വിപ്ലവത്തിന്റെ സ്വയം പ്രഖ്യാപിത പ്രമാണമായി മാറുന്നത്. സായുധപോരാട്ടത്തിന് ഉത്തേജകമായി ഭവിച്ചത് മറ്റു ചില പുസ്തകങ്ങളായിരുന്നു. പാബ്ലോഡിലാ ടോറിയെന്റൻ ബ്രൗ എഴുതിയ റിലെന്ഗോ 18, മാക്സിമോ ഗോമസിന്റെ യുദ്ധവിവരണങ്ങൾ, തെരുവുയുദ്ധങ്ങളിൽ പാരിസ് തൊഴിലാളികൾക്കു നേരിടേണ്ടി വന്ന ബുദ്ധിമുട്ടുകളെപ്പറ്റിയുള്ള ഏംഗൽസിന്റെ രചനകൾ, ഹെമിംങ്‌വേയുടെ For whom thre bell tolls (പാബ്ലോയും ഗറില്ലാ സംഘവും മാഡ്രിഡിനും സെർഗോവിയയ്ക്കുമിടയ്ക്ക് സിയേറയിൽ, ഫാസിസ്റ്റുകൾക്കു ഏറ്റവും പിറകിലായി ഒളിച്ചു പാർത്തത്). ഈ പുസ്തകങ്ങൾ യാദൃച്ഛികമായി ഫിഡലിന്റെ കൈകളിൽ വന്നു പെട്ടതാണ്, അവയിൽ ഫിഡൽ തനിക്കു വേണ്ടത് കണ്ടെത്തി. 1958ലെ വേനൽക്കാലത്താണ് മാവോയുടെ Problems and strategy in guerilla war against Japan ഫിഡലിനും ചെയ്ക്കും ലഭിക്കുന്നത്. തങ്ങൾ ഗത്യന്തരമില്ലാതെ പ്രയോഗത്തിൽ വരുത്തിയ തന്ത്രങ്ങൾ തന്നെയായണിവയെന്ന് കണ്ട് അവരിരുവരും അദ്ഭുതപ്പെട്ടുപോയി.

ഫാറാബുൻഡോ മാർട്ടി (1893-1932) സാൽവഡോറിലെ മാർക്സിസ്റ്റ്ലെനിനിസ്റ്റ് പ്രവർത്തകൻ (പ)

കണ്ടെത്താനോ പഴയതിനെ മെച്ചപ്പെടുത്താനോ ഞെരുങ്ങിയ പരിസ്ഥിതിയിൽ, തത്കാലം കൈയിലുള്ളതുകൊണ്ട് ഒപ്പിച്ചെടുക്കാനോ പ്രതിസന്ധിയിൽ പൊടുന്നനെ സാഹസികമായ തീരുമാനങ്ങൾ എടുക്കാനോ അയാൾക്കാവില്ല. എല്ലാം അറിയാമെന്ന ഭാവം കാരണം വളരെ പതുക്കെ മാത്രമേ എന്തും പഠിക്കൂ. നിലപാടിൽ അയവു വരുത്താനും ഏറെ സമയമെടുക്കും. വിരോധാഭാസമെന്തെന്നാൽ, ലാറ്റിനമേരിക്കയിൽ ഇന്നു നിലവിലുള്ള പ്രത്യേക സാമൂഹികസ്ഥിതി കാരണം വിപ്ലവത്തിന്റെ നേതൃത്വം വിപ്ലവബുദ്ധിജീവികളുടേയും വിദ്യാർത്ഥികളുടേയും കൈകളിലാണ്. അവരാണ് ഉന്നത നിലവാരമുള്ള വർഗസമരങ്ങളെ കെട്ടഴിച്ചു വിടുകയോ അവയ്ക്ക് തുടക്കം കുറിക്കുകയോ ചെയ്യേണ്ടത്.

ഈ തെറ്റുകൾക്ക് ഈ തെറ്റിദ്ധാരണകൾക്ക് കനത്ത വില കൊടുക്കേണ്ടി വന്നിട്ടുണ്ട്. എന്നിരുന്നാലും സ്പെയിനിനെതിരെ വർഷങ്ങളോളം നീണ്ടുനിന്ന ഒന്നാം വിമോചന സമരകാലത്ത് ലാറ്റിനമേരിക്കക്ക് അനുഭവിക്കേണ്ടിവന്ന ദുരന്തങ്ങളുമായി തട്ടിച്ചു നോക്കുമ്പോൾ ഇതത്ര വലിയ വിലയൊന്നുമല്ല. ബൊളിവറുടെ ജീവചരിത്രം യുദ്ധത്തേയും ലാറ്റിനമേരിക്കയെയും പറ്റി ഒരുപാടു വസ്തുതകൾ വെളിപ്പെടുത്തുന്നുണ്ട് ഇന്നത്തെ ലാറ്റിനമേരിക്കൻ വിപ്ലവസമരങ്ങൾക്കുതകുന്ന വിലയേറിയ പാഠങ്ങളും അതിലുണ്ട്. ഇവയിൽ ഏറ്റവും അമൂല്യമാണ് നിശ്ചയദാർഢ്യം. ലാറ്റിനമേരിക്കൻ മണ്ണിൽ നിന്ന് നാലുകൊല്ലത്തിനിടയ്ക്ക് അഞ്ചുതവണ ബൊളിവർ നാടുകടത്തപ്പെട്ടു; തോല്പിക്കപ്പെട്ടു. പരിഹസിക്കപ്പെട്ടു. ഒറ്റപ്പെട്ടു. എന്നിട്ടും ഭ്രാന്തെന്ന് പലരും വ്യാഖ്യാനിച്ച പിടിവാശിയോടെ അദ്ദേഹം അഞ്ചു തവണയും തിരിച്ചെത്തി, അവസാനം ബോയാകയിൽ ആദ്യത്തെ വിജയം നേടി; പടിപടിയായി പലതും പഠിച്ചെടുത്തു. സുസംഘടിതമായ സായുധസൈന്യം ഇല്ലാത്തതിനാൽ കുതിരകൾ അത്യാവശ്യമാണെന്ന്, വേഗത, വേഗത്തിലുള്ള നീക്കങ്ങൾ നിർണായകമാണെന്ന്, നിശ്ചലപ്രതിരോധമല്ല ആകസ്മികവും ത്വരിതവുമായ ആക്രമണമാണ് വേണ്ടതെന്ന്, കപ്പലുകളെ അഗ്നിക്കിരയാക്കേണ്ടതുണ്ടെന്ന്, പിൻവാങ്ങലുകൾ ഒഴിവാക്കാനായി, സ്പെയിനിനെതിരെ മരണം വരെ സമരമെന്ന് പ്രഖ്യാപിക്കേണ്ടതുണ്ടെന്ന്, എത്രയും വേഗം സ്വന്തം അനുയായികൾക്കിടയിലും ക്രിയോളുകൾക്കിടയിലും അനുകൂലമനോഭാവം വളർത്തിയെടുക്കേണ്ടതുണ്ടെന്ന്, നാട്ടിൻപുറങ്ങൾ സ്പെയിനിന്റെ അധീനതയിൽ തുടരുന്നേടത്തോളം കാലം കാരക്കാസ് ഒരു കെണിയായി ഭവിക്കുമെന്ന്, ആക്രമണം അടിവാരങ്ങളിൽ നിന്നും, സുരക്ഷിതമായ താവളങ്ങളിൽ നിന്നും തുടങ്ങി നഗരങ്ങളെ വളയണമെന്ന്, തന്ത്രപ്രധാനമായ സ്ഥലങ്ങൾ കണ്ടെത്തണമെന്ന്...(കാരക്കാസ് അമേരിക്കക്കെങ്ങനേയോ അങ്ങനെയാണ് കോറോ കാരക്കാസിന്)[2]

---

2. കോറോ, കാറക്കാസ്: വെനിസ്വേലയിലെ സമുദ്രതീര നഗരങ്ങൾ. കോറോ ഏറ്റവും പുരാതനപട്ടണവും കാറക്കാസ് ഏറ്റവും വലിയതും. (പ)

ഈയടുത്ത കാലത്ത് ഒന്നിലധികം തവണ അപകടത്തിന്റെ വക്കത്തെത്തി നിന്ന ഫിഡലും നിശ്ചയദാർഢ്യം എന്തെന്ന് നമ്മെ പഠിപ്പിച്ചു. മോൺകാഡ(1953), ഗ്രാന്മാ(1957), ചെറിയതോതിലാണെങ്കിലും ഏപ്രിൽ 1958ലെ പരാജയം എന്നിങ്ങനെയുള്ള ഒട്ടനേകം തിരിച്ചടികൾ നേരിടേണ്ടി വന്നാൽ മിക്ക വ്യക്തികളും സ്വന്തം മാളങ്ങളിലേക്കു പിൻവാങ്ങും. വരാനിരിക്കുന്ന നല്ല ദിവസങ്ങൾക്കായി കാത്തിരിക്കും. സകാപ, ഇസബൽ എന്നീ ഒളിപ്പോർ സംഘങ്ങളെ ഏകോപിപ്പിക്കുന്നതിനുമുമ്പ് ഗ്വാട്ടിമാലയിലെ എത്രയെത്ര ഗറില്ലാ ഫോകോകൾ[3] നശിപ്പിക്കപ്പെട്ടു. എത്രയെണ്ണം പിരിച്ചുവിടപ്പെട്ടു? വെനിസ്വേലയിൽ എത്രയെത്ര പരാജയങ്ങൾ, വൻചതികൾ, പിളർപ്പുകൾ നേരിടേണ്ടിവന്നു? ഗറില്ലാസൈന്യം അവയെയൊക്കെ അതിജീവിച്ചു; പൂർവാധികം വീറോടെ പുതിയൊരു തുടക്കത്തിന് തയ്യാറെടുക്കുകയാണ്, ഒരുവേള യുദ്ധം ആസന്നമായിരിക്കുന്നുവെന്നും വരാം.

ലാറ്റിനമേരിക്കൻ വിപ്ലവപ്രസ്ഥാനത്തിന് നേരിടേണ്ടി വന്ന പരാജയങ്ങളുടെ കണക്കെടുപ്പ് നടത്തുകയാണെങ്കിൽ അവ തുലോം നിസ്സാരമാണെന്നു കാണാനാകും. കാരണം അവ ഭാവിപോരാട്ടങ്ങളുടെ നാന്ദി മാത്രമാണ്. ഇക്കഴിഞ്ഞ ഏതാനും വർഷങ്ങൾ പുറപ്പാടിന്റേയും പൊരുത്തപ്പെടലുകളുടേയും പുനഃക്രമീകരണങ്ങളുടേയും കാലഘട്ടമായിരുന്നു. എല്ലാ വിപ്ലവപ്രസ്ഥാനങ്ങൾക്കും ഈ ഘട്ടങ്ങളിലൂടെ കടന്നുപോകേണ്ടതുണ്ട്. വിസ്മയാവഹമായ സംഗതി എന്തെന്നു വെച്ചാൽ അലസിപ്പോയ തുടക്കങ്ങളും ഒഴിച്ചുകൂടാനാവാത്തതും അല്ലാത്തതുമായ ഒട്ടനവധി പോരായ്മകളും ഉണ്ടായിട്ടും ഗറില്ലാ പോരാട്ടങ്ങൾക്ക് അവയെയൊക്കെ അതിജീവിക്കാനായി എന്നതാണ്. ഫിഡലിന്റെ വീക്ഷണത്തിൽ ഇതു വിസ്മയാവഹം തന്നെയാണ്, കാരണം ഈ പ്രസ്ഥാനത്തെ ചരിത്രം എന്തുമാത്രം നിർബന്ധബുദ്ധിയോടെ മുന്നോട്ടു തള്ളുന്നു എന്നതിന്റെ തെളിവു കൂടിയാണത്. ഇത്തരുണത്തിൽ നാം ചർച്ച ചെയ്യേണ്ടത് പരാജയസാധ്യതകളെക്കുറിച്ചല്ല, മറിച്ച് വിപ്ലവത്തിന്റെ സ്തംഭനാവസ്ഥയെപ്പറ്റിയും ത്വരിതഗതിയിൽ പ്രസ്ഥാനത്തെ വികസിപ്പിക്കാനാവാത്തതിനെപ്പറ്റിയും, പര്യവേക്ഷണഘട്ടത്തിലെത്തി നിൽക്കുന്ന നമ്മുടെ പുതിയ വിപ്ലവധാരണകളിലും പദ്ധതികളിലും ആഗോളതലത്തിൽ മറ്റു പ്രസ്ഥാനങ്ങളുമായി ഇവയ്ക്ക് മായികമായ അടുപ്പമുണ്ടെന്നിരിക്കിലും സംഭവിച്ചേക്കാവുന്ന ഒഴിച്ചുകൂടാനാവാത്ത അബദ്ധങ്ങളുടേയും പിഴവുകളുടേയും അനന്തരഫലങ്ങളെപ്പറ്റിയുമാണ്.

മുമ്പ് സൂചിപ്പിച്ച കാരണങ്ങളാൽ എല്ലാ നിർണായക വിപ്ലവപ്രസ്ഥാനങ്ങളുടേയും ആദ്യ ചുവടുകൾ പിഴയ്ക്കും. പിഴച്ചിട്ടുമുണ്ട്. എന്തെന്നാൽ

---

3. ഫോകോ (സ്പാനിഷ്): കേന്ദ്രബിന്ദു എന്ന് സാമാന്യാർത്ഥം. വളരെ കുറച്ച് അംഗങ്ങളടങ്ങിയ സക്രിയസായുധസംഘം എന്ന അർത്ഥത്തിൽ ദെബ്രേ പ്രയോഗിക്കുന്നു. ഫോകലിസം എന്ന പ്രസ്ഥാനത്തിന്റെ ഉറവിടം. (പ)

ബോധപൂർവമല്ലെന്നിരിക്കിലും മുൻചരിത്രയുഗത്തിന്റെ അവശേഷിപ്പിൽ നിന്നാണ് പുതിയവ ആരംഭിക്കുന്നത്. ലാറ്റിനമേരിക്കയിലും ആദ്യചുവടുകൾ പിഴച്ചെങ്കിലും അവ തികച്ചും നിരുപദ്രവകരമായിരുന്നു. ഓരോ തവണയും പ്രസ്ഥാനത്തിന്റെ ദിശമാറ്റാതെ ഗതിവേഗം ക്രമീകരിക്കയേ വേണ്ടിവന്നുള്ളൂ, ശരിയായ മൂലതത്ത്വങ്ങളും സമരതന്ത്രങ്ങളും ഉപേക്ഷിക്കാതെത്തന്നെ അടവുകൾ മാറ്റുകയേ വേണ്ടിയിരുന്നുള്ളൂ. അത്തരം സന്ദർഭങ്ങളിൽ പ്രസ്ഥാനത്തിനകത്ത് ശക്തമായ അഭിപ്രായവ്യത്യാസമുള്ള രണ്ടു പക്ഷങ്ങൾ രൂപം കൊണ്ടെന്നും വരും.

വിപ്ലവം അനുഭവിച്ചറിഞ്ഞിട്ടുള്ള ഓരോ ദേശത്തും വിപ്ലവകാരികൾ ഒരുവശത്തും പരിഷ്കരണവാദികളും (റിഫോർമിസ്റ്റ്) ഭാവിനയവഞ്ചകരും (റെനിഗേഡ്) മറുവശത്തുമായി ഏറ്റുമുട്ടലുകൾ ഉണ്ടായിട്ടുണ്ട്. 1905നു ശേഷം റഷ്യൻ സോഷ്യൽ ഡെമോക്രാറ്റിക് പാർട്ടിയിൽ സമാധാനവാദവും പരാജയമനോഭാവവും ശക്തമാകാൻ തുടങ്ങി. രാജ്യഭ്രഷ്ടനാക്കപ്പെട്ട ലെനിൻ ജനീവയിൽ നിന്ന് ജനപ്രതിനിധിസഭ ഡുമാസിലേക്കുള്ള തെരഞ്ഞെടുപ്പിന് അനുകൂലമായി മറ്റു പലരോടുമൊപ്പം ശബ്ദമുയർത്തി. തൊഴിലാളി പ്രക്ഷോഭത്തിന് എതിരായല്ല, മറിച്ച് ലക്ഷ്യരഹിതമായ തൊഴിലാളി പ്രക്ഷോഭങ്ങളെ ഏകോപിപ്പിക്കാനും സുനിശ്ചിത ലക്ഷ്യമുള്ള ഏകീകൃത പ്രക്ഷോഭത്തിലേക്കു നയിക്കാനുമായിരുന്നു. ചൈനയിൽ 1927ലെ തുടർച്ചയായ പരാജയങ്ങൾക്കു ശേഷം കോമിന്താങ്ങിനെതിരായി വൻനഗരങ്ങളിൽ രൂപം കൊണ്ടിരുന്ന പ്രക്ഷോഭത്തെ മാവോയും കൂട്ടരും എതിർത്തു, കാരണം അത്തരുണത്തിൽ അത്തരമൊരു തൊഴിലാളി പ്രക്ഷോഭത്തിന് പിന്തുണ നല്കുകയല്ല, മറിച്ച് ലോംഗ് മാർച്ചിലൂടെ ഗ്രാമങ്ങളിലേക്കു പിൻവാങ്ങി ചൈനീസ് സാഹചര്യങ്ങൾക്ക് അനുയോജ്യമായ വിപ്ലവപ്രസ്ഥാനത്തിന് രൂപം നൽകുകയാണ് വേണ്ടത് എന്ന ബോധത്തോടെ. 1953ലെ മോൺകോഡോ ദുരന്തത്തിനുശേഷം ഫിഡലും ശേഷിച്ച അനുയായികളും ബാറ്റിസ്റ്റക്കെതിരായുള്ള സായുധ പോരാട്ടം എന്ന സിദ്ധാന്തം ഉപേക്ഷിക്കാനല്ല മറിച്ച് അതിനെ വ്യത്യസ്തവും കൂടുതൽ മെച്ചപ്പെട്ടതുമായ പ്രസ്ഥാനമാക്കുകയാണ് ചെയ്തത്. ഒരു വിപ്ലവകാരിക്ക് പരാജയം വിജയത്തിന്റെ ചവിട്ടു പടിയാണ്. വിജയത്തേക്കാളേറെ പരാജയമാണ് സിദ്ധാന്തങ്ങളുടെ അതിസമ്പന്നമായ കലവറ, അതിൽ അനുഭവജ്ഞാനമുണ്ട്.

ഏതാനും വർഷങ്ങൾ ലാറ്റിനമേരിക്കിലെ പലതരം സായുധപോരാട്ടങ്ങളിൽ പങ്കുചേർന്ന് നേടിയെടുത്ത അനുഭവസമ്പത്ത് ഈ പ്രസ്ഥാനത്തിന്റെ പ്രത്യേകതകളെ, വസ്തുനിഷ്ഠമായ സാഹചര്യങ്ങളെ പതിറ്റാണ്ടുകളായി കടമെടുത്ത രാഷ്ട്രീയ സിദ്ധാന്തങ്ങളേക്കാളേറെ വ്യക്തമായി മനസ്സിലാക്കിത്തരുന്നു. ചരിത്രപരമായി ക്യൂബ ലാറ്റിനമേരിക്കൻ സായുധപോരാട്ടത്തിൽ ഒരു പുതിയൊരു പാത വെട്ടിത്തുറന്നു. ശരിയായ ദിശയിലേക്ക് സ്ഥിരോത്സാഹത്തോടെ നയിച്ച ഇത്തരമൊരു വഴിത്തിരിവാണ് പ്രധാനം.

സായുധപോരാട്ടം ശരിക്കും ആരംഭിച്ചവോ? വെനിസ്വേല, ഗ്വാട്ടിമാല, കൊളംബിയ, പെറു, ഇക്വഡോർ ഇവയൊക്കെ ഈ പ്രസ്ഥാനത്തിന്റെ പ്രഥമ ഫലങ്ങളാണോ? അതോ ഇവ വെറും കലാപങ്ങളോ? പക്വതയെത്തിയിട്ടില്ലാത്ത അസ്വസ്ഥതയുടെ പ്രകടരൂപങ്ങളോ? ഇന്നൊരു ദിവസത്തെ യുദ്ധഫലം എന്താണെന്നത് മുഖ്യമല്ല. അന്തിമവിധിയെ സംബന്ധിച്ചേടത്തോളം ഒന്നോ രണ്ടോ ദൗത്യങ്ങൾ താത്കാലികമായി പരാജയമടഞ്ഞാലും സാരമില്ല.

വേണ്ടത് പൊരുതാനുള്ള നിശ്ചയദാർഢ്യമാണ്, അത് നിത്യേന മൂർച്ഛിക്കണം, വിപ്ലവാത്മകമായ മാറ്റം വേണമെന്ന ഉണർവും വിപ്ലവം വരുമെന്ന ഉറപ്പും ഉണ്ടാകണം.[4]

ഫലത്തിൽ, ലാറ്റിനമേരിക്കയിൽ ഇന്ന് കൃത്യവും ആത്യന്തികമായി പൊരുത്തവുമുള്ള ഒരു സൈനികനിലപാട് കാഴ്ചവെക്കാൻ കഴിവില്ലാത്ത രാഷ്ട്രീയകക്ഷിയെ വിപ്ലവകക്ഷിയെന്ന് പരിഗണിക്കാനാവില്ല. വിപ്ലവകക്ഷിയെന്ന് അവകാശപ്പെടുന്ന ഓരോ കക്ഷിയും ഒരു ചോദ്യത്തിന് ശക്തവും ദൃഢവുമായ ഉത്തരം നല്കേണ്ടിയിരിക്കുന്നു മുതലാളിത്ത ഭരണകൂടത്തിന്റെ അധികാരശക്തിയെ തകിടം മറിക്കുന്നതെങ്ങനെ? മറ്റൊരുവിധത്തിൽ പറഞ്ഞാൽ ഭരണകൂടത്തിന്റെ നട്ടെല്ലിനെ, വടക്കേഅമേരിക്കൻ സൈനികദൗത്യങ്ങൾ നിരന്തരം പുഷ്ടിപ്പെടുത്തിക്കൊണ്ടിരിക്കുന്ന ലാറ്റിനമേരിക്കൻ ഭരണകൂട സൈനികശക്തിയെ, തകർക്കുന്നതെങ്ങനെ? ലാറ്റിനമേരിക്കയിലെ സഹോദരരാഷ്ട്രങ്ങൾക്ക് ക്യൂബൻ വിപ്ലവം ചില പാഠങ്ങൾ നൽകുന്നുണ്ട്. പക്ഷേ, അവയുടെ ചരിത്രപരമായ വിശദാംശങ്ങൾ മനസ്സിലാവാനിരിക്കുന്നതേയുള്ളൂ. പടിപടിയായി അവധാനതയോടെ തെരഞ്ഞെടുത്ത ഗ്രാമീണ മേഖലകളിൽ രൂപീകരിക്കപ്പെടുന്ന, ഒളിപ്പോരാട്ടം നടത്തുന്ന, തന്ത്രപാധാന്യമുള്ള സചല സൈന്യം (സ്ട്രാടെജിക് മൊബൈൽ ഫോഴ്സ്) അതാണ് ജനകീയ സൈന്യത്തിന്റേയും ഭാവിയിലെ സോഷ്യലിസ്റ്റ് ഭരണകൂടത്തിന്റേയും കേന്ദ്രം.

ഏതൊരു സൈനികവിഭാഗത്തിനും താങ്ങായി അതിന്റേതായ രാഷ്ട്രീയ നിലപാടുണ്ടായിരിക്കും. കഴിഞ്ഞ കുറെ വർഷങ്ങളായി സായുധപോരാട്ടത്തിന്റെ ഭാഗമായി പല സൈനികനിലപാടുകളും പരീക്ഷിക്കപ്പെട്ടിരുന്നു. ഗറില്ലാപോരാട്ടത്തിന് തികച്ചും വ്യത്യസ്തമായ വ്യാഖ്യാനങ്ങളും നല്കപ്പെട്ടിരുന്നു. ക്യൂബൻ മറുപടിയുടെ നിലവാരമില്ലാത്ത വ്യാഖ്യാനങ്ങളെന്നതിൽ കവിഞ്ഞ് അവയൊക്കെ മുളച്ചു പൊന്തിയ മണ്ണിൽനിന്ന് പിഴുതെടുത്ത് അന്യവും അനുയോജ്യമല്ലാത്തതുമായ ചരിത്രപശ്ചാത്തലത്തിലേക്ക് സൈനികതന്ത്രങ്ങളെന്ന പേരിൽ

4. La Guerre de guerilla une method in Souvenirs de la guerre revolutionaire : Che Guevara Maspero, Paris 1967.

ഇറക്കുമതി ചെയ്യപ്പെട്ട രാഷ്ട്രീയ നിലപാടുകളായിരുന്നു. അതായത് സായുധപ്രതിരോധം എന്ന ആശയം, സായുധപ്രചാരണത്തേയും ഗറില്ലാതാവളങ്ങളേയും കുറിച്ചുള്ള പ്രത്യേക രീതിയിലുള്ള വ്യാഖ്യാനങ്ങൾ, ഒടുവിൽ സമാധാനകാലത്ത് പാർട്ടിയുടെ ചൊൽപ്പടിക്കു പ്രവർത്തിക്കുന്ന ഒരു സൈനികഘടകമായി ഗറില്ലാ വിഭാഗം.

ഫലത്തിൽ ഇത്തരം ആശയങ്ങൾക്ക് പലയിടങ്ങളിലും മാർഗദശകമെന്ന നിലയ്ക്ക് അംഗീകാരം ലഭിച്ചതിലൂടെ സായുധപ്രക്ഷോഭങ്ങളുടെ സത്ത ചോർന്നുപോയിരിക്കുന്നു. ഇത്തരം പ്രസ്ഥാനങ്ങൾക്ക് പ്രേരകമായ രാഷ്ട്രീയവീക്ഷണങ്ങളെന്തൊക്കേയാണെന്നും സമകാലീന ലാറ്റിനമേരിക്കയ്ക്ക് തികച്ചും അന്യമായ വിപ്ലവാനുഭവങ്ങളിൽ നിന്ന് എങ്ങനെയാണിവ കടമെടുക്കപ്പെട്ടതെന്നും അന്വേഷിച്ചറിയുന്നത് നന്നായിരിക്കും.

ക്യൂബൻ വിപ്ലവത്തിൽ നിന്നും സമകാലിന സായുധവിപ്ലവങ്ങളിൽ നിന്നും പഠിച്ചെടുക്കേണ്ട അത്യന്താപേക്ഷിതപാഠങ്ങൾ എന്തൊക്കെയാണെന്ന് കണ്ടെത്താൻ ഈ പ്രതികൂലാനുഭവങ്ങൾ നമുക്ക് സഹായകമാവും.

ആകസ്മിക
സായുധ പ്രക്ഷോഭങ്ങൾ

ഈയടുത്ത കാലത്തുണ്ടായ ഒട്ടനേകം സംഭവവികാസങ്ങൾ സ്വമേധയാ ഉരുത്തിരിയുന്ന, ആകസ്മിക സായുധപ്രതിഷേധകലാപങ്ങളെ ഒരു പ്രസ്ഥാനമെന്ന നിലയ്ക്കും യാഥാർത്ഥ്യമെന്ന നിലയ്ക്കും തീർത്തും ഉന്മൂലനം ചെയ്തിരിക്കുന്നു.

പ്രാദേശിക കാർഷികപ്രതിഷേധകലാപങ്ങളിലൂടെ കൊളംബിയയും ഖനിത്തൊഴിലാളികളുടെ പ്രക്ഷോഭസമരങ്ങളിലൂടെ ബൊളീവിയയും ഈ ആശയത്തിന് ആക്കം കൂട്ടുന്ന രണ്ടു രാഷ്ട്രങ്ങളായി രൂപപ്പെട്ടിരിക്കുന്നു. ഏതാനും മാസങ്ങളുടെ ഇടവേളകളിൽ ഭരണകൂടസൈന്യം ഇവിടങ്ങളിലെ വിധ്വംസന കേന്ദ്രങ്ങളെ തീർത്തും നാമാവശേഷമാക്കി. അതിദാരുണമായ യുദ്ധങ്ങൾക്കുശേഷം 1964 മേയിൽ തെക്കൻ കൊളംബിയയിലെ മാകിറ്റാലിയയും 1965 മേയിലും സെപ്റ്റംബറിലും നടന്ന സൈനികനടപടികളിലൂടെ ബൊളീവിയൻ ഖനികളും സൈന്യത്തിന്റെ അധീനതയിലായി. ഈ ഇരട്ടത്തോൽവി ഒരു ചരിത്രയുഗത്തിന്റെ അവസാനം സൂചിപ്പിക്കുന്നതിനോടൊപ്പം നിർണായകമായ ഒരു പ്രത്യയശാസ്ത്രത്തിന്റെ അന്ത്യവും കുറിക്കുന്നു. വിപ്ലവപ്രസ്ഥാനം ഈ അന്ത്യവിധിയെ അംഗീകരിച്ചേ തീരൂ.

ഒരു ചരിത്രയുഗത്തിന്റെ അവസാനം. ആപേക്ഷിക വർഗസമതുലിതാവസ്ഥയുടെ കാലഘട്ടം അവസാനിച്ചിരിക്കുന്നു. ഇനി മറ്റൊന്നിന്റെ തുടക്കം. പരിപൂർണമായ വർഗസമരം അനുരഞ്ജന പരിഹാരങ്ങളും അധികാരം പങ്കിടലുമില്ലാത്ത പരിപൂർണമായ വർഗസമരം.

നവകൊളോണിയൽ രാജ്യങ്ങളിൽ ചൂഷകരും ചൂഷിതരുമെന്ന ധ്രുവീകരണം നിലനിന്നു വരുന്ന ഇന്നത്തെ പശ്ചാത്തലത്തിൽ രാജ്യത്തിനകത്ത് ഭരണകൂടത്തിനും സൈന്യത്തിനും അപ്രാപ്യവും അവരുടേതായ നയങ്ങൾ നടപ്പാക്കാനാകാത്തതുമായ ഒരു മേഖല ഉണ്ടാവുകയെന്നത് സാമ്രാജ്യത്വനിയമസംവിധാനത്തിന് അസഹനീയമാണെന്നു വരികിലും അവരതിനെ അപകടകാരിയെന്ന് കരുതുന്നില്ല. സായുധജനകീയ പ്രക്ഷോഭം സൈനികതലത്തിൽ പരാജയപ്പെട്ടെങ്കിൽ അതിനർത്ഥം

രാഷ്ട്രീയപ്രത്യയശാസ്ത്ര തലത്തിൽ നവോത്ഥാനം പരാജയപ്പെട്ടെന്നാണ്. മരണം വരെ സമരം എന്ന പുതിയ നിലപാടനുസരിച്ച് യാതൊരു വിധ വ്യാജപരിഹാരങ്ങൾക്കും ഇടമില്ല , ആക്രമണങ്ങളൊഴിവാക്കി അനുരഞ്ജനശ്രമങ്ങളിലൂടെ ജനകീയശക്തികൾ ന്യൂനാധിപത്യഭരണകൂടവുമായി (ഒലിഗാർക്കി) സന്തുലിതാവസ്ഥ സ്ഥാപിച്ചെടുക്കുന്ന പ്രശ്നമേ ഉദിക്കുന്നില്ല. ഒന്നുകിൽ ന്യൂനാധിപത്യമെന്ന സ്വേച്ഛാധിപത്യത്തെ മുഴുവനായും ഉന്മൂലനം ചെയ്യുക അതല്ലെങ്കിൽ ആ വ്യവസ്ഥയെ മുഴുവനായും അംഗീകരിക്കുക. ഇവയ്ക്കു രണ്ടിനുമിടയിൽ ഒരു മധ്യപഥം ഇല്ല തന്നെ. മാത്രമല്ല, സ്വമേധയാ ഉരുത്തിരിയുന്ന സായുധപ്രക്ഷോഭങ്ങൾ ഇന്ന് ഏറെ ഇകഴ്ത്തപ്പെട്ടിരിക്കുന്നു. ചെറുത്തുനില്പിന്റെ ആദ്യചവിട്ടുപടിയെന്ന് പുകഴ്ത്തിയവർ തന്നെ ഈ പ്രസ്ഥാനത്തെ ഇന്ന് തള്ളിപ്പറയുന്നു. പക്ഷേ, സൂക്ഷിച്ചോളൂ, പ്രലോഭനീയമായ മറ്റു രൂപങ്ങളിൽ ഈ പ്രസ്ഥാനം വീണ്ടും പ്രത്യക്ഷപ്പെടും, ഈ പേരിലായിരിക്കില്ലെന്നു മാത്രം. അതു തിരിച്ചു വരും കാരണം ഈ പ്രത്യയശാസ്ത്രത്തിന് ഒരായിരം രൂപങ്ങളുണ്ട് പ്രോട്ടിയസിനെപ്പോലെ.[5] സായുധപ്രക്ഷോഭത്തിന് ക്ഷീണം സംഭവിച്ചപ്പോൾ ട്രോട്സ്കിയിസം സഹായഹസ്തം നീട്ടി, പുനരുജ്ജീവിപ്പിക്കാൻ ശ്രമിച്ചു. ഈ പുനർജന്മമാണ് ഇവിടെ ചർച്ചാ വിഷയം.

സായുധപ്രതിഷേധത്തിന്റെ പ്രത്യയശാസ്ത്ര പശ്ചാത്തലത്തിൽ, ഇക്കണോമിസം (സാമ്പത്തികം), സ്പൊൺടേനിസം (ആകസ്മികം) എന്ന് ലെനിൻ വിശേഷിപ്പിച്ച മറ്റു ചില ആശയവാദങ്ങളുമുണ്ട്. ഇവ തൊഴിലാളി വർഗത്തിന്റെ തനതായ സ്വഭാവമാണെന്നും കമ്യൂണിസ്റ്റുകളുടേയും മാർക്സിസ്റ്റുകളുടേയും ശുഷ്കാന്തി അല്പമൊന്നു അയഞ്ഞാൽ ഈ രണ്ടു ചിന്താരീതികളും മുൻപന്തിയിലെത്തുമെന്നും ലെനിൻ തുടരെത്തുടരെ താക്കീതു ചെയ്യുകയുണ്ടായി. ഇക്കണോമിസം എന്നത് ട്രേഡ് യൂണിയൻ പോലുള്ള സംഘടനകൾ തൊഴിലാളിവർഗത്തിന്റെ തൊഴിൽ താത്പര്യങ്ങൾ അധികാരിവർഗത്തിന്റെ കൈകടത്തലിൽ നിന്ന് സംരക്ഷിക്കുന്ന രീതിയാണ്. ഈ വ്യവസ്ഥയിൽ മുതലാളിമാരുടെ രാഷ്ട്രീയാധികാരം ആക്രമണത്തിൽ നിന്ന് ഒഴിവാക്കപ്പെടുന്നു അതിനാൽ ഫലത്തിൽ ഏതു വ്യവസ്ഥയെ പൊരുതിത്തോൽപ്പിക്കാൻ ഉദ്ദേശിക്കുന്നുവോ ആ വ്യവസ്ഥ അംഗീകരിക്കപ്പെടുകയും നിലനിർത്തപ്പെടുകയും ചെയ്യുന്നു. ഏറെക്കാലമായി തൊഴിലാളികൾക്കിടയിൽ അനാർക്കോ സിൻഡിക്കലിസ്റ്റ് പാരമ്പര്യം നിലനിൽക്കുന്ന ബൊളീവിയയിലാണ് 1952ലെ വിപ്ലവത്തെത്തുടർന്ന് തൊഴിലാളികളുടെ സ്വമേധയായുള്ള ജനകീയ സായുധസമരം രൂപം കൊണ്ടതെന്നത് വെറും യാദൃച്ഛികമല്ല.

സ്വമേധയായുള്ള പ്രതിഷേധകലാപങ്ങൾ എന്നത് അനുയോജ്യമായ പദമല്ല. നിഷ്ക്രിയവും നിർവീര്യവും ഉൾവലിഞ്ഞതുമായ വിവക്ഷയാണ്

---

5. പ്രോട്ടിയസ് (Proteus): സ്വേച്ഛാനുസാരം രൂപം മാറുന്ന ജലദേവത (ഗ്രീക്കു പുരാണം). (പ)

ദ്യോതിപ്പിക്കുന്നതെങ്കിലും അതെപ്പോഴും ശരിയാവണമെന്നില്ല. ശരിക്കു നോക്കിയാൽ അങ്ങനെ വിരളമായേ സംഭവിക്കാറുള്ളൂ. ലെനിന്റെ സമവാക്യങ്ങളനുസരിച്ച് അധ്വാനിക്കുന്ന വർഗത്തിനായുള്ള മാർക്സിസം ഇറക്കുമതി ചെയ്യുന്നതിനുമ്പും യൂറോപ്യൻ തൊഴിലാളി വർഗം വീരസാഹസിക ചെറുത്തുനില്പുകൾ നടത്തിയിരുന്നുവെന്നത് അവിതർക്കിതമല്ലേ? പത്തു വർഷം നീണ്ടുനിന്ന ആഭ്യന്തരസമരക്കാലത്ത് കൊളംബിയൻ കർഷകർ പ്രദർശിപ്പിച്ച ധൈര്യവും സാഹസികതയുമോ? അവരായിരുന്നില്ലേ ആ യുദ്ധത്തിൽ ഏറ്റവുമധികം യാതനകൾ അനുഭവിച്ചത്? ഒരു ലക്ഷത്തോളം പേർക്ക് ജീവൻ വെടിയേണ്ടി വന്നില്ലേ? ജൂൺ ദിനങ്ങളിലും കമ്യൂൺ ദിനങ്ങളിലും പാരിസ് തൊഴിലാളികൾ പ്രകടിപ്പിച്ച നിശ്ചയദാർഢ്യവും ഐകമത്യവും ത്യാഗസന്നദ്ധതയും അതേ അളവിൽ 1952ൽ ലാപാസിൽ നടന്ന പ്രഥമ ലാറ്റിനമേരിക്കൻ തൊഴിലാളി വിപ്ലവത്തിൽ നാല്പതിനായിരത്തോളം വരുന്ന ഖനിത്തൊഴിലാളികളും വ്യവസായത്തൊഴിലാളികളും പ്രദർശിപ്പിച്ചുവെന്നത് ആർക്കു നിഷേധിക്കാനാകും?

ആകസ്മിക സായുധപ്രതിഷേധകലാപങ്ങൾ, പ്രതിനിധീകരിക്കുന്നത് ആ പ്രസ്ഥാനം നടത്തിയെടുത്തവരുടെ ധൈര്യക്കുറവിനെയല്ല മറിച്ച് ശ്ലാഘനീയമെങ്കിലും നിഷ്ഫലമായിപ്പോയ അസംഖ്യം ത്യാഗങ്ങളേയും സാഹസികതകളേയുമാണ്. അതെ, വ്യർത്ഥമായ സാഹസികതകൾ, എന്തുകൊണ്ടെന്നാൽ അവയൊന്നും രാഷ്ട്രീയാധികാരം നേടിത്തരുന്നില്ല. അതുകൊണ്ടുതന്നെ ഇവയൊക്കെ സ്വാഭാവികമായും യാദൃച്ഛിക സംഭവങ്ങളാണ്. ഈ ചിന്താധാര വെളിച്ചം വീശുന്നത് അതുരൂപം കൊണ്ട, മാർക്സിന് എത്രയോ മുമ്പുള്ള ഒരു നിർണീത കാലഘട്ടത്തിലേക്കാണ്. പതിനെട്ടാം ശതകത്തിന്റെ അവസാനഘട്ടത്തിൽ തുപാക് അമറുവിന്റെ നേതൃത്വത്തിൽ പെറുവിൽ ഇന്ത്യൻ വംശജർ നടത്തിയത് യാദൃച്ഛികവും സ്വയംപ്രേരിതവുമായ സായുധപ്രക്ഷോഭമായിരുന്നു പതിനായിരക്കണക്കിന് ഇന്ത്യൻ വംശജർ സട കുടഞ്ഞെഴുന്നേറ്റു, ക്രിയോളോ ഭൂവുടമകളെ വിരട്ടിയോടിച്ചു, അനേകം സ്പാനിഷുകാരെ കണ്ടിടത്തു വെച്ച് വെട്ടിവീഴ്ത്തി, എകോമിയെൻഡാ ഭൂവ്യവസ്ഥയനുസരിച്ച് തങ്ങളിൽ നിന്ന് തട്ടിയെടുത്ത ഭൂമി തിരിച്ചു പിടിച്ചു. ഈ സമരവീര്യം പ്രാദേശികവിജയങ്ങളോടെ അതിവേഗം പൊലിഞ്ഞുപോയി; തീരപ്രദേശത്തേക്ക് സമരം വ്യാപിപ്പിക്കാതെ മലനാടുകളിൽത്തന്നെ സ്ഥാനമുറപ്പിച്ച റെഡിന്ത്യൻ വംശജരുടെ പക്കൽ സ്വതന്ത്രമായി മിന്നലാക്രമണം നടത്തിയെടുക്കാനുള്ള സാഹസികസംഘമോ, ചിട്ടയുള്ള ഒരു സൈന്യമോ ഉണ്ടായിരുന്നില്ല. മലനാടുകളിലും നാട്ടിൻപുറങ്ങളിലും അവർ വിജേതാക്കളായെങ്കിലും ലിമയിലേക്ക്, ഭരണകൂടത്തിന്റെ ആസ്ഥാന കേന്ദ്രത്തിലേക്ക് പടയെടുക്കാൻ അവർക്ക് ഒട്ടും താത്പര്യമില്ലായിരുന്നു. അതിനാൽ ലിമയിലെ ഭരണകൂടത്തിന് സ്വന്തം സൈന്യത്തെ പുനഃസംഘടിപ്പിക്കാനുള്ള സമയവും സാവകാശവും ലഭിച്ചു. വിപ്ലവകാരികളെ

നിഷ്പ്രയാസം കീഴ്പ്പെടുത്താനായി അതിനുതകിയ സാഹചര്യങ്ങളെന്തെന്ന് ഊഹിക്കാവുന്നതേയുള്ളൂ. ഏതാണ്ട് ഇതേ കാലയളവിലാണ് കൊളംബിയയിൽ മാന്വേല ബെട്രാന്റെ നേതൃത്വത്തിൽ കോമൂണേറോ കലാപവും നടന്നത്, അതും സ്വമേധയാ ഉരുത്തിരിഞ്ഞ പ്രതിഷേധസമരമായിരുന്നു.

ചുരുക്കത്തിൽ, ശാസ്ത്രീയ സോഷ്യലിസം രംഗപ്രവേശം ചെയ്യുന്നതിനു മുമ്പും തൊഴിലാളി സമരങ്ങളുണ്ടായിരുന്നു, അതുപോലെ ഗറില്ലാ വിപ്ലവ പോരാട്ടങ്ങൾക്ക് എത്രയോ മുമ്പുതന്നെ സായുധകാർഷിക പ്രക്ഷോഭങ്ങളും നടന്നിട്ടുണ്ട്. പക്ഷേ, ഇവയ്ക്കു പരസ്പരം യാതൊരു ബന്ധവുമില്ല. ഗറില്ലാപോരാട്ടങ്ങളും കാർഷികസമരങ്ങളുമായുള്ള ബന്ധം മാർക്സിന് സോറെലിനോടെന്ന പോലാണ്.[6]

ഇക്കണോമിസം പാർട്ടിയുടെ നേതൃത്വറോളിനെ എവ്വിധം നിഷേധിക്കുന്നുവോ, അതേവിധം സ്വമേധയാ ഉരുത്തിരിയുന്ന പ്രതിഷേധ കലാപങ്ങൾ സായുധഘടകത്തിന്റെ, പൊതുജനതയിൽ നിന്ന് വേറിട്ടു നിൽക്കുന്ന, സൈനികഘടകത്തിന്റെ റോളിനേയും നിഷേധിക്കുന്നു. ജനകീയക്കൂട്ടായ്മകളുടെ ലക്ഷ്യം സുസംഘടിതമായ, അച്ചടക്കമുള്ള പാർട്ടിയല്ല, അതിലേക്ക് വിപ്ലവകാരികൾ എന്നൊരു പ്രത്യേകവിഭാഗം തെരഞ്ഞെടുക്കപ്പെടുന്നുമില്ല; അതേവിധം ജനകീയ കലാപങ്ങൾ ഉന്നം വെക്കുന്നത് എല്ലാവരേയും സായുധപ്രസ്ഥാനത്തിൽ ഉൾപ്പെടുത്താനാണ്, അതിവിപുലമായ ഒരു ജനകീയ ഗറില്ലാ സൈന്യം അതാണ് ലക്ഷ്യം കുഞ്ഞുകുട്ടി പരാധീനതകളടക്കം എല്ലാവരും ഗറില്ലാ അണികളിൽ.

ചൂഷിതവർഗത്തിന് രാഷ്ട്രീയാധികാരം നേടിക്കൊടുക്കുകയല്ല യാദൃച്ഛിക സമരങ്ങളുടെ ലക്ഷ്യം, അതിനാൽ ഒരു രാഷ്ട്രീയകക്ഷി എന്ന നിലയ്ക്കല്ല അതു സംഘടിപ്പിക്കപ്പെടുന്നത് അതേപോലെ യാദൃച്ഛിക സായുധപ്രക്ഷോഭങ്ങൾക്ക് സൈനിക ലക്ഷ്യങ്ങളുമില്ല, സ്വതന്ത്രവും ആസൂത്രിതവുമായ പദ്ധതികളും നീക്കങ്ങളും ഉള്ള സുസംഘടിത സൈനികഘടകമായല്ല അതിന്റെ പ്രവർത്തനം. സുസംഘടിതവും തന്ത്രപ്രധാനവും ജാഗരൂകവുമായ സായുധവിഭാഗം പദ്ധതിയിൽ ഉൾക്കൊള്ളിക്കാത്ത, രാഷട്രീയാധികാരം കൈവശമാക്കുക എന്ന ബോധപൂർവമായ ലക്ഷ്യമില്ലാത്ത സായുധപ്രതിഷേധസമരങ്ങളെല്ലാം തന്നെ വ്യർത്ഥമാണ്. അത്തരം സംരംഭങ്ങളിൽ വിപ്ലവവീര്യമില്ലെന്നല്ല, മറിച്ച് അത്തരം സ്ഫോടനങ്ങൾ എല്ലായ്പോഴും പ്രാദേശികതലത്തിൽ ഒതുങ്ങി നിൽക്കുന്നു, ദേശവ്യാപകമായിത്തീരുന്നില്ല. അത്തരം സായുധ പ്രതിഷേധങ്ങൾ ഭാഗികമാണ്, അപൂർണമാണ്. എന്നാൽ സായുധഗറില്ലാ പ്രസ്ഥാനങ്ങൾ ലക്ഷ്യമിടുന്നത് സമഗ്രമായ സർവവ്യാപിയായ പ്രതിഷേധസമരമാണ്, രാജ്യത്ത് എവിടേയും എപ്പോഴും സംഭവിക്കാവുന്ന

6. Georges Sorrel (1847-1922) : ഫ്രഞ്ചു ചിന്തകൻ. സിൻഡിക്കലിസത്തിന്റെ വക്താവ്. (പ)

എല്ലാത്തരം പ്രതിഷേധസമരങ്ങളേയും സമന്വയിപ്പിക്കുകയും ഏകോപിപ്പിക്കുകയും ചെയ്യുക എന്നതാണ്. പ്രാദേശികതലത്തിലുള്ള പ്രതിഷേധ സമരങ്ങൾ തുടക്കം മുതൽ പ്രാദേശികമായിത്തന്നെ നിലകൊള്ളും, അവയ്ക്ക് മുൻകൈയെടുക്കാനുള്ള ഒരവസരവും ലഭിക്കില്ല. ഏറ്റുമുട്ടൽ എപ്പോൾ, എവിടെ വെച്ചാവണമെന്ന് അവർക്കു മുൻകൂട്ടി നിശ്ചയിക്കാനാവില്ല, തന്ത്രപരവും ചടുലവുമായ നീക്കങ്ങളോ ആകസ്മികമായ ആക്രമണങ്ങളോ, അവർക്കു നടപ്പിലാക്കാനാവില്ല. പ്രതിഷേധമേഖല ഗോപ്യമല്ലാത്തതിനാൽ ഏതു നിമിഷവും അവരെ എളുപ്പം വളയാനും ആസൂത്രിതമായ ആക്രമണം നടത്താനും ശത്രുസൈന്യത്തിനു കഴിയും. പ്രതിഷേധമേഖലയ്ക്ക്, അവിടത്തെ നിവാസികൾക്ക്, അത് ഗ്രാമമായാലും നഗരമായാലും ശരി, ശത്രുവിന്റെ ആക്രമണവും ദയാദാക്ഷിണ്യങ്ങളും കാത്ത് നിഷ്ക്രിയരായി വർത്തിക്കുകയല്ലാതെ മറ്റു മാർഗങ്ങളൊന്നുമില്ല. സ്ഥിതിഗതികൾ വഷളാവാതിരിക്കാൻ ശ്രദ്ധിക്കേണ്ട ബാധ്യതയൊന്നും ശത്രുസേനയ്ക്കില്ല. (ചെ ഗുവേര). ഭരണകൂടം ന്യൂനാധിപത്യമായാലും (ഒലിഗാർക്കി) ശരി, പ്രാതിനിധ്യ ജനാധിപത്യമായാലും ശരി സ്വന്തം വർഗവിവരങ്ങൾ വെളിപ്പെടുത്താൻ നിർബന്ധിതരല്ല. ഭരണവർഗത്തിന്റെ തനതായ സ്വഭാവവിശേഷത്തിന്, അക്രമഭരിതമായ സ്വേച്ഛാധിപത്യത്തിന് മറ പിടിക്കാൻ ഇത്തരം പ്രക്ഷോഭസമരങ്ങൾ സൗകര്യം ഒരുക്കുന്നു, ഒലിഗാർകിക് സ്വേച്ഛാധിപത്യത്തിനും ജനകീയ സമ്മർദ്ദത്തിനുമിടയിലെ സന്തുലനാവസ്ഥ തകർത്തെറിയാനല്ല, മറിച്ച് നിലനിർത്താനാണ് ഇത്തരം സായുധപ്രക്ഷോഭങ്ങൾ സഹായകമാകുന്നത്. ഭരണകൂടം അതിന്റേതായ കളികൾ കളിച്ചു തുടങ്ങുന്നു ഭിന്നിപ്പിച്ചു ഭരിക്കലും ഒത്തുതീർപ്പുകളെ വിജയങ്ങളെന്നു ഘോഷിക്കലും.

വിയറ്റ്നാമിൽ, ഏറെക്കുറെ ചൈനയിലും സായുധകർഷകർ വിമോചനസൈന്യത്തിന്റെ അടിസ്ഥാനഘടകമായി നിലകൊണ്ടിട്ടുണ്ട്. പ്രക്ഷോഭം പടർന്നു പിടിച്ച മേഖലകൾ, പൂർണമായോ ഭാഗികമായോ മോചിപ്പിക്കപ്പെട്ടുവെങ്കിലും അവയൊന്നും സ്വതന്ത്രമേഖലകളായി വിട്ടുനിന്നില്ല. കാരണം പ്രക്ഷോഭസമരം സമഗ്രമായിരുന്നു; വ്യവസ്ഥിതവും സചലവുമായ വിയറ്റ്മിൻ സൈന്യം മറ്റിടങ്ങളിൽ യുദ്ധം നടത്തിക്കൊണ്ടിരുന്നു. പൊതുജനം ഒന്നടങ്കം യുദ്ധത്തിന്റെ ഭാഗമായിരുന്നെങ്കിലും യുദ്ധം ചെയ്യേണ്ട മുഖ്യചുമതല അവരുടേതല്ലായിരുന്നു. ഫ്രഞ്ച് സൈന്യത്തെ ചിതറിത്തെറിപ്പിക്കുക വഴി ഈ സമരമേഖലകൾ വ്യവസ്ഥിതവും അർധവ്യവസ്ഥിതവുമായ വിമോചനസൈന്യത്തിന്റെ പ്രയാസങ്ങളെ ലഘൂകരിച്ചു, അങ്ങനെ വിമോചനസേനാഘടകങ്ങൾക്ക് സ്വന്തം സമരതന്ത്രങ്ങളനുസരിച്ച് വേണ്ടപ്പോൾ വേണ്ടിടത്ത് സൈനികബലം കൂട്ടി ശത്രുസൈന്യവുമായി ഏറ്റുമുട്ടാനായി. വിയറ്റ്നാമിൽ സംഭവിച്ചതുപോലെ ലാറ്റിനമേരിക്കയിൽ യാദൃച്ഛിക പ്രക്ഷോഭങ്ങൾ സ്വയം പര്യാപ്തമായെന്നുവരില്ല പ്രത്യേകിച്ച് സാധാരണജനതയുടെ കൂട്ടക്കുരുതി ഒഴിവാക്കുകയാണ് ലക്ഷ്യമെങ്കിൽ .

പ്രതിഷേധസമരങ്ങൾ സമഗ്രയുദ്ധത്തിന്റെ ഒരു ചെറിയ ഭാഗം മാത്ര മാണ്, അവയ്ക്ക് പലേ പ്രത്യേകതകളുമുണ്ട്. ജിയാപിന്റെ ജനങ്ങളുടെ പോരാട്ടം, ജനങ്ങളുടെ സൈന്യം എന്ന പുസ്തകത്തിനുള്ള മുഖവുര യിൽ ചെ ഗുവേര ഇങ്ങനെ എഴുതി പ്രതിഷേധസമരമേഖലകൾ, അതാ യത് ജനകീയസൈന്യം ശത്രുവിനെ ചെറുത്തു നിൽക്കുന്ന മേഖലകൾ, സ്വയം സമ്പൂർണമാണെന്ന് ഒരിക്കലും കരുതാനാവില്ല. കാരണം ആ മേഖലകൾക്കപ്പുറം സ്ഥിതിഗതികൾ ശാന്തമാണ്. അങ്ങനെ വരുമ്പോൾ സൈനികത്താവളങ്ങൾ ഒരു ചെറിയ പരിധിയിൽ ഒതുങ്ങി നിൽക്കും, എത്രയും പെട്ടെന്ന് ജനകീയസമരത്തിന്റെ ഒന്നാം ഘട്ടത്തിലേക്ക്, അ തായത് ഗറില്ലാപോരാട്ടത്തിലേക്ക് നീങ്ങാനായില്ലെങ്കിൽ ഈ സൈനി കത്താവളങ്ങൾ എളുപ്പം വളയപ്പെടുകയും കീഴ്പെടുത്തപ്പെടുകയും ചെയ്യും."

ഇതെഴുതി അല്പം കഴിയുന്നതിനു മുമ്പു തന്നെ മാക്വിറ്റാലിയയിലെ കാർഷികപ്രക്ഷോഭമേഖലയും മറ്റു സ്വതന്ത്രമേഖലകളും ശത്രു സൈന്യ ത്തിന്റെ അധീനതയിലായി, മാറുലാണ്ട വീണ്ടും ഗറില്ലാപോരാട്ടത്തി ലേക്കു മടങ്ങി. ഏതൊരു സ്വതന്ത്രവിപ്ലവമേഖല ശത്രുവിനെ പൂർണമായോ, ഭാഗികമായോ പരാജയപ്പെടുത്തിയിട്ടല്ല നേടിയെടുത്തതെന്നിരിക്കിൽ, ആ മേഖലയുടെ സുരക്ഷ ആക്രമണസന്നദ്ധമായ ഗറില്ലാസേന നിരന്തരം ഉറപ്പാക്കുന്നില്ലെന്നിരിക്കിൽ, ആ പ്രാന്തം കാലുറപ്പില്ലാത്ത പൊണ്ണത്തടി യനെപ്പോലാണ്, ഏതു നിമിഷവും വീഴ്ച സംഭവിച്ചേക്കാം, അത് ജന കീയശക്തികളുടെ മനോവീര്യത്തിന് ഗുരുതരമായ ആഘാതമായിരിക്കു കയും ചെയ്യും. എന്നാൽ സംഭവിക്കുന്നത് അതല്ല സ്ഥിതിഗതികൾ മാറ്റ മില്ലാതെ തുടരുന്നു, സൈനികവിജയത്തിന്റേതല്ല മറിച്ച് ഭരണകൂടത്തിന്റെ തന്ത്രപരമായ ഒത്തുതീർപ്പുകളുടെ ഫലമാണീ പ്രാന്തമെന്ന വസ്തുത ജനകീയ ശക്തികൾ സൗകര്യപൂർവം വിസ്മരിക്കുന്നു. യാഥാർത്ഥ്യ ത്തിനു മേൽ മായികപരിവേഷം ചാർത്തപ്പെടുന്നു, ഈ നില വർഷ ങ്ങളോളം നിലനിൽക്കുമെന്നതിനാൽ മേഖല അഭേദ്യമാണെന്ന ധാരണ ജനകീയസൈനികർക്കിടയിൽ രൂപപ്പെടുന്നു.

ജാഗ്രത കുറയുന്നു, സൈന്യവിഭാഗങ്ങളെ സദാ യുദ്ധസന്നദ്ധരാക്കി നിർത്താൻ, അവർക്ക് നിരന്തര യുദ്ധപരിശീലനം നൽകാൻ, ആയുധ ങ്ങൾ സജ്ജമാക്കി വെയ്ക്കാൻ, മേൽനോട്ടം നടത്താൻ എല്ലാം ക്രമേണ മറന്നു പോകുന്നു; കർശനമായ അച്ചടക്കം ഇളവു ചെയ്യപ്പെടുന്നു; വിപ്ലവ ത്തിലൂടെ സ്വതന്ത്രമാക്കപ്പെട്ട മേഖലകളെന്ന പേരിൽ ഇവ രാഷ്ട്രീയ പ്രചാരണത്തിനുള്ള ഉപാധികളായി മാറുന്നു; കൂടുതൽ വീരകൃത്യങ്ങൾക്ക് പ്രചോദനം നല്കാതെ നിഷ്ക്രിയതയ്ക്കുള്ള ഒഴികഴിവുകൾ കണ്ടെ ത്തുന്നു. ഭരണഭാഗത്തെ പ്രതികരണമോ ദേശീയൈക്യത്തിനും അഖണ്ഡതയ്ക്കും ഭീഷണിയായി ഭവിച്ചിരിക്കുന്ന, അർബുദരോഗം പോലെ പടർന്നു പെരുകുന്ന കമ്യൂണിസ്റ്റ് വിഘടനവാദികൾക്കെതിരായി നിലയുറപ്പിച്ച കാവൽക്കാരാണ് തങ്ങളെന്ന് ഭരണകൂടം ന്യായീകരണങ്ങൾ

നിരത്തുന്നു, വിപ്ലവകാരികളായ ഗറില്ലകൾ (സമൂഹത്തിലെ) കാൻസ റാണെന്നും കാലക്രമേണ രോഗിയെത്തന്നെ ഇല്ലാതാക്കുമെന്നുമുള്ള ഭീതി ഊതിവീർപ്പിക്കുന്നു. വിപ്ലവകാരികൾ പോലും ഭ്രമിച്ചുപോകും വിധം അപകടങ്ങളെ പെരുപ്പിച്ചു കാണിക്കുന്നു, ഒടുവിൽ നീണ്ടകാലത്തെ സാവകാശമായ തയ്യാറെടുപ്പിനു ശേഷം ഭരണകൂടസൈന്യം ആക്രമ ണത്തിനു മുതിരുമ്പോൾ ഫലം അതിശക്തമായിരിക്കും. ബൂർഷ്വകൾക്ക് വൻ വിജയം, കാസ്ട്രോകമ്യൂണിസ്റ്റ് വിപ്ലവത്തിന് കനത്ത പരാജയം. ഇതാണോ യാഥാർത്ഥ്യം?

ക്യൂബയുടെയും മറ്റു ലാറ്റിനമേരിക്കൻ രാജ്യങ്ങളുടെയും ചരിത്രം പരിശോധിച്ചാൽ ഗറില്ലാ പോരാട്ടങ്ങൾ മൂന്നു ഘട്ടങ്ങളിലൂടെ കടന്നു പോകുന്നതു കാണാം. ഒന്നാമത്തേത് പ്രസ്ഥാന രൂപീകരണം; രണ്ട് വികസനം ഈ ഘട്ടത്തിൽ ഗറില്ലകൾക്ക് ശത്രുസൈന്യത്തിന്റെ നിരന്ത രവും ബഹുമുഖവുമായ ആക്രമണത്തിനിരയാകേണ്ടി വരും (തന്ത്രപര മായ ഉപരോധങ്ങൾ, വ്യോമാക്രമണങ്ങൾ, ബോംബേറുകൾ); മൂന്ന് രാഷ്ട്രീയ സൈനിക തലങ്ങളിൽ ഗറില്ലകൾ വിപ്ലവകരമായ കടന്നാക്രമ ണങ്ങൾ നടത്തുന്ന ഘട്ടം. ആദ്യ ഘട്ടം തരണം ചെയ്യലാണ് ഏറ്റവും ദുഷ്കരം. എല്ലാ തരത്തിലുമുള്ള അപകടസാധ്യതകൾ കാരണം ആരംഭ ദശയിൽ ഇത് ഒരു തരം നാടോടിപ്രസ്ഥാനമാണെന്ന തോന്നൽ അംഗ ങ്ങൾക്ക് ഉണ്ടായെന്നിരിക്കും, പിന്നീട് നീണ്ടകാല അനുഭവത്തിലൂടെ പോരാളികൾ ദൃഢതയും പക്വതയും കൈവരിക്കുന്നു. പരസ്പരം ബന്ധ പ്പെടാനുള്ള സൗകര്യങ്ങൾ, വിഭവവിതരണ സംവിധാനങ്ങൾ, പകര പ്പടയാളിസംഘങ്ങൾ, ആയുധപ്പുരകൾ എന്നിവയ്ക്കു രൂപം നല്കിയ ശേഷം അവസാനമായി പ്രവർത്തനമേഖലയുടെ കൃത്യമായ നടത്തിപ്പി നുള്ള രൂപരേഖ തയ്യാറാക്കുന്നു. ഈ ഘട്ടത്തിൽ അംഗസംഖ്യ കൂടു മെങ്കിലും പോരാളികളുടെ എണ്ണം താരതമ്യേന കുറയുന്നു, അനുബന്ധ സേവനങ്ങളും ഓഫീസർ പദവികളും വർധിക്കുന്നുവെന്നതാണ് കാരണം. അതായത് ഗറില്ലാ പോരാളികളുടെ ആയുധക്കോപ്പുകളും സംഘട്ടന ശേഷിയും വർധിപ്പിക്കുന്നതിനോടൊപ്പം സാങ്കേതിക സേവന വിഭാഗ ങ്ങളും (ആയുധശേഖരം, സ്ഫോടനവസ്തുനിർമാണം വാർത്താവിനി മയം, പുതിയ അംഗങ്ങൾക്കായുള്ള പരിശീലന കേന്ദ്രങ്ങൾ എന്നിവ) വികസിപ്പിക്കേണ്ടതുണ്ട്.

മാകിറ്റാലിയയിലെ പ്രക്ഷോഭമേഖല ഒന്നാം ഘട്ടം തരണം ചെയ്ത തായ അതായത് പ്രവർത്തനങ്ങൾ ഏകോപിപ്പിച്ചുവെന്ന പ്രതീതി ഉളവാ ക്കുന്നു, ഇനി രണ്ടാം ഘട്ടത്തിലേക്കു പ്രവേശിക്കുകയേ വേണ്ടൂ അതാ യത് ശത്രുസൈന്യത്തെ നേരിടാനുള്ള എല്ലാ ഏർപ്പാടുകളും ആയി ക്കഴിഞ്ഞു, തന്ത്രപരമായ നീക്കങ്ങളിലൂടെ, തായ്ത്തടിയിൽ നിന്ന് അടർ ത്തിയെടുത്ത ഗറില്ലാപട്ടാള അണികളെ വേണ്ടിടത്ത്, വേണ്ടപോലെ വിന്യസിക്കാമെന്ന ഘട്ടം. പക്ഷേ അതായിരുന്നില്ല യാഥാർത്ഥ്യം. കാർഷിക പ്രക്ഷോഭമേഖലകൾ രൂപം കൊണ്ടത് വിപ്ലവപോരാട്ടങ്ങളിലൂടെയല്ല,

മറിച്ച് യാഥാസ്ഥിതികരും ഉൽപതിഷ്ണുക്കളും തമ്മിലുള്ള (കൃത്യവും വ്യക്തവുമായ ലക്ഷ്യങ്ങളോ ധാരണകളോ ഇല്ലാത്ത, ശത്രുവിന്റെ സൈനികശക്തിയെന്തെന്ന് ഒരു രൂപവമില്ലാത്ത) ആഭ്യന്തരസമരത്തിന്റെ ഫലമായിട്ടായിരുന്നു. കുടുംബ പ്രാരബ്ധങ്ങൾ ഒഴിവാക്കാനാവാതെ, ജന സമൂഹത്തെ സുരക്ഷാസ്ഥാനങ്ങളിലേക്ക് മാറ്റിത്താമസിപ്പിക്കേണ്ടതും വീട്ടുമൃഗങ്ങളെ സംരക്ഷിക്കേണ്ടതും കൃഷിപ്പണിക്കുള്ള ഉപകരണങ്ങൾ സൂക്ഷിക്കേണ്ടതും മറ്റുമായ ചുമതലകൾ ഒഴിവാക്കാനാകാതെ വന്നതി നാൽ മാകീറ്റാലിയ ഗറില്ലാ സംഘങ്ങൾക്ക് വിപ്ലവത്തിന്റെ ആദ്യഘട്ട ത്തിലേക്ക്, നാടോടിപ്രസ്ഥാനത്തിലേക്ക്, തിരിച്ചുപോകേണ്ടി വന്നു.

ബൊളീവിയ സമാനമായ സാഹചര്യങ്ങൾ ബൊളീവിയൻ തൊഴി ലാളിസമൂഹത്തെ കൊണ്ടു ചെന്നെത്തിച്ചതോ മഹാദുരന്തത്തിലേക്ക്. അൽടിപ്ലാനോ പീഠഭൂമിയിൽ ചിതറിക്കിടക്കുന്ന വലിയ ദേശസാൽക്കൃത ഖനികൾ, അവയിൽ പണിയെടുക്കുന്ന ഇരുപത്തിയാറായിരം ഖനി ത്തൊഴിലാളികൾ. പ്രധാനപ്പെട്ട ഖനികളായ സിഗ്ലോ വീന്റ്, ഹുവാനുനി, കടാവ എന്നിവ സ്ഥിതി ചെയ്യുന്നത് പതിനഞ്ച് കിലോമീറ്റർ നീളവും 10 കിലോമീറ്റർ വീതിയുമുള്ള ദീർഘചതുരക്ഷേത്രത്തിൽ. 1952ൽ ഖനി ത്തൊഴിലാളികളുടെ സൈന്യം ഒലിഗാർക്കി സൈന്യത്തെ തറപറ്റിച്ചു, ലിബറൽ സർക്കാറുണ്ടായി; ആയുധബലം കൈവന്നു; അധികാരം കൈ പ്പറ്റിയെന്ന തോന്നലുണ്ടായി. പക്ഷേ, വിപ്ലവം ബൂർഷ്വാസികളുടെ കൈ കളിലേക്കു വഴുതി. ഖനിത്തൊഴിലാളികൾ പതുക്കെപ്പതുക്കെ ബൂർഷ്വാസി ഭരണകൂടവുമായി ബന്ധം വിച്ഛേദിച്ചു. പൗരസേന, ആയുധ ങ്ങൾ, ഡയനാമൈറ്റ്, സ്ഫോടകവസ്തുക്കൾ, റേഡിയോകൾ, സ്വന്തം പണിയായുധങ്ങൾ ശക്തമായ യൂണിയൻ ഇതൊക്കെ ഖനിത്തൊഴി ലാളികളുടെ പക്കൽ ഉണ്ടായിരുന്നു. അതിലുപരി രാജ്യത്തിന്റെ അടി സ്ഥാന സമ്പത്തിന്റെ, (അസംസ്കൃതവെളുത്തീയത്തിന്റെ (ടിൻ അയിര്) നിയന്ത്രണവും ഖനിത്തൊഴിലാളികളുടെ കൈകളിലായിരുന്നെങ്കിലും സ്വയം പിൻവാങ്ങിയതോടെ അവർ നിർവീര്യരും നിരുത്സാഹികളുമായി, ബൂർഷ്വാസി ഭരണകൂടം പുതിയൊരു ദേശീയസൈന്യം സംഘടിപ്പിച്ച പ്പോൾ തൊഴിലാളികൾ അതനുവദിച്ചുകൊടുത്തു, പണിമുടക്കുകളും കലാപങ്ങളും സമരങ്ങളുമൊക്കെ നിർത്തിവെക്കപ്പെട്ടു. ചുരുക്കത്തിൽ അവർ ജീവിച്ചു പോന്നുവെന്നു മാത്രം. അധികം താമസിയാതെ സ്വാഭാ വികമായും സൈന്യം തനിക്കു ജന്മം നല്കിയ ദേശീയ ബൂർഷ്വാസി സർക്കാറിനെത്തന്നെ വിഴുങ്ങി, അമേരിക്കൻ ഐക്യനാടുകളിൽ നിന്ന് ഉത്തരവെത്തി തൊഴിലാളി പ്രസ്ഥാനങ്ങളെ അടിച്ചമർത്തണമെന്ന്. സൈ നികസർക്കാറിന്റെ രഹസ്യവിഭാഗം തൊഴിലാളികളെ പ്രകോപിപ്പിച്ചു, യൂണിയൻ നേതാവ് വൃദ്ധനായ ലെഷിൻ അറസ്റ്റു ചെയ്യപ്പെട്ടു. ഖനി ത്തൊഴിലാളികൾ ട്രോട്സ്കിയിസ്റ്റുകളുടെ ആഹ്വാനമനുസരിച്ച് അനി ശ്ചിതകാലത്തേക്ക് പണിമുടക്ക് പ്രഖ്യാപിച്ചു. സവിശേഷ സൈനിക വിഭാഗങ്ങൾ, (റെയിഞ്ചേഴ്സ്, സ്പെഷൽ പാരാച്യൂട്ട് സൈനികർ, പിന്നെ

കാലാൾപ്പട) സംഘം ചേർന്ന് ഖനിത്തൊഴിലാളികളെ വളഞ്ഞു, തൊഴിലാളിപ്പടയ്ക്കു നേരെ കനത്ത ആക്രമണം അഴിച്ചു വിട്ടു. വ്യോമസേന ലാപാസിനടുത്തുള്ള ഖനിയിൽ ബോംബു വീഴ്ത്തി, മറ്റൊന്നിലേക്ക് മെഷീൻ ഗണ്ണുകൾ തുരുതുരാ വെടിയുണ്ടകളുതിർത്തു. ഫലമോ? നൂറു കണക്കിന് തൊഴിലാളികളും ശത്രുസൈന്യത്തിൽ ഏതാനും ഡസൻ പേരും മരിച്ചു വീണു, ശത്രുസൈന്യം ഖനികൾ പിടിച്ചെടുത്തു, വാതിലുകൾ തല്ലിപ്പൊളിച്ച് വീടുകളിലേക്കു കയറി, കുടുംബങ്ങളെ ഒന്നടങ്കം മെഷീൻ ഗണ്ണിനിരയാക്കി. യൂണിയൻ നേതാക്കളും, തീവ്രവാദികളായ തൊഴിലാളികളും നാടുകടത്തപ്പെട്ടു, ജയിലിലടയ്ക്കപ്പെട്ടു, അതുമല്ലെങ്കിൽ കൊല്ലപ്പെട്ടു. ഭരണസൈന്യത്തിന്റെ ലക്ഷ്യം നിറവേറി, പിന്നെ എല്ലാം പഴയപടി, കണ്ണീരും, രോഷവും വെറുപ്പും എല്ലാം. അടുത്ത തവണവരെ എല്ലാം പഴയപടി.

ലാപാസിലെയും മറ്റു സമീപസ്ഥഗ്രാമങ്ങളിലെയും ഖനിത്തൊഴിലാളികൾ സംഘടിതമായ രീതിയിൽ ഏകോപിച്ച് പ്രക്ഷോഭം നടത്തിയിരുന്നെങ്കിൽ, ഈ പ്രക്ഷോഭം രാജ്യത്തിന്റെ മറ്റു ഭാഗങ്ങളിലെവിടെയൊക്കെയോ മറ്റു പല രീതികളിൽ നടക്കുന്ന പ്രക്ഷോഭസമരങ്ങളുമായി ഇണക്കിച്ചേർക്കാനായിരുന്നെങ്കിൽ, വിപ്ലവസംഘടനകൾക്ക് നിർണായക പങ്ക് വഹിക്കാനാകുമായിരുന്നു. എന്നിരുന്നാലും ഒരു കാര്യം തികച്ചും അസാധ്യമാണ് അതായത് യാദൃച്ഛികമായി ഉരുത്തിരിയുന്ന പ്രക്ഷോഭസമരങ്ങൾക്ക് ചുരുങ്ങിയ ദിവസം കൊണ്ട് ആധുനിക യുദ്ധക്കോപ്പുകളുള്ള, വടക്കേഅമേരിക്കൻ സൈനികദൗത്യത്തിലൂടെ പരിശീലനവും യുദ്ധസാമഗ്രികളും നിർലോഭം ലഭിച്ചിട്ടുള്ള, ആധുനിക ശത്രുസൈന്യവിഭാഗത്തെ, അവർ എണ്ണത്തിൽ കുറവാണെങ്കിലും പരാജയപ്പെടുത്താനാവില്ല. ചുരുക്കിപ്പറഞ്ഞാൽ കാലം മാറിയിരിക്കുന്നു 1966ൽ 1952 ആവർത്തിക്കാനാവില്ല. അപ്പോൾപ്പിന്നെ ഖനിത്തൊഴിലാളികൾ വിജയകരമായി പ്രക്ഷോഭിക്കുകയും ആക്രമണം നടത്തുകയും ചെയ്യുന്നതെങ്ങനെ?

പൗരസേനാംഗങ്ങൾ ദേശസാൽകൃത ഖനികളിലെ തൊഴിലാളികളാണ്. അവർ പണിമുടക്കുകയോ, പ്രക്ഷോഭം നടത്തുകയോ ചെയ്താൽ സർക്കാർ റോഡുകൾ ഉപരോധിക്കും, തൊഴിലാളികൾക്ക് അന്നം മുട്ടും. കാരണം ലാപാസിൽ നിന്ന് റോഡുവഴിയോ റെയിൽ വഴിയോ വേണം ഖനിപ്രദേശത്തേക്ക് ആഹാരവും മറ്റു അവശ്യസാധനങ്ങളുമെത്താൻ. 4000 മീറ്റർ ഉയരത്തിൽ സ്ഥിതി ചെയ്യുന്ന ഖനനജില്ലകൾ പാറക്കെട്ടുകൾ നിറഞ്ഞതാണ്, പാറപ്പൊടിയിൽ ഒന്നും വിളയില്ല. അയമാര ഗോത്രക്കാർ അല്പസ്വല്പം ഉരുളക്കിഴങ്ങും സിങ്കോണയും വിളയിക്കാൻ ശ്രമിച്ചും, ലലാമ ഇറച്ചി ഉണക്കിയെടുത്തുമാണ് ജീവിച്ചു പോരുന്നത്. ഈ അരിഷ്ടിച്ച സമ്പദ്വ്യവസ്ഥയിൽ മിച്ചം പിടിക്കാനായി കാര്യമായിട്ടൊന്നുമില്ല. അതുകൊണ്ട് സഖാക്കൾക്ക് ഉടനടി ഒരു വിജയം കൂടിയേ തീരൂ. കാരണം ആഹാരം കഷ്ടിച്ച് ഇനിയൊരു പത്തു ദിവസത്തേക്കേ തികയൂ, അതു കഴിഞ്ഞാൽ കുഞ്ഞുങ്ങൾക്ക് പാലില്ല,

ആശുപത്രികളിൽ മരുന്നില്ല, ഇറച്ചിക്കടയും കാലി. തീവണ്ടികളെ ഖനികളുടെ ഗേറ്റിൽ തടഞ്ഞു വെച്ച് ഖനിത്തൊഴിലാളികൾക്ക് വേണമെങ്കിൽ അയിര് കയറ്റി അയയ്ക്കുന്നതു തടസ്സപ്പെടുത്താം. പക്ഷേ ഇത് സമനിലയിലുള്ള ഒരു ഏറ്റുമുട്ടലാകില്ല, തുടക്കത്തിലേ തൊഴിലാളികൾ പരാജയപ്പെടും. കാരണം ഭരണകൂടത്തിന് ബാങ്കുകളിൽ നിക്ഷേപമുണ്ട്, വാണിജ്യകമ്പോളങ്ങളും ഗോഡൗണുകളുമുണ്ട്, ചിലിയൻ തുറമുഖങ്ങളിലേക്കു അനായാസേന പ്രവേശിക്കാം, ലോഹഅയിര് കിട്ടിയില്ലെങ്കിലും അമേരിക്കൻ ഐക്യനാടുകളിൽ നിന്ന് വായ്പകൾ ഇഷ്ടം പോലെ കിട്ടും ഭരണകൂടത്തിന് ഏറെക്കാലം പിടിച്ചു നില്ക്കാനാകും. ആയുധമെടുത്ത ഖനിത്തൊഴിലാളിയോ, ഓരോ ദിവസം ചെല്ലുന്തോറും കുടുംബത്തിന്റെ ആഹാരം അവതാളത്തിലാക്കുകയാണ് ചെയ്യുന്നത്, ഓരോരുത്തരുടേയും പ്രശ്നം ഇതുതന്നെ. സ്വന്തം കുഞ്ഞുങ്ങൾ വിശന്നുവലയുന്നത് കാണേണ്ടി വരുന്നു, സിലിക്കോസിസ് ആസ്ത്മ ബാധിച്ച സഹപ്രവർത്തകർ മരുന്ന് ഏതാനും തുള്ളി കഫ് സിറപ്പ് മതി കിട്ടാതെ ശ്വാസം മുട്ടി മരിക്കുന്നത് കാണേണ്ടി വരുന്നു. പോരാളികൾ തനിച്ചായിരുന്നെങ്കിൽ, കുടുംബപ്രാരബ്ധങ്ങളില്ലായിരുന്നെങ്കിൽ, ചലനശേഷിയുള്ള ചെറിയ സംഘങ്ങളായിരുന്നെങ്കിൽ, അടുത്തുള്ള ഗോഡൗണുകളിൽ കവർച്ച നടത്തി ഏതാനും ആഴ്ചകളിലേക്കുള്ള അവശ്യസാമഗ്രികൾ എളുപ്പം ശേഖരിക്കാമായിരുന്നു. പക്ഷേ സംഗതികളുടെ കിടപ്പ് അങ്ങനെയല്ല, വിശപ്പ് അവരേയും അവരുടെ കുടുംബാംഗങ്ങളേയും ഒരുപോലെ വലയ്ക്കുന്നു.

ജനാലകളില്ലാത്ത വിവർണമായ കൂടാരങ്ങൾക്കു താഴെ ഖനികൾ, അല്പം അകലെയായി തൊഴിലാളികുടുംബങ്ങൾ പാർക്കുന്ന ജനപദങ്ങൾ. പീഠഭൂമിയിലെ മരവിപ്പിക്കുന്ന തണുപ്പ്, കണ്ണെത്താദൂരത്തോളം പരന്നു കിടക്കുന്ന ചുവന്ന മണ്ണിൽ തട്ടി പ്രതിഫലിക്കുന്ന സൂര്യപ്രകാശത്തിൽ കണ്ണു മഞ്ഞളിക്കും. നിരനിരയായ വീടുകൾ. ബോംബുവർഷത്തിന് പ്രത്യക്ഷവും പ്രയാസരഹിതവുമായ ഉന്നം. ബോംബുവർഷം ഭീഷണിയായി ഭവിക്കുന്നത് ഖനികൾക്കല്ല, ജനങ്ങൾക്കാണ്. കാരണം ഖനികളൊക്കെ ഭൂമിക്കടിയിലാണ്, വളരെ കുറച്ചു പ്രവർത്തനശാലകളേ ഭൂനിരപ്പിലുള്ളൂ. പിന്നെ ലോഹഅയിര് സംസ്കരിച്ചെടുക്കുന്നത് അങ്ങ് ഇംഗ്ലണ്ടിലും അമേരിക്കൻ ഐക്യനാടുകളിലുമല്ലേ?. മറ്റൊരു ക്ഷീണം ഖനികൾ പരസ്പരം പതിനഞ്ച്മുപ്പതു കിലോമീറ്റർ ദൂരത്തിലാണ്. ഭരണകൂടസൈന്യത്തിന് വളരെ എളുപ്പത്തിൽ അവയെ ഒന്നൊന്നായി വളഞ്ഞ് കീഴ്പ്പെടുത്താനാകും. ഖനിത്തൊഴിലാളികൾക്ക് ഒറ്റക്കെട്ടായി പ്രത്യാക്രമണം നടത്താനാവില്ല. ആസൂത്രണങ്ങളില്ല, കേന്ദ്രീയനേതൃത്വമില്ല, പട്ടാളപരിശീലനങ്ങളില്ല, വാഹനങ്ങളില്ല. മാത്രമല്ല, തൊഴിലാളി സൈനികർക്ക് രാത്രിയേ നീങ്ങാനാവൂ. ഒരുവേള, കൂടിവന്നാൽ ഏതാനും സാഹസികർക്ക് ശത്രുവിന്റെ കണ്ണുവെട്ടിച്ച് പകൽവെളിച്ചത്തിൽ നഗരത്തിനു നേരെ നീങ്ങാനായെന്നു വരും, പക്ഷേ അവരുടെ ലക്ഷ്യം തീർത്തും

പരിമിതമായിരിക്കും. ഇത്തരം പ്രവൃത്തികൾ, സായുധപ്രക്ഷോഭം, സാഹസികകൃത്യങ്ങൾ ഇതൊക്കെ തൊഴിലാളിസൈനികരുടെ നിത്യ ജീവിത യാഥാർത്ഥ്യങ്ങൾക്കപ്പുറമാണ് കാരണം മുപ്പതോ നാല്പതോ ഡോളർ പ്രതിമാസശമ്പളത്തിനായി അധ്വാനിക്കേ, അവർക്ക് ഉണ്ണാനും കഷ്ടിച്ച് ഉറങ്ങാനും മാത്രമേ നേരം കിട്ടാറുള്ളൂ. അതുകൊണ്ടു തന്നെ അവർ അക്ഷമരാണ്, ഉപരോധം അവസാനിപ്പിക്കാൻ എന്തെങ്കിലും ചെയ്തേ തീരു എന്ന് തുനിഞ്ഞിറങ്ങിയവരാണ്. പക്ഷേ, എന്താണ് ചെയ്യേണ്ടത്? തയ്യാറെടുപ്പുകളില്ലാത്ത പ്രവൃത്തികൾ ആത്മഹത്യാപര മാണ്, മെഷീൻ ഗണ്ണുകൾക്കു നേരെ കൈബോംബെറിയുന്നത് ശുദ്ധ ഭോഷത്തമാണ്, അവരുടെ പക്കലുള്ള കൈത്തോക്കുകളോ പണ്ടെന്നോ നടന്ന ചാൽക്കോ യുദ്ധത്തിൽ ഉപയോഗിച്ച പുരാവസ്തുക്കൾ; വെടി യുണ്ടകൾക്ക് പിടിപ്പതു വിലയുണ്ട്, കിട്ടാനുമില്ല. അതൊക്കെ പോട്ടെ, വിമാനങ്ങളെ എങ്ങനെ നേരിടും? ചുരുക്കത്തിൽ ഒരു സൈന്യത്തെ നേരിടാൻ മറ്റൊരു സൈന്യത്തിനേ കഴിയൂ, അതായത് പരിശീലനവും അച്ചടക്കവും ആയുധങ്ങളുമുള്ള ഒരു സൈന്യം വേണം. കൂട്ടായ്മയും കൂസലില്ലായ്മയും കൊണ്ട് സൈന്യമുണ്ടാവില്ല. സ്പെയിനിന്റേയും പാരിസ് കമ്യൂണിന്റേയും കാര്യം ഓർത്തു നോക്കൂ.

സ്ത്രീകളോടും കുട്ടികളോടുമൊപ്പം പണിസ്ഥലത്തു നിന്നുകൊണ്ടു തന്നെ യുദ്ധംചെയ്യാൻ നിർബന്ധിതരായ, തങ്ങൾക്കും കുടുംബാംഗങ്ങൾ ക്കുമെതിരായി സകലവിധ തിരിച്ചടികളും ഏറ്റുവാങ്ങി, തൊഴിലാളി സൈനികരെ ഉപയോഗപ്പെടുത്താനോ അവരെ ചെറുവിഭാഗങ്ങളായി നീ ക്കാനോ കഴിയാത്ത, സുസംഘടിതമായ സൈന്യമില്ലാതെ, നേതൃത്വമോ, പണമോ ഇല്ലാത്ത, ചുരുക്കിപ്പറഞ്ഞാൽ മൊബൈൽ മിലിറ്ററി യൂണിറ്റ് ഉണ്ടാക്കിയെടുക്കാനുള്ള യാതൊരുവിധ ഭൗതികസാധ്യതകളും ഇല്ലാത്ത ഖനിത്തൊഴിലാളികൾ കശാപ്പിനു വിധിക്കപ്പെട്ട ബലിയാടുകളാണ്. ദിവസവും മുഹൂർത്തവും ഭരണകൂടസൈന്യം തീരുമാനിക്കും. എവിടന്നു തുടങ്ങണം, സൈന്യനിരകൾ ഏതുവഴിക്കു നീങ്ങണം, പാരാട്രൂപ്പുകൾ എവിടെ ഇറങ്ങും എന്നൊക്കെ. അതായത് രഹസ്യമായ ആസൂത്രണവും നടത്തിപ്പും ഭരണകൂടസൈന്യത്തിനു മാത്രം അവകാശപ്പെട്ടത്, ഖനി ത്തൊഴിലാളികൾക്ക് പട്ടാപ്പകലേ സംഘടിക്കാനാകൂ, ഒട്ടും ഗോപ്യ മല്ലാത്ത, ഒളിമറവുകളില്ലാത്ത അവരുടെ ആസ്ഥാനം എളുപ്പം കണ്ടു പിടിക്കപ്പെടും, ആക്രമിക്കപ്പെടും, നാമാവശേഷമാക്കപ്പെടും. പ്രത്യാക്ര മണത്തിന് മുതിർന്നാൽത്തന്നെ അധികം ദൂരേക്കൊന്നും പോകാനാ കില്ല, കാരണം ഭൂമിയുടെ കിടപ്പ് അങ്ങനെയാണ്, റബ്ബർ ബാൻഡ് പോലെ അതവരെ പിറകിലേക്കു വലിക്കും.

ജനകീയസേനയ്ക്ക്, അതിൽ നിന്നു വേറിട്ടു നില്ക്കുന്ന ജൈവി കമായി സ്വതന്ത്രവും സമൂഹബാധ്യതകളിൽ നിന്ന് മുക്തവുമായ, രാഷ്ട്രീയാധികാരം നേടിയെടുക്കുക എന്ന ലക്ഷ്യം മാത്രമുള്ള സൈന്യ വിഭാഗം ആവശ്യമാണോ? വിപ്ലവസൈദ്ധാന്തികശാസ്ത്രത്തിൽ തികച്ചും

വ്യതിരിക്തമായുള്ള ഈ പദവിന്യാസം പ്രായോഗികവിപ്ലവത്തിന്റെ നിർണായക അളവുകോലാണ്. നമുക്കറിയാം ട്രോട്സ്കിയിസം സാമാന്യബുദ്ധിക്ക് നിരക്കാത്തതാണെന്ന്, ഭിന്നിപ്പിൽ നിന്നാണ് അത് കരുത്തു നേടുന്നതെന്ന്. ട്രോട്സ്കിയിസം എല്ലായിടത്തുമുണ്ട്, ഒരിടത്തുമൊട്ടില്ല താനും. ഒളിഞ്ഞിരിക്കേ തെളിഞ്ഞിരിക്കുന്ന പ്രകൃതമാണതിന്. ഇതുമല്ല, അതുമല്ല എന്ന മട്ട് അതാണ് ട്രോട്സ്കിയിസ്റ്റ്. വിപ്ലവപ്രവർത്തനങ്ങൾക്ക് ഒട്ടേറെ താത്കാലിക പരാജയങ്ങൾ നേരിടേണ്ടി വരുന്ന ഇത്തരുണത്തിൽ ട്രോട്സ്കിയിസം പല ദിശകളിൽ നിന്നുമായി വീശുന്നുണ്ട്, 'അധികാരം കൈക്കലാക്കാനുള്ള അടവുകൾ' എന്ന അതേ പഴയ പല്ലവി ആവർത്തിച്ചുകൊണ്ട് നമുക്കതിവിടെ ചുരുക്കിപ്പറയാം.

തൊഴിലാളികർഷകസമൂഹങ്ങൾ സോഷ്യലിസം വന്നെത്തുന്നതിനായി കേഴുകയാണ്, പക്ഷേ, അതേപ്പറ്റി അവർ സ്വയം ബോധവാന്മാരല്ല, കാരണം സ്റ്റാലിൻ ഉദ്യോഗസ്ഥമേധാവിത്വം കൊണ്ട് അവരെ കീഴ്പ്പെടുത്തിവെച്ചിരിക്കയാണ്. ആയതിനാൽ അവരിൽ ഉറങ്ങിക്കിടക്കുന്ന സ്വതന്ത്രചേതനയെ ഉണർത്തണം. ഇതിന് പറ്റിയ ഏറ്റവും ഉൽക്കൃഷ്ടമായ മാർഗം ഗറില്ലാപ്രസ്ഥാനമല്ല; മറിച്ച് അടിസ്ഥാനപരമായി 'ദ്വയാധികാരം' സ്ഥാപിച്ചെടുക്കുകയാണ് വേണ്ടത് അതായത് പ്രാദേശിക കമ്മിറ്റികൾ രൂപീകരിക്കാനായി തൊഴിലാളികളോടും കർഷകരോടും ആഹ്വാനം ചെയ്യണം, അവ എണ്ണത്തിൽ പെരുകിപ്പെരുകി ഒടുവിൽ ഒരൊറ്റ ഐക്യത്തൊഴിലാളി സംഘടനയായി (United Confederation of Workers) നിലവിൽ വരും. നഗരങ്ങളിലും നാട്ടിൻപുറങ്ങളിലും നടത്തുന്ന ആകസ്മികവും വ്യാപകവുമായ പ്രക്ഷോഭങ്ങളിലൂടെ ഈ കൂട്ടായ്മ അധികാരം നേടിയെടുക്കാനുള്ള ഉപകരണമായിത്തീരും. അവിടുന്നങ്ങോട്ട് പരക്കെ പണിമുടക്കുകളും തൊഴിലാളിസമരങ്ങളും അഴിച്ചുവിടുകയാവും ലക്ഷ്യം. നാട്ടിൻപുറങ്ങളിലെ കർഷകരെ സംഘടിപ്പിക്കണം, ഭൂമി കൈയേറണം, പ്രാദേശികതലത്തിൽ പ്രക്ഷോഭങ്ങൾ നടത്തണം; അവ പതുക്കെപ്പതുക്കെ നഗരങ്ങളിലേക്കു വ്യാപിക്കും; സോഷ്യലിസ്റ്റ് വിപ്ലവം എന്ന മുദ്രാവാക്യം മുഴക്കിക്കൊണ്ട്. തൊഴിലാളികൾ പടിപടിയായി ഉത്പാദനമാർഗങ്ങൾ കൈയടക്കണം. എന്നിട്ട് ഒട്ടും സമയം പാഴാക്കാതെ, ഇടനിലക്കാരോ, പ്രത്യേക വിഭാഗങ്ങളോ ഇല്ലാതെ, നേരിട്ട് ഭരണകൂടത്തിനെ എതിർക്കണം. പ്രത്യക്ഷവും പരോക്ഷവുമായ സാമ്പത്തികസംഘർഷത്തിൽ നിന്ന് പ്രക്ഷോഭങ്ങൾ ഉരുവാകും, അവയ്ക്കു മൂർച്ചകൂട്ടി ജനകീയവിപ്ലവമാക്കണം അതായത് യൂണിയൻ പ്രവർത്തനത്തിൽ നിന്ന് നേരിട്ട് വിപ്ലവത്തിലേക്ക്.

നാലാം ഇന്റർനാഷണലിന്റെ ബിയോണസ് അയഴ്സ് ആസ്ഥാനമായ ലാറ്റിനമേരിക്കൻ ബ്യൂറോ തിരഞ്ഞെടുത്തത് പെറു, ഗ്വാട്ടിമാല, ബ്രസീൽ (സാവോ പോളോയും വടക്കുകിഴക്കൻ ഭാഗങ്ങളും) ആയിരുന്നു. അർജന്റീനയിൽ നിന്നെത്തിയ ഹ്യൂഗോ ബ്ലാങ്കോ കവെൻഷ്യോ താഴ്വരയിലെ കൃഷി

ത്തൊഴിലാളികളോടൊപ്പമാണ് പ്രവർത്തിച്ചിരുന്നത്. ജൂലിയോയുടെ കർഷകസംഘങ്ങളും ഇതേ രീതിയിലാണ് സംഘടിപ്പിക്കപ്പെട്ടത്. ഈയടുത്തകാലംവരെ ഗ്വാട്ടിമാലയിൽ യോൺ സോസയും എം.ആർ13 പ്രസ്ഥാനവും[7] പോസാഡ ഇൻടർനാഷണലിനു കീഴ്പെട്ട് ഇതേ രീതിയാണ് അനുവർത്തിച്ചത്. എം.ആർ13 പ്രസ്ഥാനത്തെ മറ്റു രാഷ്ട്രീയപാർട്ടികൾ കൈയൊഴിഞ്ഞുവെന്നതും ഇതിനു സഹായകമായി. ഒരു കാലത്ത് എം.ആർ13ന്റെ മുഖപത്രമായിരുന്ന റവലൂഷ്യോൺ സോഷ്യലിസ്റ്റ് അതിന്റെ ആദ്യലക്കത്തിൽ (ജൂലൈ 1964) ഇങ്ങനെ എഴുതി "ജനകീയ സമരമെന്ന നിലയ്ക്ക് പടിപടിയായി സായുധപ്രക്ഷോഭം സംഘടിപ്പിക്കുകയെന്ന ആശയം തികച്ചും ഔപചാരികവും ബ്യൂറോക്രാറ്റിക്കും സൈനികവുമാണ്. ജനങ്ങളുടെ നേരിട്ടുള്ള ഇടപെടലിനെ വിലകുറച്ചു കാണിക്കുകയും അത്തരമൊരു സാധ്യതയെ നീട്ടിവെക്കുകയുമാണ് അതിന്റെ അടിസ്ഥാനം."

വിപ്ലവത്തിന്റെ സോഷ്യലിസ്റ്റ് സ്വഭാവത്തിന്, അതിന്റെ ഭാവി പരിപാടികൾക്ക്, ട്രോട്സ്കിയിസം ഏറെ പ്രാധാന്യം നല്കുന്നു; അനുയോജ്യമായ പദപ്രയോഗങ്ങൾകൊണ്ട് വിപ്ലവത്തെ വിലയിരുത്താനാകുമെന്നു കരുതുന്നു. പക്ഷേ സോഷ്യലിസ്റ്റ് വിപ്ലവം എന്ന് ഉച്ചത്തിൽ കൂവി വിളിച്ചതുകൊണ്ടു മാത്രം അതു നിലവിൽ വരുമോ? പ്രശ്നത്തിന്റെ കാതലായ ഭാഗം സൈദ്ധാന്തികമല്ല, ഏതു സംഘടനയിലൂടെ സോഷ്യലിസ്റ്റ് വിപ്ലവം യാഥാർത്ഥ്യമാക്കാൻ ശ്രമിക്കുന്നുവോ ആ സംഘടനയുടെ ഘടനയിലാണ്. അപ്പോഴാണ് നമുക്കു ബോധ്യമാവുന്നത് അവർ പറയുന്ന വിപ്ലവം വെറും ഉട്ടോപ്യൻ വിപ്ലവമാണെന്ന്, അവർ നിർദ്ദേശിക്കുന്ന മാർഗങ്ങൾ കൊണ്ടുചെന്നെത്തിക്കുന്നത് വിപ്ലവത്തിലേക്കല്ല, മറിച്ച് ഒട്ടും ഉട്ടോപ്യനല്ലാത്ത രീതിയിൽ നിലവിലുള്ള ജനകീയപ്രസ്ഥാനങ്ങളെ ഒന്നടങ്കം ഉന്മൂലനം ചെയ്യുന്നതിലേക്കാണെന്ന്. ഗ്വാട്ടിമാലയിലെ വിപ്ലവ പ്രസ്ഥാനത്തെ സംബന്ധിച്ചേടത്തോളം ദേശീയബൂർഷ്വാസി എന്നൊരു വർഗം തന്നെ അവിടെ ഇല്ലാത്ത സ്ഥിതിക്ക് ദേശീയജനാധിപത്യപരിപാടി എത്രത്തോളം ബാലിശമാണെന്നു സ്പഷ്ടമായി തെളിയിച്ച, ഫാറിന്റെ (FAR- Fuer zas Armadas Rebaldes) ഘടകമായ എഡ്ഗർ ഇബാറ ഗറില്ലാ മുന്നണി ട്രോട്സ്കി പ്രസ്ഥാനത്തെപ്പറ്റി എന്താണ് പറയുന്നതെന്നു നോക്കാം.

ഈ (ട്രോട്സ്കി) നിലപാട് സമഗ്രമായി വളരെ കൗശലപൂർവം സാധിച്ചെടുക്കുന്നത് ഇതാണ് ഗറില്ലാപ്രസ്ഥാനത്തിൽ നിന്ന് വിപ്ലവസത്ത ചോർത്തിയെടുക്കുക; അതിന് ജനകീയസേനയായി വർത്തിക്കാനാകുമെന്നത് നിഷേധിക്കുക; നമ്മുടെ രാജ്യങ്ങളിലെ കർഷകർക്ക് വിപ്ലവ

7. MR-13: (Movimiento Revolucionario 13 Noviembre) ഗ്വാട്ടിമാലയിലെ ഇടതുപക്ഷ വിപ്ലവപ്രസ്ഥാനം. (പ)

സമരങ്ങളിൽ പങ്കുചേരാനുള്ള അവകാശം നിഷേധിക്കുക; അധികാരം പിടിച്ചെടുക്കാൻ സാമ്രാജ്യത്വശക്തികളെയും അവരുടെ ശിങ്കിടികളെയും സൈനികശക്തികൊണ്ട് കീഴടക്കണമെന്നത് നിഷേധിക്കുക; ദീർഘകാല സായുധസമരങ്ങളെ രഹസ്യമാക്കി വെക്കുക; പ്രക്ഷോഭങ്ങൾ ഹ്രസ്വകാലത്തേക്കാണെന്ന വ്യാജധാരണ പരത്തുക; ജനകീയശക്തികളെ ഭിന്നിപ്പിക്കുക; വിപ്ലവപ്രവണതകളെ യൂണിയനുകളും മറ്റു സമാധാനസംഘടനകളും രൂപികരിക്കുന്നതിലേക്ക് തിരിച്ചു വിടുക.[8]

ക്ഷണനേരത്തേക്ക് നമുക്ക് ട്രോട്സ്കിയുടെ ആശയങ്ങളെ, വെറും ലളിതമായ പ്രകോപനങ്ങൾ എന്നതിൽക്കവിഞ്ഞ് ഗൗരവത്തോടെ വീക്ഷിക്കാം. നല്ലൊരളവിൽ ആശയക്കുഴപ്പം നമുക്കതിൽ കാണാനാകും. ഒന്നാമതായി ഫാക്റ്ററി യൂണിറ്റുകളിലേയോ, ട്രേഡ് യൂണിയനുകളിലേയോ വർഗമാതൃകകളല്ല കാർഷികസമൂഹത്തിലെ യാഥാർത്ഥ്യം. ഫാക്റ്ററികളിലോ മുതലാളിത്തനഗരങ്ങളിലോ കാണുന്ന തരത്തിലല്ല മായൻ അഥവാ ഇൻകാ സംസ്കാരത്തിന്റെ പിന്തുടർച്ചക്കാരായ റെഡിന്ത്യൻവംശജരുടെ സാമൂഹികഘടന. ഈ പൂർവാപരവൈരുധ്യം അടിച്ചേല്പിച്ച ശേഷം തൊഴിലാളിസമൂഹത്തിന്റെ വിപ്ലവവീര്യത്തെ വില കുറച്ചു കാണുക, സായുധസമരങ്ങളെന്നാൽ ദീർഘകാലാടിസ്ഥാനത്തിൽ ജനകീയസൈന്യം രൂപികരിക്കുന്ന നീണ്ട പ്രക്രിയയാണെന്ന അബദ്ധധാരണ പരത്തുക, അവ ബോൾഷെവിക് രീതിയിൽ നേരിട്ടുള്ള നഗരാക്രമണങ്ങളാണെന്ന തെറ്റിദ്ധരിപ്പിക്കുക... തൊഴിലാളികാർഷിക സമൂഹങ്ങൾ തമ്മിലുള്ള പരസ്പരബന്ധത്തെക്കുറിച്ചുള്ള അജ്ഞതയും സൈദ്ധാന്തികമായ ആശയക്കുഴപ്പങ്ങളും ഏറെയുണ്ടെന്നാലും ഒരു കാര്യം നിശ്ചിതമാണ് അതിസുന്ദരമായ പദാവലി യഥാർത്ഥത്തിൽ ഒരു കെണിപോലാണ് പ്രവർത്തിക്കുന്നത്, ആ കെണിയിൽ കാർഷികത്തൊഴിലാളികൾ പെട്ടുപോകും, ചിലപ്പോൾ സംഘടനതന്നെ അതിനുള്ളിലായെന്നു വരും. റെഡിന്ത്യൻ ഗ്രാമങ്ങളിൽ പൊതുജനങ്ങളുടേയോ യൂണിയൻപ്രവർത്തകരുടേയോ സമ്മേളനം വിളിച്ചു കൂട്ടുകയെന്നത്, സ്ഥലവാസികളെ മർദ്ദകശക്തികളുടേയും രാഷ്ട്രീയനേതാക്കളുടേയും പൊലീസിന്റേയും ദയയ്ക്കു വിട്ടുകൊടുക്കുകയെന്നതാണ്. കാരാഗൃഹങ്ങളിലേക്കോ, കുഴിമാടങ്ങളിലേക്കോ പറഞ്ഞയയ്ക്കുകയെന്നതാണ്.

ഇതിനുമുമ്പ് ഉദ്ധരിച്ച അതേ രേഖയിൽ ഗ്വാട്ടിമാലൻ സഖാക്കൾ ഇങ്ങനെ പറയുന്നു

"ഭൂമിയും ഫാക്റ്ററികളും കൈയടക്കാനുള്ള മുദ്രാവാക്യംവിളി ചിലപ്പോൾ സഹായകമായേക്കാമെങ്കിലും അരാജകത്വത്തിലേക്കു നയിക്കാനും ഇടയുണ്ട്, പിന്നെ കൂട്ടക്കുരുതിയാവും ഫലം. ഇത് കർഷകർക്കും

8. ഗ്വാട്ടിമാല വിപ്ലവപ്രസ്ഥാനത്തിലെ സംഘർഷാവസ്ഥയെക്കുറിച്ച് എഡ്ഗർ ഇബാറാ ഗറില്ലാമുന്നണി, കമ്യൂണിസ്റ്റ് പാർട്ടിയുടെ കേന്ദ്രകമ്മിറ്റിക്കും MR-13ന്റെ നേതൃസംഘടനയ്ക്കും എഴുതിയ കത്ത്.

തൊഴിലാളികൾക്കും കനത്ത തിരിച്ചടിയാവും കാരണം അവർക്ക് ഇതിനെ അതിജീവിക്കാനുള്ള കെല്പ് ഇനിയും ഉണ്ടായിട്ടില്ല. പിന്നെ പീഡനോപാധികൾ ഭരണവർഗത്തിന്റെ കൈവശമിരിക്കുന്നിടത്തോളം കാലം ബൂർഷ്വാസികളുമായി ഉത്പാദനത്തിന്റെ ഉടമസ്ഥതയെച്ചൊല്ലിയുള്ള വിഖ്യാതമായ 'വിവാദം' സങ്കല്പിക്കാൻ പോലും ആവില്ല. ഗറില്ലകളോ ജനകീയസേനയോ പീഡനോപാധികളെ ഒരു പരിധിവരെയെങ്കിലും നിയന്ത്രിക്കാവുന്ന തരത്തിൽ വളർന്നു വികസിച്ച മേഖലകളിലേ ആ അടവ് പ്രയോഗിക്കാനാവൂ. മറ്റു സാഹചര്യങ്ങളിൽ പൊതുജനങ്ങളായിരിക്കും ശത്രുവിന്റെ ആഘാതത്തിന് എളുപ്പം ഇരയായിത്തീരുക. ഇത്തരം പ്രവൃത്തികൾ തീവ്രമായ പ്രകോപനങ്ങളായിരിക്കും. പരാജയങ്ങൾ പീഡനത്തിലേക്കു നയിക്കും, തുടർന്നു പീഡനത്തിൽ നിന്നു രക്ഷ നേടാൻ രാഷ്ട്രീയമായി പിൻവലിയുക എന്ന ഒരൊറ്റ മാർഗമേയുള്ളുവെന്ന് ധരിക്കാൻ ജനങ്ങളെ നിർബന്ധിതരാക്കും.

ട്രോട്സ്കിയിസം ഒരു അതിഭൗതികതയാണ്, അതിന്റെ അടിത്തറ പാകിയിരിക്കുന്നത് സദുദ്ദേശങ്ങൾ കൊണ്ടാണ്.[9] തൊഴിലാളികളുടെ സഹജമായ നന്മയിലുള്ള വിശ്വാസമാണ് അടിസ്ഥാനം, ആ നന്മയെ ദുഷ്ട ഭരണകൂടമേധാവിത്വത്തിന് വികൃതമാക്കാനായേക്കും, പക്ഷേ, നശിപ്പിക്കാനാവില്ല. സാഹചര്യങ്ങൾക്ക് മാറ്റിയെടുക്കാനാവാത്ത വർഗസത്ത കർഷകരിലും തൊഴിലാളികളിലും ഉണ്ട്. അതേപ്പറ്റി അവർ സ്വയം ബോധവാന്മാരാവണമെന്നുണ്ടെങ്കിൽ അവരെ പറഞ്ഞു ധരിപ്പിക്കുകയേ വേണ്ടൂ, ലക്ഷ്യങ്ങൾ അവർക്കു മുന്നിൽ നിരത്തുകയേ വേണ്ടൂ, ഒന്നും കാണാതെ തന്നെ അവരെല്ലാം കാണുന്നു, ഒന്നും അറിയാതെ തന്നെ എല്ലാം അറിയുന്നു. ഫലമോ സോഷ്യലിസം ക്ഷണമാത്രയിൽ യാഥാർത്ഥ്യമായിത്തീരുന്നു, വൃത്തിയോടെ, വെടുപ്പോടെ.

അധഃപതനത്തിന്റെ അവസാനദശയിൽ എത്തിനില്ക്കുന്ന ട്രോട്സ്കിയിസം മധ്യകാലഘട്ടത്തിലെ അതിഭൗതികതയാണ്, സ്ഥലകാല ആവർത്തനവിരസത അതിന്റെ സ്വഭാവമാണ്.

സ്ഥലം എല്ലായിടത്തും ഒരുപോലെ. പെറുവിന് അനുയോജ്യമായ അപഗ്രഥനങ്ങൾ, വീക്ഷണങ്ങൾ എല്ലാമെല്ലാം ബെൽജിയത്തിനും ഒരുപോലെ ബാധകം.

കാലം പരിവർത്തനവിധേയമല്ലാത്തത്. ട്രോട്സ്കിയിസത്തിന് ചരിത്രത്തിൽ നിന്ന് ഒന്നും പഠിക്കാനില്ല. അതു തുറക്കാനുള്ള താക്കോൽ സ്വന്തം കൈയിലുണ്ടല്ലോ, തൊഴിലാളി സമ്പൂർണരൂപത്തിൽ പിഴവു പറ്റാത്ത സോഷ്യലിസ്റ്റ് സദാകാലവും യൂണിയൻ പ്രവർത്തനത്തിൽ നിരതനായി,

---

9. ട്രോട്സ്കിയിസ്റ്റ് നിലപാടിനെക്കുറിച്ച് വിശദമായറിയാൻ സാർത്രിന്റെ les communists et la paix.

സ്റ്റാലിനിസ്റ്റ് ബ്യൂറോക്രസിയുമായി എന്നെന്നും ഉടക്കി നിൽക്കുന്ന തൊഴിലാളി. പ്രൊമീത്യൂസ് സ്വാതന്ത്ര്യത്തിന്റെ അഗ്നിജ്വാല മോഷ്ടിച്ച് അതെന്നെന്നും ജ്വലിപ്പിച്ചു നിർത്താനായി ആയിരത്തിൽപ്പരം വേഷപ്പകർച്ചകളുള്ള സ്യൂസിനോട് അനവരതം ഏറ്റുമുട്ടുന്ന പ്രൊമിഥ്യൂസ്. ആരെങ്കിലും എപ്പോഴെങ്കിലും ട്രോട്സ്കിയിസ്റ്റിന്റെ പേനയിൽ നിന്ന് ഒരു യഥാർത്ഥ സന്ദർഭത്തിന്റെ, സംഭവത്തിന്റെ യഥാതഥമായ വിശ്ലേഷണം ഉതിർന്നു വീണത് കണ്ടിട്ടുണ്ടോ?

ഇന്നും ഭൂതകാലത്തിന്റെ ചതുരക്കളങ്ങളിൽ തടവിൽ കഴിയാൻ ശപിക്കപ്പെട്ട ട്രോട്സ്കിയിസം വാടിക്കൊഴിയുകയാണ്. പരാജയങ്ങളല്ലാതെ മറ്റെന്തെങ്കിലും അതിനു നേടാനായിട്ടുണ്ടോ? വിപ്ലവത്തെ അട്ടിമറിക്കാൻ ശ്രമിക്കുന്നവർ എല്ലായിടത്തുമുണ്ട്. വിരോധാഭാസമെന്തെന്നാൽ ഗ്രാമീണ ത്തൊഴിലാളികളെ, പട്ടാളജാതിക്കാരുടെ (നഗരങ്ങളിൽ നിന്നു ചേക്കേറിയ ഗറില്ലകളുടെ) പിടിയിൽനിന്നു മുക്തരാക്കണമെന്ന്, ഗ്രാമീണരെ അവരുടേതായ കുടിപ്പകകളുമായി അവരുടെ പാട്ടിന് വിട്ടേക്കണമെന്നു വാദിക്കുന്നവർ മിക്കപ്പോഴും അയൽനാടുകളിൽ നിന്ന്, വിദേശങ്ങളിൽ നിന്ന് ഇവിടെ എത്തിയ തീവ്രവാദികളാണ്. അവരിവിടെ എത്തിയത് ഇവിടത്തെ വിമോചനപ്രസ്ഥാനത്തിൽ ഭാഗഭാക്കാകാനല്ല, പ്രസ്ഥാനത്തെ പുഷ്ടിപ്പെടുത്താനുമല്ല, മറിച്ച് പ്രസ്ഥാനത്തിന്റെ ദൗർബല്യങ്ങളെ മുതലെടുത്ത് അതിനെ നയിക്കാനും നിയന്ത്രിക്കാനുമാണ്, അതുവേറെ കാര്യം. അവരുടെ അതിവിചിത്രമായ ആവേശം തന്നെ ഈ മണ്ണിൽ പൊട്ടിമുളച്ചതല്ല, ഇറക്കുമതി ചെയ്യപ്പെട്ടതാണ്. എന്തിന് ആശ്ചര്യപ്പെടണം? ട്രോട്സ്കിയിസം കേവലമായ അതിഭൗതികതയാണ്, ചരിത്രത്തെക്കുറിച്ച് പ്രത്യേകമായോ, പൊതുവായോ യാതൊരു പിടിയുമില്ലാത്ത അത്തരമൊരു ആശയസംഹിത പുറമെനിന്ന് അടിച്ചേല്പിക്കാനേ പറ്റൂ. യാതൊരു വിധ സാഹചര്യത്തിനും അനുയോജ്യമല്ലാത്തതിനാൽ ബലമായി അടിച്ചേല്പിക്കുകതന്നെ വേണം.[10]

അങ്ങനെ നാം കണ്ടെത്തുന്നതിതാണ്: പ്രതിഷേധസമരപ്രസ്ഥാനങ്ങളിലെ റിഫോമിസ്റ്റുകളും ട്രോട്സ്കിയിസത്തിലെ തീവ്രവിപ്ലവകാരികളും (അൾട്രാ റവലൂഷണറികൾ) വ്യാഖ്യാനിക്കുന്നത് ഗറില്ലാപോരാട്ടങ്ങൾ നടത്തുന്നത് പൊതുജനങ്ങളിൽനിന്ന് അകന്നുനില്ക്കുന്ന സായുധ

10. ഇവയൊന്നും തന്നെ ട്രോട്സ്കി എന്ന വ്യക്തിക്കോ അദ്ദേഹത്തിന്റെ രചനകൾക്കോ എതിരായുള്ള ഉത്തരവുകളേയോ അവയോടുള്ള അയിത്താചരണത്തേയോ ന്യായീകരിക്കുന്നില്ല. ട്രോട്സ്കിയെക്കുറിച്ച് മരണത്തിന് അല്പം മുമ്പ് ലെനിൻ പറഞ്ഞതിപ്രകാരം: “അസാധാരണ പ്രതിഭാശാലി മാത്രമായിരുന്നില്ല ഇന്ന് കേന്ദ്രകമ്മിറ്റിയിലുള്ളവരിൽ വെച്ച് ഏറ്റവും കഴിവുള്ള വ്യക്തിയും കൂടിയായിരുന്നു. എതറ്റംവരെ പോകാനുമുള്ള ഉറച്ച ആത്മവിശ്വാസവും ഭരണകാര്യങ്ങളിൽ തീവ്രമായ ആഭിമുഖ്യവും ഉള്ള വ്യക്തിയുമായിരുന്നു.

തീവ്രവാദികളാണെന്നാണ്. ട്രോട്സ്കിയിസത്തിലെ പ്രാദേശികകലാപങ്ങൾക്ക് പ്രതിഷേധസമരങ്ങളുമായി സാമ്യതയുണ്ട്. രണ്ടും പ്രകോപനപരമാണ്. പൊതുജനങ്ങളുടെ പേരിൽ ഭരണകൂടസംവിധാനത്തിനെതിരായുള്ള നടപടികളാണ്. പൊതുജനങ്ങളുടെ പേരുംപറഞ്ഞ് ഒരു പിടി സാഹസികർ നടത്തുന്ന പ്രവൃത്തികൾ. രണ്ടിടത്തും ബലിയാടാകുന്നത് പൊതുജനമാണ്. ശ്രേഷ്ഠരായ സൈദ്ധാന്തികർ സ്തുതിവചനങ്ങൾ പാടി ജനങ്ങളെ ബലികൊടുക്കുന്നു.

പ്രതിഷേധസമരക്കാരും (പ്രയോഗത്തിൽ) ട്രോട്സ്കിയിസ്റ്റുകളും (പ്രയോഗത്തിലും സിദ്ധാന്തത്തിലും) ട്രേഡ് യൂണിയനുകളാണ് സംഘടനയുടെ അടിസ്ഥാനവും വർഗസമരത്തിനുള്ള പ്രേരകശക്തിയുമെന്ന് ഉറച്ചു വിശ്വസിക്കുന്നു. അതിവിചിത്രമായ ഒരു യാദൃച്ഛികതയുടെ വ്യാഖ്യാനം ഇവിടെയുണ്ട്. ട്രോട്സ്കിയിസ്റ്റുകൾ തീവ്രഇടതുപക്ഷമാണെന്നാണ് പൊതുധാരണ. പക്ഷേ, സത്യത്തിൽനിന്ന് മറ്റെന്തിനേക്കാളും വിദൂരതയിലാണ് ഈ ധാരണ. ട്രോട്സ്കിയിസ്റ്റുകളും റിഫോമിസ്റ്റുകളും കൂട്ടുചേർന്ന് ഗറില്ലാപോരാട്ടത്തെ പഴിക്കുകയും അതിനെ തടസ്സപ്പെടുത്താനോ അട്ടിമറിക്കാനോ ശ്രമിക്കുകയും ചെയ്യുന്നു;[11] ക്യൂബൻ വിപ്ലവത്തെ ലാറ്റിനമേരിക്കയിലും ലോകത്ത് മറ്റിടങ്ങളിലും തങ്ങളുടെ നിശിതവിമർശനത്തിന് വിധേയമാക്കുന്നു. അതുകൊണ്ടാണ് ഡഗ്ലസ് ബ്രാവോയുടെ നേതൃത്വത്തിൽ വെനിസ്വേലയിലെ ഫാലനും (FALN-Fuerzas Armadas de Liberacin Nacional- ദേശീയവിമോചനസായുധസൈന്യം) ഗ്വാട്ടിമാലയിലെ ഫാറിനും(FAR-Fuerzas Armadas Rebeldes റെബൽ സായുധസൈന്യം) പോലുള്ള ശക്തിയാർജിച്ചു വരുന്ന നവഗറില്ലാ പ്രസ്ഥാനങ്ങൾക്ക് ഒന്നിലധികം യുദ്ധമുന്നണികളിൽ പോരാടേണ്ടി വരുന്നത്. ഫാറിന്റെ പരിപാടികൾ വിവരിക്കുന്ന മുൻസൂചിപ്പിച്ച കത്ത് രണ്ടു കക്ഷികൾക്കുമായി P.G.T.ക്കും (Partido Guatemalteco de Trabajo(Communist) യോൺ സോസയുടെ എം.ആർ 13നും (അക്കാലത്ത് ട്രോട്സ്കിയ്സ്റ്റ്) എഴുതിയതാണ്. ഇതിനെ ആധാരമാക്കിയാണ് 1965ന്റെ അവസാനഘട്ടത്തിൽ ഗ്വാട്ടിമാലൻ വിപ്ലവത്തിനായി പുതിയ ഘടനയും ഉള്ളടക്കവുമായി FAR സംഘടിപ്പിക്കപ്പെട്ടത്; പുത്തനുണർവു നേടിയെടുത്ത പി.ജി.ടി.യും ഇതിനെ അനുകൂലിച്ചു.

ഇതുവരേയുള്ള അനുഭവങ്ങൾ നമ്മെ എന്താണ് പഠിപ്പിക്കുന്നത്?

---

11. Le Temps Modernes (April1966) എന്ന പത്രത്തിൽ ഹെന്റി എഡിീം എഴുതിയ ലേഖനവും ട്രോട്സ്കിയുമായി വിദൂരബന്ധമുള്ള പെറൂവിയൻ വിപ്ലവസംഘടന Vanguardia Revolucionariaയുടെ നേതാവ് പുമാറുനയുടെ ലേഖനവും താരതമ്യം ചെയ്യുന്നത് നന്നായിരിക്കും. എഡിീമിന്റേത് യാഥാസ്ഥിതിക കമ്യൂണിസ്റ്റ് പാർട്ടികളുടെ വീക്ഷണമാണ്. രണ്ടു പേരും എത്തിച്ചേരുന്നത് അവ്യക്തമെങ്കിലും ഏതാണ്ട് ഒരേ നിഗമനത്തിലാണ്. അതായത് ഗ്രാമപ്രദേശങ്ങളിൽ അതാതു മേഖലകളിൽ കാർഷിക പ്രതിരോധസമരങ്ങൾ, കാഡറുകളുടെ സംഘടന; നഗരങ്ങളിൽ രാഷ്ട്രീയസമരങ്ങളുടെ മുന്നേറ്റം.

ഗറില്ലാവിപ്ലവസൈന്യം നിഗൂഢസൈന്യമാണ്. വളരെ രഹസ്യമായാണ് അത് രൂപപ്പെടുന്നതും വികസിക്കുന്നതും. പോരാളികൾ വ്യാജപ്പേരാണ് ഉപയോഗിക്കുക. അവർ ഒരിക്കലും മറ്റുള്ളവരുടെ കൺവെട്ടത്തു വരികയില്ല. അഥവാ വരികയാണെങ്കിൽത്തന്നെ നേതാവ് സ്ഥലവും സമയവും മുൻകൂട്ടി നിശ്ചയിച്ചുറപ്പിച്ചിരിക്കും. മിലിറ്ററി സംഘടനയെന്ന നിലയ്ക്കും പ്രവർത്തനരീതിയിലും ഗറില്ലാസൈന്യം പൊതുജനസമൂഹത്തിൽ നിന്ന് വേറിട്ടു സ്വതന്ത്രമായി നിലകൊള്ളുന്നു; അതുകൊണ്ട് കർഷകസമൂഹത്തിന്റെ സുരക്ഷ അവരുടെ നേരിട്ടുള്ള ചുമതലയല്ല. പടിപ്പടിയായി ശത്രുവിന്റെ സൈനികബലം നശിപ്പിക്കുന്നതിലൂടെയാണ് അവർ പൊതുജനങ്ങളെ സുരക്ഷിതരാക്കുന്നത്. ഇത് മൊത്തമായ ബലസന്തുലനത്തെ ആശ്രയിച്ചിരിക്കുന്നു. ശത്രുസൈന്യത്തെ പൂർണമായും പരാജയപ്പെടുത്താനായാൽ പൊതുജനങ്ങളും പൂർണമായും സുരക്ഷിതരായിരിക്കും. ശത്രുവിന്റെ സൈനികബലം ഉന്മൂലനം ചെയ്യുകയാണ് ഗറില്ലാവിപ്ലവസൈന്യത്തിന്റെ മുഖ്യലക്ഷ്യമെന്നു വരികിൽ, ശത്രു ഇങ്ങോട്ടടുക്കുന്നുതുവരെ കാത്തിരിക്കാതെ, സ്വയം മുൻകൈയെടുത്ത് അങ്ങോട്ടുചെന്ന് ആക്രമിക്കണം. ഓരോ തവണയും ഈ ലക്ഷ്യം നിറവേറണമെങ്കിൽ ഗറില്ലാത്താവളം, പ്രവർത്തനമേഖലയുടെ ചുറ്റുവട്ടത്തു പാർക്കുന്ന കുടുംബങ്ങളിൽ നിന്ന് പൂർണമായും സ്വതന്ത്രമായിരിക്കണം.

ഒന്നാമതായി മർദ്ദകസൈന്യത്തിൽ നിന്ന് പൊതുജനത്തെ സംരക്ഷിക്കേണ്ടതുണ്ട്. കാരണം തെന്നിമാറുന്ന ഗറില്ലയോദ്ധാക്കളോടുള്ള പ്രതികാരം ശത്രുസൈന്യം കർഷകരോടു കാട്ടുന്നു, അവർ ഗറില്ലകളുമായി ബന്ധപ്പെടുന്നുണ്ടെന്ന സംശയത്തിന്റെ പേരിൽ. അവരിൽ ആരെങ്കിലും ഒരാൾ എന്തെങ്കിലും വിവരം മറച്ചു പിടിക്കുന്നുണ്ടെന്നു തോന്നിയാലുടൻ അവനെ കൊല്ലും, പിന്നെ ഹെഡ്ക്വാട്ടേഴ്സിലേക്കുള്ള റിപ്പോർട്ടിൽ എഴുതുന്നതോ ഒരു ഗറില്ലയെ പിടിച്ചെന്ന്, തങ്ങളുടെ വീരസാഹസികതയ്ക്കുള്ള തെളിവ്. ദ്രുതഗാമികളായ ഗറില്ലകൾക്ക് പകരം ഇരകളായിത്തീരേണ്ടി വരുന്ന പൊതുജനത്തിന് രാവും പകലും പീഡനങ്ങൾ അനുഭവിക്കേണ്ടിവരുന്നു. അവരെ രക്ഷിക്കേണ്ട ചുമതല ഗറില്ലകൾക്കുണ്ട്. ഗറില്ലകൾ രഹസ്യസൈന്യമാണെന്നതിന് രണ്ടു കാരണങ്ങളുണ്ട് സ്വരക്ഷയും കർഷകസമൂഹത്തിന്റെ രക്ഷയും അവരുടെ ചുമതലയാണ്. ഒരാളുടെ സുരക്ഷയാണല്ലോ അപരന്റെ സുരക്ഷ ഉറപ്പാക്കുന്നത്.

ഗറില്ലകൾ പൊതുവേ പൊതുസ്ഥലങ്ങളിൽ പ്രത്യക്ഷപ്പെടുന്നതും ആരുടേയെങ്കിലും വീട്ടിലോ, തറവാട്ടു വക തോട്ടങ്ങളിലോ പാർക്കുന്നതും ഒഴിവാക്കുന്നു. ഏതെങ്കിലും ഗ്രാമത്തിൽ ചെന്നാൽത്തന്നെ ഒന്നുകിൽ ഒരു വീട്ടിലും കയറില്ല, അതല്ലെങ്കിൽ എല്ലാ വീടുകളിലും കയറിയിറങ്ങും, തങ്ങളെ സഹായിക്കുന്ന ഒരൊറ്റയാളുടെ പേരിൽ സംശയം ജനിപ്പിക്കാ

തിരിക്കാനാണ് ഇങ്ങനെ ചെയ്യുന്നത്. സമ്മേളനം വിളിച്ചുകൂട്ടണമെന്നുണ്ടെങ്കിൽ ബലം പ്രയോഗിച്ചാണ് ആൾക്കാരെ കൂട്ടുന്നതെന്ന് വരുത്തിത്തീർക്കും, കാരണം പിന്നീട് പിടിക്കപ്പെട്ടാൽ ജനങ്ങൾക്ക് പറയാമല്ലോ നിർബന്ധിച്ചു കൊണ്ടുപോയതാണെന്ന്. വളരെ രഹസ്യമായി, നഗര പരിധിക്കുപുറത്ത്, ഗറില്ലാത്താവളത്തിൽ നിന്ന് വളരെ അകലെയായി വേണം പ്രത്യേകവ്യക്തികളുമായി ബന്ധം പുലർത്തേണ്ടത്, വേണ്ടി വന്നാൽ ഇടനിലക്കാരെ ഉപയോഗിക്കണം. ചാരന്മാരും സഹായികളും പരസ്പരം അറിയരുത്. ഗറില്ലാ സംഘത്തിൽത്തന്നെ ഏതാനും ചില നേതാക്കൾക്കു മാത്രമേ ഈ വൃന്ദത്തെക്കുറിച്ച് അറിവുണ്ടാകൂ. സ്ഥലത്തെ അതിസാഹസികനായ ഒരു സഹായി ഗറില്ലാദളത്തിൽ ചേർക്കണമെന്ന് ആവശ്യപ്പെട്ടാൽ മറുചോദ്യമില്ലാതെ ചേർക്കണം, അയാളുടെ പക്കൽ ആയുധങ്ങളില്ലെങ്കിലും.

ഗറില്ലാസൈന്യത്തിന്റെ സുരക്ഷ ഉറപ്പാക്കാനായി മൂന്നു കർശന നിയമങ്ങൾ പാലിക്കേണ്ടതുണ്ട് സദാ ജാഗ്രത, സദാ ആശങ്ക, സദാ ചലനം. ഇതു മൂന്നും സുരക്ഷയെ സംബന്ധിച്ചുള്ളതാണ്. പൊതുജനങ്ങളുമായി അടുപ്പം കൂടരുതെന്നും അകൽച്ച പാലിക്കണമെന്നും സാമാന്യബുദ്ധി നിർദ്ദേശിക്കുന്നു. കാരണം ശത്രുവിന്റെ നിരന്തര സാന്നിധ്യവും സമ്മർദ്ദവും സഹിക്കേണ്ടിവരുന്നത് പൊതുജനങ്ങളാണ്. ശത്രു അവരെ വിലയ്ക്കെടുക്കാൻ ശ്രമിക്കും. കൂറുമാറ്റാൻ ശ്രമിക്കും. ഇവയൊന്നും ഫലിച്ചില്ലെങ്കിൽ ഹിംസയിലൂടെ വിവരങ്ങൾ ചോർത്തിയെടുക്കാൻ ശ്രമിക്കും. ഗറില്ലാസൈനികരെപ്പോലെ വിശേഷപ്പെട്ട പരിശീലനങ്ങളൊന്നും ലഭിച്ചിട്ടില്ലാത്ത സാധാരണക്കാരുടെ ഇടയിലേക്ക് ശത്രുക്കൾക്ക് എളുപ്പത്തിൽ നുഴഞ്ഞുകയറാനാകും. അവരെ സ്വാധീനിക്കാനാകും, അവരുടെ മനോവീര്യം കെടുത്താനാകും. അതിനാൽ ഗറില്ലാദളത്തിന്റെ സഹായികളാണെങ്കിൽകൂടി സാധാരണക്കാർക്ക് ഗറില്ലാത്താവളങ്ങളിലേക്ക് പ്രവേശനമില്ല, ആയുധശേഖരം എവിടെയാണെന്ന വിവരങ്ങൾ അവർക്കു നല്കരുത്, ഗറില്ലാ യൂണിറ്റുകളുടെ ലക്ഷ്യസ്ഥാനം ഏതെന്നോ, പാട്രോളുകളുടെ, അവരതു കാണുമെന്നു വരികിലും യഥാർത്ഥ ഉദ്ദേശ്യം എന്തെന്നോ അവരറിയരുത്. 'കർഷകരിൽ നിന്ന് ഞങ്ങളുടെ ഉദ്ദേശ്യങ്ങൾ ഞങ്ങൾ മറച്ചുവെച്ചു'. ചെ പ്രസ്താവിക്കുന്നു "ഞങ്ങളുടെ പ്രവർത്തനക്ഷേത്രത്തിനടുത്തെങ്ങാനും അവരെ കണ്ടെന്നു വരികിൽ പരിപാടി തീരുന്നതു വരെ അവരെ അവിടത്തന്നെ തടഞ്ഞു നിർത്തും."[12] ഇത്തരത്തിലുള്ള ജാഗ്രതയ്ക്ക് വിശ്വാസമില്ലായ്മ എന്നല്ല വിവക്ഷ. ഒരു സാധാരണ കർഷകൻ അബദ്ധത്തിൽ, അതല്ലെങ്കിൽ ദേഹോപദ്രവത്തിന് വിധേയനായി എന്തെങ്കിലുമൊക്കെ വെളിപ്പെടുത്തിയെന്നിരിക്കും. ഇടപെടുന്ന എല്ലാവരുമായും ജാഗ്രത പുലർത്തേണ്ടതുണ്ട്. പ്രത്യേകിച്ച് വഴികാട്ടികളുമായി. ഗറില്ലകൾ എവിടന്നു വരുന്നു, എങ്ങോട്ടു

12. Souvenirs de la guerre revolutionaire

പോകുന്നു എന്നതിനെപ്പറ്റിയൊക്കെ വ്യാജവിവരങ്ങളേ അവർക്കു നല്കാവൂ.[13]

അതുകൊണ്ടാണ്, ദളത്തിലൊരാൾ വിട്ടുപോയാൽ ഉടൻ താവളം മാറ്റേണ്ടതായ ആവശ്യം വരുന്നത്. സന്ദേശവുമായി പോകുന്ന ഗറില്ല യ്ക്ക് ഭൂഭാഗത്തിന്റെ കിടപ്പ് നല്ലപോലറിയാം, അതുകൊണ്ട് തിരിച്ച് അതേ യിടത്തേക്ക് വരാനോ, പുതിയ സ്ഥലത്തേക്ക് നീങ്ങുന്ന ദളത്തെ കണ്ടെ ത്താനോ, പുതിയ താവളത്തിലെത്താനോ അയാൾക്കു വിഷമമുണ്ടാ വില്ല. മലമുകളിലെ ഗറില്ലാത്താവളത്തിൽ നിന്ന് താഴ്വാരത്തിലെ നഗര ത്തിലേക്കും തിരിച്ചും സന്ദേശങ്ങളുമായോ, ആരെങ്കിലുമായി ബന്ധ പ്പെടാനോ പലതവണ പോകേണ്ടി വരുന്ന ഗറില്ലയോ ഇടനിലക്കാരൻ കർഷകനോ ശത്രുപക്ഷത്തിന്റെ ദൃഷ്ടിയിലും പിടിയിലും പെടാൻ വളരെ യേറെ സാധ്യതയുണ്ട്. ആ വ്യക്തിയെ സ്വാധീനിച്ചോ ദേഹോപദ്രവം ചെയ്തോ ഗറില്ലാദളത്തിലേക്ക് നുഴഞ്ഞു കയറാനുള്ള ശ്രമങ്ങൾ ശത്രു നടത്തിയെന്നു വരും. ആ വ്യക്തിയിലൂടെ പ്രത്യേക ഫോകോയിലെ ഗറില്ലാ യോദ്ധാക്കളുടെ പേരും മറ്റു വിവരങ്ങളും പിഴിഞ്ഞെടുത്തെന്നും വരും.[14]

ഫിഡലിന്റെ വീക്ഷണത്തിൽ ഗറില്ലാദളവും താഴ്വാരവും തമ്മിലുള്ള ബന്ധം മനഃശാസ്ത്രപരമാണ്. നവാഗതനായ യുവപോരാളി ഗറില്ലാ യുദ്ധത്തിന്റെ വിജയസാധ്യതകളെക്കുറിച്ച് വലിയ ഉറപ്പൊന്നുമില്ലാതെ യാണ് ദൗത്യനിർവഹണത്തിനായി താവളത്തിൽ നിന്നു പുറപ്പെടുന്നത്. താഴ്വാരത്തിലെത്തിയ അയാൾ കാണുന്നത് ശത്രുസൈന്യത്തിന്റെ വലുപ്പവും പൊലിമയുമാണ്. ഗറില്ലാത്താവളത്തിൽ വിശന്നുവലയുന്ന

13. സിയേറയിൽ വഴികാട്ടിയായി ലഭിച്ച യുടിമ്യോ ഗുയേര എന്ന സാധാരണ കർ ഷകനിൽ പ്രതിരോധസൈന്യത്തിന് പൂർണവിശ്വാസം ഉണ്ടായിരുന്നു. എന്നാൽ കാസ്ട്രോയെ വധിക്കാനായി കാസില്ലാസ് അയാൾക്ക് 10000 പെസോ നല്കി യിരുന്നു. യാദൃച്ഛികമായി (കാസ്ട്രോയുടെ വാക്കുകളിൽ ആറാമിന്ദ്രിയം) ഈ വസ്തുത വെളിപ്പെടുകയും യുടിമ്യോ വധിക്കപ്പെടുകയും ചെയ്തു. പ്രസ്ഥാ നത്തിന്റെ ആദ്യഘട്ടങ്ങളിൽ ഒരു നേതാവിന്റെ പകരം വെക്കാനാവാത്ത മൂല്യം മനസ്സിലാക്കിയെടുക്കുന്ന ശത്രുവിൽ നിന്ന് വേറെന്തു പ്രതീക്ഷിക്കാനാണ്? പെറുവിൽ ലൂയി ഡെലാ പുൺടെയുടെ കൊലപാതകത്തിനു പിന്നിലും ഒരു വഴികാട്ടിയുടെ ചതിയായിരുന്നു കാരണം.

14. 1963ൽ ഗ്വാട്ടിമാലയിലെ ഇസബെൽ മേഖലയിൽ 21പേരടങ്ങിയ ഒരു ഫോകോ ജാഗ്രതക്കുറവു കാരണം ഒന്നടങ്കം ഉന്മൂലനം ചെയ്യപ്പെട്ടു. നഗരത്തിലെത്തിയ ഗറില്ലാ സന്ദേശവാഹകനെ മെഷീൻഗണ്ണു ചൂണ്ടി ഭീഷണിപ്പെടുത്തി, മധ്യ അമേരിക്കസൈനികരുടെ ഒരു സംഘത്തെ ഗറില്ലാതാവളത്തിലേക്കു നയിക്കാൻ നിർബന്ധിതനാക്കി. സന്ദേശവാഹകൻ ഏറ്റവും വിഷമം പിടിച്ച പാതയിലൂടെ ശത്രു സൈനികരെ നയിച്ചു, അവിടെ കാവൽക്കാരാരെങ്കിലും ഉണ്ടായിരിക്കു മെന്നു കരുതി. കാവൽപ്പുരയ്ക്കടുത്തുവെച്ച് പതുക്കെ ഒച്ചവെച്ച് മുന്നറിയിപ്പു നല്കുകയും ചെയ്തു. പക്ഷേ അവിടെയാരും കാവലുണ്ടായിരുന്നില്ല. അന്നു വൈകുന്നേരം മാത്രമാണ് വഴി ദുർഘടം പിടിച്ചതായതുകൊണ്ട് ദുഷ്പ്രാപ്യവു മാണെന്ന് കരുതി ഫോകോഅംഗങ്ങൾ കാവൽ റദ്ദാക്കിയത്. സന്ദേശവാഹകൻ കൊല്ലപ്പെട്ടു, അർധരാത്രിക്ക് ശത്രുസംഘം താവളത്തിലേക്കു കടന്നുകയറി...

തന്റെ കൂട്ടുകാരെ അയാളോർത്തുപോകുന്നു. എന്തൊരന്തരം! ഈ ദൗത്യം നിർവഹിക്കാനാവില്ലെന്ന് അയാൾക്കു തോന്നിപ്പോകുന്നു; വിജയിക്കുമെന്ന വിശ്വാസം നഷ്ടപ്പെടുന്നു. ഇത്ര വലിയ ശത്രുസൈന്യത്തെ, ട്രക്കുകളും ഹെലികോപ്റ്ററുകളും, വൈവിധ്യമാർന്ന ആയുധശേഖരങ്ങളുമുള്ള സൈന്യത്തെ തോല്പിക്കാൻ ശ്രമിക്കുന്നതു പോട്ടെ, അത്തരം ചിന്ത തന്നെ ശുദ്ധ അസംബന്ധമാണെന്ന്, പരിഹാസ്യമാണെന്ന് അയാൾക്കു തോന്നിപ്പോകുന്നു. ആശങ്കാകുലനായ അയാൾ പിന്നെ ശത്രുവിന്റെ സ്വാധീനതയിലാണ്. തുടക്കക്കാർ ഇങ്ങനെയൊക്കേയാണ്, താഴ്വാരം അവരുടെ മനോവീര്യം കെടുത്തുന്നു, ദുർബലരുടെ മനസ്സിനെ അസ്തവ്യസ്ഥമാക്കുന്നു.

ചുരുക്കിപ്പറഞ്ഞാൽ മൊബിലിറ്റിയും ഫ്ളെക്സിബിലിറ്റിയും അതായത് ദ്രുതവും സന്ദർഭോചിതവുമായ നീക്കങ്ങൾ നടപ്പിലാക്കാനായാൽ മാത്രമേ ഗറില്ലാസൈന്യത്തിന് മർദ്ദകസൈന്യത്തിനുമേൽ മേൽക്കോയ്മ ഉറപ്പിക്കാനാവൂ. ഏതു ദൗത്യം നിർവഹിക്കാനും തയ്യാറെടുപ്പുകൾ രഹസ്യമായിരിക്കണം, കൃത്യം ആകസ്മികമായിരിക്കണം, അതിവേഗം നടത്തിയെടുക്കുകയും വേണം. ഒരു ഗ്രാമത്തിൽ നിന്ന് മറ്റൊരു ഗ്രാമത്തിലേക്ക് പോകുമ്പോൾ സ്ത്രീകളും കുട്ടികളും വീട്ടുസാമാനങ്ങളുമൊക്കെ സംഘത്തിലുണ്ടെങ്കിൽ കൃത്യനിർവഹണത്തിനായി മുൻകൈ എടുക്കുന്നതിൽ, അതിവേഗം നീങ്ങുന്നതിൽ, അടവുകൾ മാറ്റുന്നതിൽ എല്ലാമെല്ലാം വിട്ടുവീഴ്ചകൾ ചെയ്യേണ്ടിവരും. ഗ്രാമീണസംഘങ്ങളുടെ നീക്കത്തിനൊപ്പം ഗറില്ലാദളങ്ങളുടെ പരിപാടികൾ കൂട്ടിക്കലർത്താനിടവരാറുണ്ട്, പക്ഷേ, അത് ഗറില്ലായോദ്ധാക്കളുടെ സ്വതന്ത്രമായ പ്രവർത്തനത്തിന് തടസ്സമാവും, ആക്രമണത്തിന്റെ ആഘാതം കുറഞ്ഞുപോകും, കൂടെയുള്ള ജനങ്ങളെപ്പോലും സംരക്ഷിക്കാനാവാത്ത നില വരും. ചുറ്റുവട്ടത്തെ ജനങ്ങളെ രക്ഷിക്കുക എന്ന ജോലിയിൽ മാത്രം ഒതുങ്ങി നില്ക്കുമ്പോൾ ഗറില്ലാദളത്തിന്, ജനസമൂഹത്തെ ഒന്നടങ്കം രക്ഷിക്കുക എന്ന നേതൃത്വബാധ്യത ഇല്ലാതാവുന്നു, ദേശീയവീക്ഷണം ഇല്ലാതാവുന്നു. മറിച്ച് പ്രത്യാക്രമണത്തിന് മുതിരുമ്പോൾ ഗറില്ലാത്താവളം ദേശത്തിന്റെ മുഴുവൻ ശ്രദ്ധാകേന്ദ്രമായി മാറുന്നു, ഗറില്ലകൾ ജനങ്ങളെ ഊർജിതരാക്കുന്നു,.

അതുകൊണ്ട് സ്വമേധയാ ഉരുത്തിരിയുന്ന സായുധപ്രതിഷേധങ്ങൾ ഗറില്ലാദളത്തെ അടവുമാറ്റങ്ങളിൽ മാത്രമായി ഒതുക്കി നിർത്തുന്നു, വിപ്ലവകരമായ യാതൊരു വിധ സംഭാവനകളും നല്കാൻ അത്തരം ദളത്തിന് ആവുകയില്ല. ഈ തലത്തിൽ പ്രവർത്തിക്കുകയാണെങ്കിൽ, പരിമിതകാലത്തേക്ക് ജനങ്ങളെ സംരക്ഷിക്കാനായേക്കും. പക്ഷേ, ദീർഘകാലയളവിൽ മറിച്ചാണ് സംഭവിക്കുക. പ്രതിഷേധകലാപങ്ങൾ പൊതുജനങ്ങളുടെ സുരക്ഷ അവതാളത്തിലാക്കും.

ഫ്രഞ്ച് കൊളോണിയൽ സൈന്യത്തിനെതിരെ വിമോചന സമരത്തിനിറങ്ങിയ വിയറ്റ്നാമിൻ യോദ്ധാക്കൾക്ക് നല്കപ്പെട്ട ഈ നിർദ്ദേശങ്ങൾക്ക് ലാറ്റിനമേരിക്കൻ രാജ്യങ്ങളിൽ കൂടുതൽ പ്രസക്തിയുണ്ട്.

സായുധവിപ്ലവം:
പ്രചാരവേല

ഗറില്ലപോരാട്ടങ്ങൾക്ക് രാഷ്ട്രീയ പ്രേരകങ്ങളും ലക്ഷ്യങ്ങളുമുണ്ട്. ജന സമൂഹത്തിന്റെ പിന്തുണയില്ലാതെ അതിന് നിലനില്പില്ല. ഗറില്ലാദളത്തി ലേക്ക് അംഗങ്ങളെ ചേർക്കുന്നതിനുമുമ്പ് അവരുടെ ഉറച്ച വിശ്വാസം നേടി യെടുക്കേണ്ടതുണ്ട് അതായത് ഗറില്ലാദളം രൂപീകരിക്കാൻ ന്യായമായ കാരണങ്ങൾ ഉണ്ടെന്ന്, ഈ വിപ്ലവം പോരാളികളെ തെരഞ്ഞെടുക്കുന്ന വിധത്തിലൂടെ, അവരുടെ പശ്ചാത്തലത്തിലൂടെ ഒരു ജനകീയസമര മാണെന്ന് അവരെ വിശ്വസിപ്പിക്കേണ്ടതുണ്ട്. ജനസമൂഹത്തിന്റെ വി ശ്വാസം നേടിയെടുക്കാൻ പ്രഭാഷണങ്ങളിലൂടെ, പ്രഖ്യാപനങ്ങളിലൂടെ, വിശദീകരണങ്ങളിലൂടെ അവരുമായി സംവദിക്കേണ്ടതുണ്ട്. ചുരുക്ക ത്തിൽ ഇത് രാഷ്ട്രീയപ്രവർത്തനമാണ്, പൊതുപ്രവർത്തനം. അതു കൊണ്ട് ആദ്യത്തെ ഒരു പിടി പോരാളികളെ ചെറിയ പ്രചാരകസംഘ ങ്ങളായിത്തിരിച്ച് ഗ്രാമങ്ങളിലേക്കും മലമ്പ്രദേശങ്ങളിലേക്കും അയ യ്ക്കണം, അവിടെ അവർ സമ്മേളനങ്ങൾ നടത്തണം, പലയിടത്തും പ്രഭാഷണങ്ങൾ നടത്തണം, വിപ്ലവത്തിന്റെ സാമൂഹികലക്ഷ്യങ്ങൾ എന്തെന്ന് വിശദീകരിക്കണം, കർഷകസമൂഹത്തിന്റെ ശത്രുക്കളെ ആക്ഷേപിക്കണം, കാർഷികപരിഷ്കരണം നടപ്പിലാക്കുമെന്നും, വിശ്വാസ ഘാതകരെ ശിക്ഷിക്കുമെന്നും വാഗ്ദാനം ചെയ്യണം. കർഷകർക്ക് സന്ദേഹമുണ്ടെന്നു വരികിൽ, വിപ്ലവാവേശവും വിശ്വാസവും കൊണ്ട് അവരെ ഉത്തേജിപ്പിച്ച് അവരുടെ ആത്മവിശ്വാസം പുനഃസ്ഥാപിക്കണം, വിപ്ലവത്തിൽ, അവരോടു സംവദിക്കുന്ന വിപ്ലവകാരികളിൽ അവർക്കുള്ള വിശ്വാസം വളർത്തിയെടുക്കണം. ഗ്രാമങ്ങളിൽ പരസ്യമായും രഹസ്യ മായുമുള്ള ശിബിരങ്ങൾ സംഘടിപ്പിക്കണം; യൂണിയൻ സമരങ്ങളെ പിന്തുണയ്ക്കുകയോ, അത്തരം സംരംഭങ്ങൾ തുടങ്ങിവെക്കുകയോ ചെയ്യണം, വിപ്ലവപരിപാടിയെപ്പറ്റി ആവർത്തിച്ചാവർത്തിച്ചു പറയണം. സജീവമായ ജനപിന്തുണ നേടിയെടുത്തശേഷം, സുസംഘടിതമായ അണിയറപ്രവർത്തനങ്ങൾ, അവശ്യസാധനങ്ങളുടെ സംഭരണവിതരണ വ്യവസ്ഥ, വിശാലമായ ചാരസംഘം, അതിവേഗ തപാൽ സർവീസ്,

റിക്രൂട്ടിംഗ് കേന്ദ്രം, എന്നിവയൊക്കെ ഉറപ്പാക്കണം. ഈ ഘട്ടത്തിനു ശേഷമേ ഗറില്ലാസംഘം ശത്രുവുമായി നേരിട്ടുള്ള ഏറ്റുമുട്ടലിന് ഇറങ്ങാനാവൂ.

ഇതൊക്കെയാണ് സായുധപ്രചാരവേലയുടെ രീതിയെന്നാണ് വെപ്പ്.

ഈ ആശയത്തിന് ആഗോളതലത്തിലെ അനുഭവങ്ങൾ അവിതർക്കിത പിന്തുണ നല്കുന്നു.

വിയറ്റ്നാമിൽ, ഗ്രാമീണസായുധസംഘങ്ങളുമായി ഇണക്കിച്ചേർത്ത സായുധപ്രചാരവേല ഫ്രാൻസിനെതിരായുള്ള വിമോചനസമരത്തിൽ നിർണായക പങ്ക് വഹിച്ചിട്ടുണ്ട്, പ്രത്യേകിച്ച് 1940-45 കാലഘട്ടത്തിൽ, ജനങ്ങളുടെ സ്ഥിരസൈന്യം രൂപീകരിക്കുന്ന ഘട്ടത്തിൽ.

വിയറ്റ്നാമീസ് സഖാക്കൾ ഗറില്ലാപോരാട്ടത്തിൽ നിന്ന് തന്ത്രപ്രസക്തമായ യുദ്ധത്തിലേക്കും പിന്നീട് അതിസുരക്ഷിത ശത്രുപാളയങ്ങളെ ആക്രമിക്കുന്നതിലേക്കും മുന്നേറിയപ്പോൾ സൈന്യവും സെക്ഷനിൽ നിന്ന് റജിമെൻറും പിന്നീട് ഡിവിഷനുമായി വികസിച്ചു. ഈ വികാസം അത്ര സ്വാഭാവികമായിരുന്നില്ല. ഉദാഹരണത്തിന് ചൈനയിലെ വിപ്ലവ യുദ്ധവുമായി ഇതിന് സമാനതകളില്ല. കാരണം ചൈനയിൽ തുടക്കം മുതൽക്ക് തന്നെ സുസ്ഥിരസൈന്യം (Regular Army) വിന്യസിക്കപ്പെട്ടിരുന്നു. എന്നാൽ വിയ്റ്റ്നാമിൽ കമ്യൂണിസ്റ്റ് പാർട്ടിയായിരുന്നു സംഘടനയുടെ ബീജകേന്ദ്രം; അതിൽനിന്ന്, അതിനു ചുറ്റുമായാണ് ജനകീയ സൈന്യം രൂപം കൊണ്ടത്. വിമോചനസേനയ്ക്ക് മൂർത്തരൂപം നൽകാൻ പാർട്ടി 1944ൽ വിമോചനസേനയുടെ പ്രചാരണവിഭാഗത്തിന് രൂപം നൽകി. അങ്ങനെ ഒരു പിടി വിപ്ലവകാഡറുകളടങ്ങിയ ന്യൂക്ലിയസ് ജന്മമെടുത്തു. ഇതായിരുന്നു പാർട്ടിയുടെ പ്രചാരണ സ്ക്വാഡ്, തുടക്കം മുതലേ ഇതിനെ നയിച്ചത് ജിയാപ്പായിരുന്നു. പിന്നീട് ഈ ന്യൂക്ലിയസ് വികസിച്ച് രാജ്യമെമ്പാടും പരന്നു, അങ്ങനെ ജനകീയസൈന്യവും ഗറില്ലാ യൂണിറ്റുകളും നിലവിൽ വന്നു. പ്രചാരണ സ്ക്വാഡിന്റെ ലക്ഷ്യം യുദ്ധം ചെയ്യുകയായിരുന്നില്ല, മറിച്ച് യുദ്ധത്തിൽ പങ്കെടുക്കാനായി പോരാളിസംഘങ്ങൾ ഉണ്ടാക്കിയെടുക്കുകയായിരുന്നു.

അങ്ങനെയാണ് അടിത്തട്ടിൽ നിന്നു മേല്പോട്ട് ഒരു പിരമിഡു പോലെ മൂന്നു തട്ടുകളായിട്ടാണ് വിയറ്റ്നാമീസ് സായുധ വിമോചനസൈന്യം കെട്ടിപ്പൊക്കപ്പെട്ടത്.ഏറ്റവും താഴെ ഗ്രാമജില്ലാ തലങ്ങളിൽ ഗറില്ലാ സൈന്യം, പ്രാദേശികതലത്തിൽ(ജില്ലാസമുച്ചയങ്ങൾ) സെമിറഗുലർ സൈനികവിഭാഗം, ഏറ്റവും മുകളിൽ മുഖ്യസൈന്യം സ്ഥിരമായ താവളമോ പ്രവർത്തനമേഖലയോ ഇല്ലാത്ത തന്ത്രപ്രധാനമായ മൊബൈൽ സൈന്യം. ഏറ്റവും താഴെയുള്ള ഒന്നാംതട്ടിലെ ഏറ്റവും മിടുക്കന്മാരായ ഗറില്ലകൾ രണ്ടാംതട്ടിലേക്കും അവിടന്നുള്ള മിടുക്കന്മാർ

മൂന്നാം തലത്തിലേക്കും കടക്കും. പിരമിഡിന്റെ ഓരോ തട്ടിന്റേയും ഇരിപ്പ് താഴേയുള്ള തട്ടിന്മേലാണ്, പക്ഷേ, താഴെയുള്ള തട്ടുകൾക്ക് സമ്മർദ്ദമോ ഞെരുക്കമോ അനുഭവപ്പെടുന്നില്ല; ഓരോ തട്ടിനും അതതിന്റേതായ ചുമതലകളുണ്ട്. അടിത്തട്ടിൽ നിന്നു തുടങ്ങി മൂന്നു തലങ്ങളിലായി ഇണക്കിച്ചേർത്ത ഈ തട്ടുകളുടെ സുഗമമായ പ്രവർത്തനം ഉറപ്പാക്കുന്നത് ഗ്രാമതലത്തിൽ സംഘടിച്ചു നില്ക്കുന്ന ജനങ്ങളാണ്. അടിത്തട്ടുമായി വിളക്കിച്ചേർത്തതാണെങ്കിലും തലപ്പത്തുള്ള റഗുലർ സൈന്യത്തിന്റേത് സ്വതന്ത്രമായ നീക്കങ്ങളാണ്. ജനറൽ ജിയാപ്പ് വിശദീകരിക്കുന്നതിങ്ങനെ ഫ്രഞ്ച് സൈന്യത്തിനെതിരായുള്ള യുദ്ധത്തിൽ തന്ത്രപ്രധാനമായത് ഈ മൂന്നു സൈനികവിഭാഗങ്ങളെ പാർട്ടി എങ്ങനെ ഉപയോഗപ്പെടുത്തുന്നു എന്നതായിരുന്നു ചിലപ്പോൾ മാറി മാറി, മറ്റു ചിലപ്പോൾ ഒന്നിച്ച്. ഗറില്ലാസൈന്യവും പ്രാദേശികസൈന്യവും ചേർന്ന് ശത്രുസൈന്യത്തെ, അതിനു കൈയടക്കാനാകാത്ത വിശാലമായ പ്രാന്തത്തിൽ ചിതറിത്തെറിപ്പിക്കും, എന്നിട്ട് അനങ്ങാനാവാത്ത വിധം അവരെ തടഞ്ഞുവെച്ച് പീഡിപ്പിക്കും. ഒരു കണക്കിന് അങ്ങനെ ശത്രുവിന്റെ യുദ്ധതന്ത്രങ്ങളെ പരിമിതപ്പെടുത്താം. ശത്രു അണികൾ ഒരിക്കലും സുരക്ഷിതരാവില്ല. ഒന്നുകിൽ അവർക്ക് എല്ലായിടത്തും ചെന്നെത്തണം അങ്ങനെവന്നാൽ ഏകോന്മുഖമായ ഒരാക്രമണം അസാധ്യം. ഇനി അതല്ല അവരൊന്നിച്ച് ഒരിടത്തു നില്ക്കാൻ ഉദ്ദേശിക്കുന്നെങ്കിൽ, ബാക്കിയുള്ള സ്ഥലങ്ങളെല്ലാം അരക്ഷിതാവസ്ഥയിലാവും. ശത്രു ഒരിടത്ത് സംഘടിക്കുകയാണെങ്കിൽ, സ്ഥലനഷ്ടം, പലയിടത്തുമായി നില് പുറപ്പിച്ചാലോ ബലക്ഷയം. ഇന്നലെവരേക്കും ഫ്രഞ്ചു സൈന്യത്തിന് അഭിമുഖീകരിക്കേണ്ടി വന്ന ഈ പ്രതിസന്ധി ഇന്ന് അമേരിക്കൻ സൈന്യം നേരിടുന്നു.

അവിതർക്കിത നിയമമെന്തെന്നാൽ മുന്തിയ സൈനികവിഭാഗത്തിന്റെ വിനാശം ആ സൈന്യത്തിന്റെ സമ്പൂർണമായ പരാജയമായിത്തീരുന്നു. അതുകൊണ്ട് ഗറില്ലാപോരാളികൾ ജനകീയസൈന്യത്തിലെ മുന്തിയ വിഭാഗവുമായി ഒത്തുചേർന്ന് ശത്രുപക്ഷത്തെ ശ്രേഷ്ഠവിഭാഗത്തെ ഒറ്റപ്പെടുത്തി നിർവീര്യമാക്കാൻ ശ്രമിക്കണം. ഡിയൻബിയൻഫൂവിൽ വെച്ച് 16000 പേരടങ്ങിയ ഫ്രഞ്ച് മിന്നൽപട തുടച്ചു മാറ്റപ്പെട്ടപ്പോൾ, ശേഷിച്ച ശത്രുസൈനികരെ ജനകീയസൈന്യം ടോൻകിൻ കടലോരത്ത് ഉടനീളം തടഞ്ഞു വെച്ചു, ഒടുവിൽ വെട്ടിവീഴ്ത്തി.

അതായത് ശത്രുവിന്റെ മിന്നൽപടയെ നേരിടാൻ ജനകീയസേനയുടെ പക്കലും മിന്നൽപട വേണം. ഇവ തമ്മിലുള്ള ഏറ്റുമുട്ടൽ ഇരുപക്ഷങ്ങളുമായുള്ള വ്യാപകയുദ്ധമായി മാറുന്നു. എന്നിരിക്കിലും ഒരു പ്രധാന വ്യത്യാസമുണ്ട് ജനകീയസൈന്യത്തിന് ജനങ്ങളുടെ പരിപൂർണ പിന്തുണയുണ്ട് (പുതിയ അംഗങ്ങൾ, സാധനങ്ങൾ, വാഹനങ്ങൾ, രഹസ്യവിവരങ്ങൾ) ഈ പിന്തുണ ഇല്ലെന്നു വരികിൽ ഒരൊറ്റ പോരുപോലും ജയിക്കാനാവില്ല.

ദക്ഷിണവിയ്റ്റ്നാമിലെ വിയറ്റ്നാമിസ് സായുധവിമോചനസേന യുടെ പക്കൽ ഇന്ന് ശരിയായ അർത്ഥത്തിൽത്തന്നെ വിമോചനസൈന്യ മുണ്ട്; പ്രാദേശിക സേനകളുണ്ട്; ഗറില്ലകളെന്നു വിളിക്കപ്പെടുന്ന പൗര സേനയുമുണ്ട്. പക്ഷേ, സ്ത്രീകൾക്കും കുട്ടികൾക്കും വൃദ്ധന്മാർക്കും സായുധപോരാട്ടത്തിൽ പങ്കെടുക്കാനാവില്ല. അപ്പോൾപ്പിന്നെ അവരെ എങ്ങനെ പ്രയോജനപ്പെടുത്താം? ഉത്പാദനം, ശേഖരണം, വിതരണം അട്ടിമറി, ചാരപ്രവൃത്തി, ഗതാഗതം എന്നീ മേഖലകളിലൊക്കെ അവ രേയും ചേർത്താം. ഈ ഇണക്കിച്ചേർക്കലിനായി, ബോധവത്കരണ ത്തിനായി, രാഷ്ട്രീയസംഘടനയുടെ ആവശ്യമുണ്ട്. ഈ രാഷ്ട്രീയസം ഘടന സായുധസേനയ്ക്ക് സുരക്ഷാകവചമായി വർത്തിക്കുന്നു. അങ്ങനെ രാഷ്ട്രീയബോധവത്കരണം സായുധസമരത്തിലേക്കുള്ള പരിശീലനപ്പടവായിത്തീരുന്നു. അണിയറപ്രവർത്തകരുടെ ഈ സമര മാണ് സമൂഹത്തിന്റെ മനോവീര്യം കൂട്ടാനും സൈന്യശേഖരണത്തിനും നിർണായകമാവുന്നത്. ചുരുക്കത്തിൽ രാഷ്ട്രീയസമരവും സായുധസമ രവും കൈകോർത്തു പിടിച്ചാണ് മുന്നേറുന്നത്; ഒന്നിനു ക്ഷീണം സംഭ വിച്ചാൽ മറ്റേതിനും തഥൈവ.

വിയറ്റ്നാം പോലുള്ളൊരു രാജ്യത്ത് പ്രചാരണം മുഖ്യധാര യായെങ്കിൽ അതിന് കാരണം ഒട്ടനവധി അനുകൂല സാഹചര്യങ്ങൾ ഉണ്ടായിരുന്നു എന്നതാണ്. ഉദാഹരണത്തിന് താഴെ പറയുന്ന സാഹ ചര്യങ്ങൾ

1. കർഷകജനസാന്ദ്രത ഗ്രാമങ്ങളിലും പട്ടണങ്ങളിലും കരകവിഞ്ഞൊ ഴുകുന്ന ജനസംഖ്യ. നഗരവാസികളേക്കാൾ അനേകമടങ്ങ് കാർഷിക സമൂഹം. അതുകാരണം പ്രചാരകർക്ക് നിഷ്പ്രയാസം 'വെള്ളത്തിൽ മത്സ്യമെന്നപോലെ' ജനങ്ങൾക്കിടയിലേക്ക് നുഴഞ്ഞുകയറാം, ഇട കലരാം. ചൈനയിലെ സ്ഥിതിയും ഇതുതന്നെയായിരുന്നു. പ്രചാരകർ ആരുടേയും കണ്ണിൽ പെടുന്നില്ല, കാരണം അവർ തദ്ദേശവാസി കളാണ്; ശത്രുവാണ് വിദേശി, പുറമെനിന്നു വന്ന അധിനിവേശി, വിദേശിസൈനികൻ, വിയറ്റ്നാമിലെ ഫ്രഞ്ച്/അമേരിക്കൻ സൈനിക നായാലും ചൈനയിലെ ജപ്പാനീസ് സൈനികനായാലും ശരി, തദ്ദേശ ഗ്രാമീണജീവിതവും പഴക്കവഴക്കങ്ങളും അയാൾക്ക് തീർത്തും അപരിചിതമാണ്, അയാളുടെ ശ്രദ്ധ തിരിച്ചുവിടാൻ എളുപ്പമാണ്, അധിനിവേശിസൈന്യബലം തദ്ദേശജനസംഖ്യയുമായി തട്ടിച്ചു നോക്കുമ്പോൾ തുലോം ചെറുതാകയാൽ വിദേശസൈന്യത്തിന് രാജ്യത്തെ പൂർണമായ വിധത്തിൽ നിയന്ത്രിക്കാനാവില്ല, അവരുടെ സുരക്ഷാവലയത്തിൽ ഒട്ടനവധി വിടവുകളും അരക്ഷിത പ്രാന്ത ങ്ങളും ഉണ്ടായേക്കും.
2. പ്രചാരകർക്ക് പ്രവർത്തനമണ്ഡലത്തിൽ ആവശ്യമായ പിന്തുണയും സുരക്ഷയും നല്കുന്നതിനായി അവരെ കൂട്ടിയിണക്കിയിരിക്കുന്നത്

വിപ്ലവപ്രസ്ഥാനത്തിന്റെ സങ്കേതങ്ങളുമായോ ഗറില്ലാ വിഭാഗവുമായോ ആണ്. ഏറ്റവും പ്രധാനമായ വസ്തുത എന്തെന്നുവെച്ചാൽ പ്രചാരകരാണ് സൈനികവിജയങ്ങൾ വ്യക്തമായും പ്രത്യക്ഷമായും സാക്ഷ്യപ്പെടുത്തുന്നത്. ഗ്രാമത്തിൽ സംഘടിപ്പിക്കപ്പെടുന്ന സമ്മേളനങ്ങൾക്കും സഭകൾക്കും പ്രായോഗികവും ഗൗരവതരവുമായ ഉള്ളടക്കം ഉണ്ടാവണം. അതായത് അവ പൊള്ളയായ പരിപാടി ഭാഷണങ്ങളോ കർഷകർ പൊതുവെ ഭയപ്പെടുന്ന ഭംഗിവാക്കുകളോ ആവരുത്; മറിച്ച് യുദ്ധത്തിൽ നേരിട്ട് പങ്കെടുക്കാനോ അതല്ലെങ്കിൽ പോരാളികൾക്ക് പിന്തുണ നൽകാനോ ഉള്ള അഭ്യർഥനകളായിരിക്കണം. യുദ്ധം നടന്നുകൊണ്ടിരിക്കുന്നുവെന്ന യാഥാർത്ഥ്യം പ്രചാരകർക്ക് സഹായകമായി ഭവിക്കുന്നു. കർഷകസമൂഹത്തിന് നേരിടേണ്ടി വരുന്ന ദൈനംദിന ദുരവസ്ഥയ്ക്ക് കാരണം യുദ്ധമാണ്. യുദ്ധം ഏതെങ്കിലുമൊരു അരൂപിയായ ശത്രുവിനെതിരായല്ല, മറിച്ച്, വിദേശഭാഷ സംസാരിക്കുന്ന, നഗരങ്ങൾ കൈയടക്കി വാഴുന്ന വിദേശി ശത്രുവിനെതിരായാണ്; ഈയടുത്തകാലത്ത് മാത്രം ഇവിടേക്കെത്തിയ, തനിനിറം മറയ്ക്കാനായി കപടാന്തസ്സ് വളർത്തിയെടുക്കാൻ ഇനിയും കഴിഞ്ഞിട്ടില്ലാത്ത, അക്രമികളാണവർ. ബൗദ്ധികതലത്തിൽ ആക്രമണകാരികളുടെ ശക്തിയെ നിഷ്പ്രയാസം ചോദ്യം ചെയ്യാം. കാരണം, വിദൂരതയിലവിടെയോ സ്ഥിതി ചെയ്യുന്ന രണ്ടു വിദേശ ശക്തികളുടെ യാദൃച്ഛികമായ ഒത്തുതീർപ്പിന്റെ ഫലമായി ശത്രുവിന് ലഭിച്ച കൈവശാവകാശത്തിന്റെ അടിസ്ഥാനം മൃഗീയശക്തിയാണ്. അല്ലാതെ, ദേശീയമായ പഴക്കവഴക്കങ്ങളോ, സവിശേഷതകളോ, പാരമ്പര്യമോ അവർക്ക് അവകാശപ്പെടാനില്ല. വിയറ്റ്നാമീസ് സായുധ പ്രചാരണം വളർന്നു വികസിച്ചിരിക്കുന്നത് ദേശീയവിമോചനസമരത്തിന്റെ, യഥാർത്ഥ യുദ്ധത്തിന്റെ ചട്ടക്കൂട്ടിലാണ്; സ്വദേശത്തിനകത്ത് പലയിടത്തും കിടങ്ങും കൊത്തളങ്ങളും കോട്ടകളും കൊണ്ട് സ്വന്തം സുരക്ഷിതത്വം ഉറപ്പാക്കിയ വിദേശശത്രുവിനെതിരെ എല്ലായിടത്തും, എല്ലാവിധത്തിലും ജനകീയസൈന്യം നടത്തുന്ന യുദ്ധം.

വിയറ്റ്നാമും ലാറ്റിനമേരിക്കയും തമ്മിലുള്ള വ്യത്യാസങ്ങൾ നമ്മെ കൊണ്ടുചെന്നെത്തിക്കുന്ന വൈരുധ്യം ഇതാണ് വിയറ്റ്നാമിൽ വിമോചനസൈന്യത്തിന്റെ മിലിറ്ററി പിരമിഡ് അടിത്തട്ടിൽ നിന്ന് മുകളിലേക്കാണ് കെട്ടിപ്പൊക്കിയത്, മറിച്ച് ലാറ്റിനമേരിക്കയിൽ മുകളിൽ നിന്ന് താഴെക്കായിട്ടാണ് അതു പണിയേണ്ടത്. അതായത് ചെറിയ സ്ഥിര സൈന്യം (ഫോകോ) ആദ്യം പിന്നെ അർധസൈനിക വിഭാഗം പിന്നെ അവസാനം അതല്ലെങ്കിൽ വിജയം നേടിയെടുത്തശേഷം (ക്യൂബയിലെന്ന പോലെ) വിപുലമായ സൈന്യം.

ലാറ്റിനമേരിക്കയിലെ മിക്ക രാജ്യങ്ങളിലേയും സമകാലീന സ്ഥിതി എന്താണ്?

1. ഗറില്ലാ ഫോക്കോകൾ അവയുടെ പ്രവർത്തനം ആരംഭിക്കുന്നത് ചിതറിക്കിടക്കുന്ന ജനസാന്ദ്രത തീരെ കുറവായ പ്രാന്തങ്ങളിലാണ്. പുതുതായി വരുന്ന ഒരാൾക്ക്, അയാൾ ആരായാലും ആൻഡിയൻ ഗ്രാമവാസികളുടെ ശ്രദ്ധയിൽ പെടാതിരിക്കാനാവില്ല. മാത്രമല്ല, അപരിചിതർ ഗ്രാമവാസികളിൽ സംശയം ജനിപ്പിക്കുന്നു. ക്വേച്ചാ, കാക്ചികെൽ (മായൻ)ഗോത്രത്തിൽപ്പെട്ട കർഷകർക്ക് അപരിചിതനെ, വെള്ളക്കാരനെ അവിശ്വസിക്കാൻ വേണ്ടുവോളം കാരണങ്ങൾ ഉണ്ട്. ഭംഗിവാക്കുകൾ കൊണ്ട് വയറു നിറയില്ലെന്ന്, ബോംബുവർഷം തടുക്കാനാവില്ലെന്ന് അവർക്കു നന്നായറിയാം. അധികാരമുള്ളവനിലേ അവർക്കു വിശ്വാസമുള്ളൂ, അവന്റെ വാക്കേ അവരനുസരിക്കൂ. ചൂഷണം സൂക്ഷ്മവും നിഗൂഢവുമാണ് അനാദികാലം തൊട്ടേ ആഴത്തിൽ ദൃഢമായി വേരൂന്നിയതാണ്. ഭരണകൂടസൈന്യം, ഗ്രാമീണരുടെ രക്ഷകപ്പട, ഭുവുടമകളുടെ സ്വകാര്യ പൊലീസ്, അതുമല്ലെങ്കിൽ ഈയടുത്തകാലത്തിറങ്ങിയ ഗ്രീൻ ബെറെറ്റ്സ്, റെയിഞ്ചേഴ്സ് ഇവരൊക്കെ ഒരു തരം അന്തസ്സ് നേടിയെടുത്തിരിക്കുന്നു, ഉപബോധകമായതിനാൽ അതിനു ശക്തി കൂടുതലാണ്. ഈ അന്തസ്സ് ആണ് ചൂഷണത്തിന്റെ പ്രധാന ഉപാധി. അസംതൃപ്തരെ അതു നിശ്ചലരാക്കും, മൂകരാക്കും, യൂണിഫോമിന്റെ നിഴൽ കണ്ടാൽ മതി ഏതു അവഹേളനവും വിഴുങ്ങാൻ തയ്യാറായിക്കൊള്ളും. നവകൊളോണിയൽ നിലപാടനുസരിച്ച് ശക്തി വെറുതെ പ്രദർശിപ്പിച്ചാൽ മതി, ഉപയോഗിക്കേണ്ട ആവശ്യമില്ലെന്നാണ്, പക്ഷേ പ്രദർശിപ്പിക്കുന്നത് ഫലത്തിൽ ഉപയോഗിക്കുന്നതിനു തുല്യമാണ്.

മറ്റൊരു വിധത്തിൽ പറഞ്ഞാൽ പൊലീസിന്റേയും സൈനികരുടേയുമൊക്കെ ഭൗതികശക്തി, അജയ്യയമാണ്, അജ്ജയതയെ വാക്കുകൾ കൊണ്ട് വെല്ലുവിളിക്കാനാവില്ല, മറിച്ച് പൊലീസുകാരനായാലും പട്ടാളക്കാരനായാലും മറ്റുള്ളവരെപ്പോലെത്തന്നെ വെടിയേറ്റാൽ വീഴുമെന്ന വസ്തുത തെളിയിക്കണം. അതു സ്ഥാപിക്കാൻ ഗറില്ല സ്വന്തം ശക്തി ഉപയോഗിക്കണം, പക്ഷേ വളരെ പരിമിതമായ സാമഗ്രികളേ കൈവശമുള്ളൂ എന്നതിനാൽ സ്വന്തം ബുദ്ധിയും കരുത്തുമുപയോഗിച്ച് വേണ്ടതു ചെയ്യണം. സ്വന്തം ശക്തി തെളിയിക്കുന്നതിനോടൊപ്പം, ശത്രുവിന്റെ ശക്തി വെറും പൊള്ളയാണെന്നും വരുത്തിത്തീർക്കണം. അജയ്യത എന്ന ആശയത്തെ യുഗങ്ങളായി പൊലീസുകാരോടും സൈനികരോടും തോന്നിയിട്ടുള്ള ഭയഭക്തിബഹുമാനങ്ങളെ തകർത്തുകളയാനായി ഏറ്റുമുട്ടലിലൂടെയുള്ള വിജയത്തേക്കാൾ മെച്ചമായിട്ടൊന്നുമില്ല. അങ്ങനെ ഫിഡൽ പറയുമ്പോലെ, അജയ്യത നൊടിയിടയിൽ അപ്രത്യക്ഷമാകുകയും അതേവേഗത്തിൽ ഭയഭക്തിബഹുമാനങ്ങൾ പരിഹാസമായി മാറുകയും ചെയ്യും. ആയുധമേന്തി ഗറില്ലാസംഘത്തിൽ ചേരുന്ന വെറും കൃഷിക്കാർ പരിചയസമ്പന്നരായ സൈനികരുടെ ഒപ്പത്തിനൊപ്പം നിന്ന് ശത്രുവിനെ താഴ്ത്തിക്കെട്ടാനും നിസ്സാരവത്കരിക്കാനും തുടങ്ങുന്നു. ഈ

സമയത്ത് ഗറില്ലാനേതൃദളത്തിന് മറ്റൊരു ചുമതല കൂടി വഹിക്കേണ്ടി വരുന്നു ശത്രുവിന് അല്പസ്വല്പം ബഹുമാനം അനുവദിച്ചു കൊടുക്കുക, അങ്ങനെ അനാവശ്യമായ എടുത്തുചാട്ടങ്ങൾ ഒഴിവാക്കാനാവും.

2. നാട്ടിൻപുറങ്ങളെ നേരിട്ടോ അഥവാ പ്രത്യാക്രമണങ്ങളിലൂടേയോ കൈവശപ്പെടുത്തി നിയന്ത്രണത്തിലാക്കിയ സാമ്രാജ്വത്വശക്തികളുടെ ജാഗ്രത അനേക മടങ്ങ് വർധിച്ചിട്ടുണ്ട്, അക്കാരണംകൊണ്ടു തന്നെ വെള്ളത്തിൽ മത്സ്യമെന്നപോലെ മറഞ്ഞിരിക്കാമെന്ന സകല പ്രതീക്ഷകളും സായുധസമരപ്രചാരകർ ഒഴിവാക്കേണ്ടിയിരിക്കുന്നു. ജനകീയസമരത്തിന്റെ സായുധ വിഭാഗവും നേതൃത്വവും ഏറ്റുമുട്ടുന്നത് പരിമിതമായ ആൾബലം മാത്രമുള്ള വിദേശി പര്യവേക്ഷണ ശക്തിയോടല്ല, മറിച്ച് സുസ്ഥാപിതമായ പ്രാദേശിക അധികാരശക്തിയോടാണ്. ഇവിടെ ഗറില്ലകളാണ് അന്യർ, സ്വന്തമായ നിലനില്പോ സ്ഥാനമാനങ്ങളോ ഇല്ലാത്ത അവർക്ക് ആദ്യഘട്ടത്തിൽ ജനങ്ങൾക്ക് ചോരചിന്തലും, ദുരിതവും മാത്രമേ നല്കാനാവൂ. മാത്രമല്ല, ജനസമ്പർക്കമാർഗങ്ങൾ പെരുകുകയാണ്, കരമാർഗം ദുർഗമവും അപ്രാപ്യവുമായ മേഖലകളിൽ വിമാനത്താവളങ്ങളും പലതരം വ്യോമയാനങ്ങൾക്ക് ഇറങ്ങാനാവുന്ന മൈതാനങ്ങളും നിർമിക്കപ്പെടുകയാണ്.

ആൻഡിസ് പർവതത്തിന്റെ മറുവശത്ത് മലനിരകൾക്കും ആമസോൺ നദീതടപ്രദേശത്തിനും ഇടയ്ക്കായി നിബിഡവനപ്രദേശങ്ങളെ ചുറ്റിവളഞ്ഞുള്ള, വിഖ്യാതമായ വീതിയേറിയ നെടുംപാത വെനിസ്വേല, കൊളംബിയ, പെറു, ബൊളീവിയ എന്നീ രാജ്യങ്ങളെ കൂട്ടിയിണക്കാനും അവയെ താന്താങ്ങളുടെ തലസ്ഥാനവുമായി ബന്ധിപ്പിക്കാനുമായുള്ളതാണ്. വടക്കേ അമേരിക്കൻ സാമ്രാജ്യത്വം ഈ സ്ഥലങ്ങളിൽ സ്വന്തം സൈന്യബലം വളരെയേറെ വർധിപ്പിച്ചിട്ടുണ്ട്, മർദ്ദകശക്തി എന്ന നിലയ്ക്കല്ല, മറിച്ച് സാമൂഹിക സാങ്കേതിക സഹായമെന്ന നിലയ്ക്ക്. നിലവിലുള്ള എല്ലാ സാമൂഹികപദ്ധതികളെപ്പറ്റിയും നമുക്കറിയാം, പഠനപദ്ധതികളെന്ന മറയ്ക്കു പിന്നിലോ അതല്ലെങ്കിൽ ഓ.എ.എസിന്റെ (Organization of Americas) കൊടിക്കീഴിലോ അന്താരാഷ്ട്രീയസംഘടനകൾ അപായ മേഖലകളുടെ, അവിടത്തെ നിവാസികളുടെ സാമൂഹികവും സാമ്പത്തികവും സ്വകാര്യവുമായ ഫോട്ടോകൾ എടുക്കാൻ നിയുക്തരായിട്ടുണ്ട്. ബൊളീവിയയിലെ പ്ലാൻ 208, കൊളംബിയയിലെ സിംപാറ്റികോ, അർജന്റീനയിലെ ജോബ് 430, ചിലിയിലെ കാമിലോ, പെറുവിലെ കോളണി, ഇതൊക്കെ ഓ.എ.എസിന്റെ പദ്ധതികളാണ്. ഇടതുപക്ഷസംഘടനകളുടെ രാഷ്ട്രീയസേവനം ഇനിയും എത്തിയിട്ടില്ലാത്ത മേഖലകളിൽ അവസരം മുതലെടുത്ത് ആയിരക്കണക്കിന് ശാന്തിസേനാപ്രവർത്തകർ (Peace Corps) ഗ്രാമീണജനതയുമായി ഇഴുകിച്ചേരുന്നതിൽ വിജയിച്ചിരിക്കുന്നു, കഠിനാധ്വാനത്തിലൂടെ, ക്ഷമയിലൂടെ, ത്യാഗങ്ങൾ സഹിച്ച്... ഏറ്റവും പിന്നോക്കം നില്ക്കുന്ന

മേഖലകളിൽപ്പോലും ഇന്ന് കത്തോലിക്കാ ഇവാഞ്ചെലിക്കൽ, മെഥേഡിസ്റ്റ്, സെവന്ത്ഡേ അഡ്വെന്റിസ്റ്റ് മിഷണറി പ്രവർത്തകരെ സുലഭമായി കാണാം. ചുരുക്കത്തിൽ ഈ സ്ഥാപനങ്ങളും സംഘടനകളുമൊക്കെ ഒത്തുചേർന്ന് ദേശീയഭരണകൂടത്തിന്റെ ആധിപത്യം ഉറപ്പിക്കുകയാണ് ചെയ്യുന്നത്. ഇവയുടെ ആഴവും പരപ്പും എത്രയെന്ന് അതിശയോക്തി കലർത്തിയല്ലെങ്കിലും ഇത്രയും പറയാനാകും അവ സ്ഥിതിഗതികളെ ആകെ മാറ്റിമറിച്ചിരിക്കുന്നു.

3. അവസാനമായി പറയാനുള്ളത് ഗറില്ലകൾക്ക് പൂർണമായോ ഭാഗികമായോ സ്ഥിരസൈന്യം (Regular Army) ഇല്ല എന്നതാണ്. അതുകൊണ്ട് സായുധസമരബോധവത്കരണം നടത്തുന്നത് രാഷ്ട്രീയമായ ഉദ്ബോധനത്തിലൂടെ സൈന്യത്തിലേക്ക് അംഗങ്ങളെ ചേർക്കാനാണ് പുതിയ അണികൾ ഉണ്ടാക്കാനോ, നിലവിലുള്ളവയെ വികസിപ്പിക്കാനോ ആയിട്ടാണ്. ഗ്രാമങ്ങളിൽ കൊടുങ്കാറ്റുപോലെ വീശിയടിച്ച് ജനങ്ങളെ വിളിച്ചു വരുത്തി പ്രചാരണസമ്മേളനം നടത്തുന്നു. പക്ഷേ സത്യത്തിൽ വർഗശത്രുക്കളെ ഇല്ലാതാക്കാൻ ഗ്രാമവാസികളെ ഏതെങ്കിലും തരത്തിൽ സഹായിച്ചിട്ടുണ്ടോ? അതിനായി ആയുധങ്ങൾ സംഭരിച്ചിട്ടുണ്ടോ? യുവകർഷകർ ആവേശം മൂത്ത് ഗറില്ലാസംഘത്തിൽ ചേരാൻ തയ്യാറായാൽത്തന്നെ, എന്തെടുത്തു യുദ്ധം ചെയ്യും?

ഇത്തരം അനുഭവങ്ങൾ മിക്ക സഖാക്കളേയും കൊണ്ടുചെന്നെത്തിക്കുന്നത് ഈ നിഗമനത്തിലേക്കാണ് ആയുധങ്ങളുമായി പോകുന്ന ശത്രുവാഹനങ്ങളെ പതിയിരുന്നാക്രമിക്കുക, അതല്ലെങ്കിൽ ഏതെങ്കിലുമൊരിടത്ത് ശത്രുവിന് കനത്ത ആഘാതമേല്പിക്കുക. ചുറ്റുവട്ടത്തുള്ള ഗ്രാമങ്ങളിലെ യുവാക്കളിൽ ആവേശമുണർത്താനും ഗറില്ലാസംഘത്തിലേക്ക് ആകർഷിക്കാനും ഗ്രാമീണരെ പൊതുവായി രാഷ്ട്രീയസൈനിക തലത്തിൽ ബോധവത്കരിക്കാനും അതിലൊക്കെ ഉപരിയായി ഗറില്ലാസംഘത്തിനാവശ്യമായ ആയുധങ്ങൾ ശേഖരിക്കാനും ഇത്തരം ഉദ്യമങ്ങൾ ഉതകും. നൂറു പ്രസംഗങ്ങളേക്കാൾ കൂടുതൽ ഫലവത്തായത് പ്രവൃത്തിയാണ്; ശത്രുവാഹനങ്ങൾ നശിപ്പിക്കുന്നതും മർദ്ദകനായ പൊലീസുകാരനെ പരസ്യമായി കൊല്ലുന്നതുമായ പ്രവൃത്തികൾ ഗ്രാമീണരിൽ വിശ്വാസമുണർത്തും വിപ്ലവം എത്താറായെന്ന്, ശത്രു അജയ്യനല്ലെന്ന്. ഭരണകൂടസൈനികർ ശത്രുവാണെന്ന്, തങ്ങളുടെ ശത്രുവാണെന്ന്, യുദ്ധം ഇങ്ങടുത്തുവെന്ന്, തങ്ങളുടെ ദൈനംദിനപരിപാടികളാണ് യുദ്ധത്തിന്റെ പുരോഗതി ഉറപ്പാക്കുന്നതെന്ന് അവർക്കു വിശ്വാസമാകും. അതിനുശേഷം നടത്തുന്ന പ്രഭാഷണകൾ അവർ ഉൾക്കൊള്ളും. ശത്രുവിനുമേൽ നടത്തുന്ന മിന്നലാക്രമണങ്ങളിലൂടെ ഗറില്ലായോദ്ധാക്കൾ ആയുധങ്ങൾ സംഭരിക്കും, ശത്രുവിന്റെ സൈനികശക്തി കുറയ്ക്കും, ശത്രുസൈന്യത്തിന്റെ മനോവീര്യം നഷ്ടമാക്കും, ഗറില്ലകൾ അനുഭവ

സമ്പന്നരാകും, രാജ്യത്താകമാനമുള്ള ഗറില്ലാസേനാനികളുടെ പ്രതീക്ഷ വളർത്തിയെടുക്കും. ഇത്തരം നടപടികളിലൂടെ സംഘർഷ പരവും പ്രചാരണപരവുമായ സുശക്തഫലം ലഭിക്കുന്നത് അവയുടെ എണ്ണം പെരുകുന്നതിലൂടേയാണ്. യുദ്ധം തുടങ്ങി ആദ്യത്തെ രണ്ടു വർഷക്കാലം ഫിഡൽ തന്റെ പ്രവർത്തനമേഖലയിൽ ഒരൊറ്റ രാഷ്ട്രീയ റാലി പോലും സംഘടിപ്പിച്ചില്ല എന്ന വസ്തുത ശ്രദ്ധേയ മാണ്.

സായുധസമര പ്രചാരണങ്ങളിലൂടെയുള്ള സൈന്യരൂപീകരണം നിഷ്ക്രിയതയിലേക്കോ ചാഞ്ചല്യത്തിലേക്കോ ചെന്നെത്തിയിട്ടുണ്ട്. ഉദ്ദിഷ്ടസമരത്തിനായി ഇത്തരമൊരു ആശയം സ്വീകരിച്ച ഒരു ഗറില്ലാ പ്രസ്ഥാനത്തിനും സ്വന്തം സ്വാധീനവലയം സുനിശ്ചിതമായ വിധ ത്തിൽ വിപുലീകരിക്കാനായിട്ടില്ല. വാസ്തവത്തിൽ വിസ്തൃതമായ മേഖലയിൽ സായുധപ്രക്ഷോഭം സംഘടിപ്പിക്കാനായി പ്രഥമ ഫോകോയെ ചെറിയ സംഘങ്ങളായി അംഗസംഖ്യ മൂന്നു മുതൽ പത്തു വരെ അനവധി ഗ്രാമങ്ങളിലേക്ക് റോന്തുചുറ്റാൻ അയ യ്ക്കേണ്ടി വരുന്നു. ഇതുകൊണ്ട് ചില ഗുണങ്ങളൊക്കെയുണ്ട് വിസ്തൃതമായ മേഖലകളിലേക്ക് പ്രവർത്തനം വികസിപ്പിക്കാം, റോന്തുകാരുടെ എണ്ണം കുറവായതിനാൽ അവരുടെ ഭക്ഷണവും താമസവും മറ്റും സ്ഥലത്തെ കർഷകർക്ക് ഒരു ഭാരമായി അനു ഭവപ്പെടുന്നുമില്ല. അടുത്തടുത്ത പ്രാന്തങ്ങളിൽ വേറേയും സംഘ ങ്ങളുണ്ടെന്ന തോന്നലുണർത്തി ഫോകോയ്ക്ക് ആൾബലം ഉണ്ടെന്നും വരുത്താം. ഏറ്റവും പ്രധാനമായ വസ്തുത ഫോകോ എവിടെയാണെന്ന് ഒരു രൂപവും ഇല്ലാത്തതിനാൽ ശത്രുവിന് ഗറില്ലാ പോരാളികളെ ഒന്നടങ്കം വളഞ്ഞുപിടിക്കാൻ ആകുന്നില്ല എന്നതാണ്. പക്ഷേ ത്വരിതനീക്കങ്ങൾ സാധ്യമാണെന്നു വരികിലും സൈനിക തലത്തിൽ ഗറില്ലകൾ തീരെ ദുർബലരാണ്, അവരുടെ പക്കലുള്ള വെടിക്കോപ്പുകൾ തീരെ നിസ്സാരമാണ്. മാത്രമല്ല പ്രസ്ഥാനത്തിന്റെ ആദ്യഘട്ടത്തിൽ റോന്തുചുറ്റുന്ന സ്ഥലത്തെക്കുറിച്ചുള്ള അജ്ഞത, കാട്ടിൽ പതിയിരിക്കുന്ന അപകടങ്ങൾ, അതിദീർഘയാത്രകൾ, പര സ്പരം വിവരങ്ങളറിയാനോ അറിയിക്കാനോ യാതൊരു മാർഗവു മില്ലാതിരിക്കുക ഇത്തരം പ്രതികൂലതകൾ ഗറില്ലകൾക്ക് നേരിടേണ്ടി വരുന്നു അതിനാൽ നേതൃത്വനിരകൾ പറയുന്നതരം ഒന്നിച്ചുചേരുക പരക്കെ പടരുക എന്ന സൈദ്ധാന്തിക പ്രക്രിയകൾക്ക് പുസ്തക ത്താളുകളിലേ പ്രസക്തിയുള്ളൂ. മേഖലകൾ അതിവിസ്തൃതവും (ചുരുങ്ങിയത് 5000 ചതുരശ്ര കിലോമീറ്റർ), ഗറില്ലാസംഖ്യ തുലോം നിസ്സാരവുമായതിനാൽ ഈ വിടവ് വർധിക്കുകയേയുള്ളൂ. ഗറില്ലാ സംഘം എല്ലായിടത്തും ശക്തിഹീനരാണ്, മറിച്ച് ശത്രുസൈന്യം എത്രതന്നെ എവിടെയൊക്കെ ചിതറിക്കിടന്നാലും സർവത്ര ശക്ത രാണ്. ഗറില്ലാ സൈന്യത്തെ ചെറു സംഘങ്ങളായി റോന്തുചുറ്റാൻ

നിയോഗിച്ചാൽപ്പിന്നെ പൂർണമായ സൈന്യം സംഘടിപ്പിക്കുന്നത് അമ്പേ തടസ്സപ്പെടും മുൻനിരകൾ പിൻനിരകൾ, സവിശേഷ വിഭാഗങ്ങൾ, ഭാരിച്ച ആയുധങ്ങൾ കൈകാര്യം ചെയ്യാൻ പരിശീലനം സിദ്ധിച്ചവർ, ചെറിയ തോതിലെങ്കിലും ഭക്ഷണമൊരുക്കാനുള്ള ഏർപ്പാട് ഇതൊക്കെയില്ലാതെ പൂർണരൂപത്തിൽ സൈന്യമുണ്ടാക്കാനാകില്ല. ചൈനീസ് ഉപമ പറയുമ്പോലെ ശത്രുവിനെതിരെ മുഷ്ടി ചുരുട്ടി, അവന്റെ ഒരു വിരൽ ഒടിക്കുന്നതിനു പകരം അഞ്ചുവിരലുകളും വിടർത്തിപ്പിടിച്ച കൈപ്പത്തിയായിട്ടാണ് ഗറില്ലാസംഘം എതിരാളിയെ നേരിടുന്നതെന്നു വെയ്ക്കുക. അങ്ങനെയാണെങ്കിൽ ശത്രുവിന്റെ കരുത്തേറിയ മുഷ്ടി ഓരോരോ വിരലിനുമെതിരായി ഉയരും. ചില ഗറില്ലാപ്രസ്ഥാനങ്ങൾ ഇത്തരത്തിലുള്ള ഉപമകളെപ്പറ്റി അറിവുള്ളവരായിരുന്നു, ഇത്തരം ഉപമകൾ നിറഞ്ഞ വിപ്ലവസാഹിത്യം അവർ നിരന്തരം വായിക്കുകയും ചെയ്തിരുന്നു, എന്നിട്ടും ഈയടുത്ത കാലംവരെ അവർ സൈന്യത്തെ അങ്ങേയറ്റം പരത്തിയാണ് വിന്യസിച്ചത്. കാരണം ഇതൊക്കെ പ്രയോഗത്തിൽ വരുത്താൻ സിദ്ധാന്തപരമായ വിശ്വാസം മാത്രം പോരാ.

ഗറില്ലാസംഘം സ്വന്തം സുരക്ഷ ഉറപ്പാക്കുന്നുവെങ്കിൽ അത് സംഘത്തിന് ഗുണകരമാണെന്നു വ്യാഖ്യാനിക്കുന്നത് ഭോഷത്തമാണ്. കാരണം അതിനർത്ഥം ശത്രുവിന്റെ സുരക്ഷയും ഉറപ്പാക്കുന്നുവെന്നാണ്. വെനിസ്വേലയിലെ ലാറയിൽ ഒരു പരിധിവരെ ഗ്വാട്ടിമാലയിലും ഇത് തെളിയിക്കപ്പെട്ടതാണല്ലോ. ഗറില്ലാസംഘത്തിനകത്തെ രാഷട്രീയ സ്പർധകൾ പെരുപ്പിച്ചു കാണിക്കപ്പെട്ടു, എത്രയെത്രപേരാണ് കൂറുമാറിയത്, വ്യക്തിപരമായ വിവാദങ്ങൾ, പിന്നെ ദീർഘകാലം നീണ്ടുനിന്ന അസഹ്യമായ നിഷ്ക്രിയതയിൽ നിന്നുളവായ മത്സരങ്ങൾ. പുറമേയുള്ള രാഷ്ട്രീയകക്ഷികളും സംഘടനകളുമായുണ്ടായ ഉരസലുകൾ, എല്ലാമെല്ലാം മൂർച്ഛിച്ചു. ഗറില്ലാസംഘത്തിന്റെ ആർജ്ജവത്തിനും അനുഭവസമ്പത്തിനും പുറംശക്തികളെ സ്വാധീനിക്കാനായില്ലെന്നു മാത്രമല്ല, ഇത്തരത്തിലുള്ള ജനകീയ സമരത്തെക്കുറിച്ചുള്ള അവരുടെ സന്ദേഹങ്ങൾ ദൃഢീകരിക്കപ്പെടുകയും ചെയ്തു, അന്നുവരെ നിശ്ശബ്ദസമ്മതം നല്കിയവർ ശബ്ദമുയർത്താൻ തുടങ്ങി, പരസ്യമായിത്തന്നെ വിവാദങ്ങൾ നടന്നു. ഈ വിള്ളലുകൾ ഗറില്ലാശക്തിയെ കൂടുതൽ ക്ഷീണിപ്പിച്ചു. വലിയ വിജയങ്ങളൊന്നും നേടിയെടുക്കാനായില്ല എന്നതിനാൽ വളർന്നു വികസിക്കാനും കഴിഞ്ഞില്ല. ശത്രു തക്കംപാർത്ത് പ്രസ്ഥാനത്തിനകത്തെ കലഹങ്ങൾ മുതലെടുത്ത് ദുർബലരുടെ മനസ്സു കലുഷമാക്കാനും, അവരെ സ്വാധീനിക്കാനും വിലയ്ക്കെടുക്കാനും കൊല്ലാൻ പോലും തയ്യാറായി.

എന്നുവെച്ച് സായുധസമരവും പ്രചാരണവും വേണ്ടെന്നു വെക്കണമെന്നാണോ? അല്ലേയല്ല.

വിജയത്തിൽ കലാശിച്ച ചില ഗറില്ലാദൗത്യങ്ങൾ പരിശോധിച്ചുനോക്കിയാൽ കാണാവുന്നത് ഇതാണ് ദൗത്യാനന്തരം തൽസ്ഥാനത്ത് എന്തെങ്കിലും ആരെയെങ്കിലും ബാക്കി നിർത്തിയിട്ടേ ഗറില്ലായൂണിറ്റ് മുന്നോട്ടു പോകൂ. ഈ അവശിഷ്ടം സുദൃഢമായ പുതിയൊരു തുടക്കത്തിനുള്ള ബീജമാണ്. അത്തരം അവസരങ്ങളിൽ ശത്രുസൈന്യത്തെ അടുക്കാനനുവദിക്കാതെ തടുത്തു നിർത്തി ജനങ്ങളുടെ സുരക്ഷ ഉറപ്പു വരുത്താനായി ജനകീയസൈന്യം അവിടെത്തന്നെ ഉണ്ടായിരിക്കും. ബീജം ജനകീയഭരണകൂടത്തിന്റെ ഭ്രൂണാവസ്ഥയാണ്. സമരവും പ്രചാരണവും പുതിയ സംഘടനയെപ്പറ്റിയുള്ള വിശദീകരണങ്ങളും പ്രാദേശിക ഭരണം ജനകീയസമിതികളിലേക്കു മാറ്റലും ഒക്കെ ബീജത്തിന്റെ മുഖ്യലക്ഷ്യങ്ങളായിരിക്കും. കാരണം ഭാവി പോരാട്ടങ്ങളൊക്കെ ഇവയെ ആശ്രയിച്ചിരിക്കും. മാത്രമല്ല ഉത്പാദനം, നികുതിപിരിവ്, വിപ്ലവനിയമവ്യാഖ്യാനങ്ങൾ, നിയമപരിപാലനം, സ്കൂളുകൾ സ്ഥാപിക്കൽ, ബോംബുവർഷത്തിനെതിരായി പൊതുജനസുരക്ഷ ഉറപ്പാക്കാനായി കിടങ്ങുകൾ, ഷെൽട്ടറുകൾ എന്നിവ നിർമിക്കുക.... ഇവയൊക്കെ ദൈനംദിനചിട്ടവട്ടങ്ങളുടെ ഭാഗമായിത്തീരും... ഇന്ന് ലാറ്റിനമേരിക്കയിലെ ഒരു ഗറില്ലാപ്രസ്ഥാനത്തിനും ഈ ഘട്ടത്തിലേക്ക് എത്തിച്ചേരാനായിട്ടില്ല.

മറ്റൊരു വിധത്തിൽ പറഞ്ഞാൽ സായുധസമരബോധവത്കരണം ഗറില്ലാആക്രമണത്തിനു ശേഷമാണ്, അതിനു മുമ്പല്ല വേണ്ടത്. സൈനികബോധവത്കരണം ഗറില്ലാ സംഘടനയ്ക്കകത്താണ് നടക്കേണ്ടത്, പുറമേയല്ല. മുഖ്യമായ വസ്തുത എന്തെന്നാൽ ഇന്നത്തെ സ്ഥിതിഗതികൾ വെച്ചുനോക്കിയാൽ ഏറ്റവും ഫലവത്തായ ബോധവത്കരണം സഫലമായ സൈനികനടപടിയാണ്.

സൈനികനടപടികൾക്കു മുമ്പായോ അതിൽനിന്നു വേറിട്ടതോ ആയ ഒരു ഘട്ടമാണ് പ്രചാരണമെങ്കിൽ, അത് ശത്രുവിനെ അനാവശ്യമായി പ്രകോപിപ്പിക്കലാവും. പ്രചാരകരായി പ്രവർത്തിക്കുന്ന സഖാക്കളെ കൊലയ്ക്കു കൊടുക്കുകയാവും. ഗറില്ലാ ആക്രമണത്തിനു സാധ്യതയുള്ള ലക്ഷ്യസ്ഥാനങ്ങളെ തുറന്നു കാട്ടുകയാവും. ഭൂരിപക്ഷം ലാറ്റിനമേരിക്കൻരാജ്യങ്ങളിലെ കർഷകരുടെ സാമൂഹികമാനസിക രാഷ്ട്രീയ നിലപാടുകളോടൊപ്പം തന്നെ ശത്രുവിന്റെ കൈവശമുള്ള ബഹുമുഖ പ്രചാരണസംഘടനകളേയും (ക്യൂബൻ വിപ്ലവത്തിനുശേഷം പൂർവാധികം ശക്തിയാർജിച്ചവ) കണക്കിലെടുത്താൽ ഏതൊരു പ്രക്ഷോഭസംഘടനയും സായുധരോ നിരായുധരോ ആയിക്കൊള്ളട്ടെ, അധികൃതരുടെ കടുത്ത നിരീക്ഷണത്തിലാവും. പെട്ടെന്നുതന്നെ തിരിച്ചറിയപ്പെടും, ഒരുവേള ഭ്രൂണാവസ്ഥയിൽ

ത്തന്നെ നാമാവശേഷമാക്കപ്പെടുകയും ചെയ്യും. അതുംപോരാതെ സംഘടനയുമായി ബന്ധമുള്ള വ്യക്തികൾക്കും അടുത്ത ഗ്രാമങ്ങളിലും പട്ടണങ്ങളിലും ഉള്ള പ്രവർത്തകർക്കും ഇതേ വിധി തന്നെയായിരിക്കും. ശത്രു നിശിതബുദ്ധിയാണെങ്കിൽ, കാത്തിരിക്കും. ഗറില്ലാസംഘത്തിന്റെ പദ്ധതികൾ പ്രാവർത്തികമാവുംവരേയോ അതിനുംശേഷം വളരെയേറെ സമയംവരെയോ ശത്രു കാത്തിരിക്കും; ചാരന്മാർ സംഘടനയിലേക്ക് നുഴഞ്ഞുകയറുംവരെ. ഒരു കർഷകൻ ചാരനായെത്തും, അയാളിലൂടെ സംഘടനയുടെ സകല വിവരങ്ങളും ചോർത്തിയെടുക്കപ്പെടും. സംഘടന നാമാവശേഷമാക്കപ്പെടും.

ഗറില്ലാപോരാളിയെ വെറുമൊരു സായുധ പ്രക്ഷോഭണകാരനാക്കി മാറ്റുന്ന ഈ ആശയത്തിന്റെ ഉത്പത്തി എവിടെ നിന്നാണ്?

സായുധസമരത്തെപ്പറ്റി യാതൊരു വിധ മുൻപരിചയവും ഇല്ലാത്തതു കാരണം വിയറ്റ്നാമീസ് അനുഭവത്താളുകൾ ചീന്തിയെടുത്ത് തനതും പ്രത്യേകവുമായ ചരിത്രസാമൂഹ്യ സ്ഥിതിഗതികൾ നിലനില്ക്കുന്ന ലാറ്റിനമേരിക്കയിൽ അനുകരണം നടത്താനുള്ള ബോധപൂർവമോ അല്ലാതേയോ ഉള്ള ശ്രമം നടന്നുവെന്നത് ഒന്ന്. ക്യൂബൻ വിപ്ലവത്തെക്കുറിച്ചുള്ള അബദ്ധവായന മറ്റൊന്ന് ബാഹ്യവിവരങ്ങൾ ലോകപ്രസിദ്ധമാണെങ്കിലും അതിന്റെ അന്തഃസത്ത വേണ്ടവിധത്തിൽ അപഗ്രഥിക്കപ്പെട്ടിട്ടില്ല. നഗരങ്ങളെ വളഞ്ഞ് നഗരവാസികളെ പ്രകോപിപ്പിക്കലായിരുന്നു ഫോകോയുടെ ലക്ഷ്യം; അങ്ങനെയിരിക്കെ ഗ്രാമീണമേഖലകളിൽ ജനകീയസൈന്യം രൂപീകരിക്കുന്ന പ്രക്രിയയ്ക്കും ഫോകോ എന്ന പേരുതന്നെ നല്കിയതു തികച്ചും തെറ്റായിരുന്നു. ഫോകോ എന്ന പദത്തിന് ഒരുതരം ജൈവവിജ്ഞാനപരമായ വിവക്ഷ സ്വാഭാവികമായും കൈവന്നു, ആകസ്മികമായി പൊട്ടിമുളയ്ക്കുന്ന അണുബാധ, അണുക്കൾ പൊടുന്നനെ അനന്തമായി പെരുകി, പകർച്ചവ്യാധിയായി സമീപസ്ഥമായ സകല കോശങ്ങളേയും ബാധിക്കുന്ന അതിശയപ്രക്രിയ. നൂറോളം പേർ പ്രഭാഷണങ്ങൾ നടത്തി മലനാട്ടിലെ ജനസമൂഹത്തെ പ്രകോപിപ്പിക്കുന്നു. ഭയന്നുവിറയ്ക്കുന്ന ഭരണകൂടം, ജനങ്ങളുടെ ആർപ്പുവിളികളുടെ അകമ്പടിയോടെ തകിടം മറിയുന്നു, ബാർബുഡോസ് (താടിക്കാരായ വിപ്ലവകാരികൾ) വാഴ്ത്തപ്പെടുന്നു. അങ്ങനെ സൈനിക ഫോകോ സമഗ്രയുദ്ധത്തിന്റെ യാന്ത്രികശക്തി രാഷ്ട്രീയസമരത്തിനുള്ള ഫോകോ ആയി പരിണമിച്ച് ആശയക്കുഴപ്പം സൃഷ്ടിക്കുന്നു. 26 ജൂലൈ ക്യൂബൻപ്രസ്ഥാനം ആദ്യം നടത്തിയത് ഏകപക്ഷീയമായ വിരാമങ്ങളൊന്നുമില്ലാത്ത യുദ്ധമായിരുന്നു. 1958ലെ ചില മാസങ്ങളിൽ വിപ്ലവ സൈന്യം നടത്തിയത്രയും യുദ്ധങ്ങൾ അമേരിക്കൻ സൈന്യം ഒന്നോ രണ്ടോ കൊല്ലങ്ങളിലായിട്ടാവും നടത്തിയിരിക്കുക, രണ്ടുമാസം കൊണ്ട് വിപ്ലവസൈന്യം ബറ്റിസ്റ്റയുടെ അവസാനത്തെ ആക്രമണവും തകർത്തു

വീഴ്ത്തി, മുന്നൂറു ഗറില്ലകൾ പതിനായിരം ശത്രുസൈനികരെ തടുത്തു നിർത്തി, അമ്പേ പരാജയപ്പെടുത്തി. അതിൽപിന്നീട് പൊതുവായ എതിരാക്രമണം തുടങ്ങി.

ഈ യുദ്ധം പോരാളികളുടെ കനത്ത ജീവനാശത്തിൽ കലാശിച്ചു, അസാധാരണമാം വിധം ഹ്രസ്വമായിരുന്നെങ്കിലും ഉറച്ച, ഊനമില്ലാത്ത യുദ്ധതന്ത്രങ്ങളോടൊപ്പം ഒട്ടനേകം പുതുപുത്തൻ അടവുമാറ്റങ്ങളും ചടുലനീക്കങ്ങളും ധാർഷ്ട്യവും യുദ്ധത്തിൽ ആവശ്യമായി വന്നു. പാട്രിയ ഒ മുയെതെ (സ്വദേശം അല്ലെങ്കിൽ മരണം) എന്നത് പ്രസംഗങ്ങൾ അവസാനിപ്പിക്കാനുള്ള മുദ്രവാക്യം മാത്രമായിരുന്നില്ലെന്നും പ്ലാറ്റലായിലെ കൊച്ചുകോട്ടമേലുള്ള ആക്രമണത്തിൽ നിന്നു തുടങ്ങി, സാന്റാക്ലാര പിടിച്ചടക്കുന്നതുവരെ തങ്ങളുടെ ഓരോ പ്രവൃത്തിയിലും ക്യൂബൻ സൈനികർ അക്ഷരം പ്രതി അനുസരിച്ച പെരുമാറ്റച്ചട്ടമായിരുന്നെന്നുമുള്ള കാര്യം ഇന്നു വിസ്മരിക്കപ്പെട്ടിരിക്കുന്നു. പന്തയത്തിൽ, വളരെ തന്ത്രപൂർവം അവരെല്ലാം പണയപ്പെടുത്തി, എല്ലാ പന്തയങ്ങളും ജയിക്കുകയും ചെയ്തു.

തീർച്ചയായും തന്ത്രപരമായ ഇത്തരം തീരുമാനങ്ങളിലേക്ക് പന്തയക്കളിയിൽ എല്ലാം ഒറ്റയടിക്ക് പണയപ്പെടുത്താനുള്ള തീരുമാനം വിപ്ലവത്തെത്തന്നെ തുടച്ചുമാറ്റിയേക്കാവുന്ന നിർണായക യുദ്ധങ്ങളിലേക്ക് ഗറില്ലാസൈനികരെ നയിക്കരുത്. ആയാകുചോ[15] എന്ന ആശയത്തിന് ഇന്ന് ഒരു വിപ്ലത്തിലും സ്ഥാനമില്ല. ഒരൊറ്റ യുദ്ധം കൊണ്ട് എല്ലാം നേടാമെന്ന പ്രതീക്ഷ അർത്ഥശൂന്യമാണ്. ഉദാഹരണത്തിന് 1958ലെ ഗൈസ യുദ്ധത്തിൽ 200 ഗറില്ലകളോടൊപ്പം (ഇതിൽ 100 പേർ പുതിയ റിക്രൂട്ടുകളായിരുന്നു.) ഫിഡൽ സ്വേച്ഛാഭരണകൂടത്തിന്റെ 5000 സൈനികരേയും അവരുടെ ടാങ്കുകളേയും വിമാനങ്ങളേയും പീരങ്കിപ്പട്ടാളത്തെയുമൊക്കെ നേരിട്ടുവെന്നതു ശരിതന്നെ, പക്ഷേ, ഗറില്ലാ സൈന്യത്തിന് എപ്പോൾ വേണമെങ്കിലും താഴ്വാരങ്ങളിൽ നിന്ന് മലയിടുക്കുകളിലേക്ക് പിൻവാങ്ങാമായിരുന്നു, ഭൂപ്രദേശത്തെ സമർത്ഥമായി പ്രയോജനപ്പെടുത്താമായിരുന്നു; ആ യുദ്ധം വിപ്ലവസൈന്യത്തേക്കാളേറെ ശത്രുവിനായിരുന്നു മുഖ്യം; കാരണം വിപ്ലവസൈന്യത്തിന്റെ വേറെ അണികൾ ദ്വീപിനെ മറ്റു പല ഭാഗങ്ങളിൽ നിന്നും ആക്രമണവിധേയമാക്കിയിരുന്നു. കളിയിൽ എല്ലാം പണയപ്പെടുത്തുക എന്നു വെച്ചാൽ പോരാളികൾ മരണം വരെ പൊരുതണമെന്നാണ്, യുദ്ധത്തിൽ വിരാമങ്ങളോ, പിൻവാങ്ങലുകളോ, വിട്ടുവീഴ്ചകളോ അനുവദനീയമല്ല എന്നാണ് വിവക്ഷ. വിജയിക്കുക എന്നാൽ വിപ്ലവിക്ക് ജീവിതമല്ല മുഖ്യം എന്ന മൂലതത്ത്വം അംഗീകരിക്കലാണ്.

---

15. അയാകുചോ യുദ്ധം 1824. സ്പെയിനിനെതിരെയുള്ള സ്വാതന്ത്ര്യസമരത്തിൽ ലാറ്റിനമേരിക്ക നേടിയ നിർണായക വിജയം. (പ)

ഗറില്ലാ സങ്കേതം

ഒരുവേള അതേവിധത്തിലുള്ള അനുകരണമനോഭാവം ഗറില്ലാ അടിസ്ഥാനക്യാമ്പിന്റെ കാര്യത്തിലുമുണ്ട്. ഈ പൊതുധാരണയെക്കുറിച്ച് വിശദമായ ചർച്ച നടത്താൻ ഉദ്ദേശ്യമില്ല, ഓരോ രാജ്യത്തിന്റേയും തന തായ സ്ഥിതിഗതികളനുസരിച്ചും സൈനികതീരുമാനങ്ങളനുസരിച്ചും ഇത് ഗറില്ലാനേതൃത്വത്തിന്റെ മാത്രം ചുമതലയാണ്. സൈനികാനുഭവ ങ്ങളുടെ വെളിച്ചത്തിൽ മാത്രമേ ഗറില്ലാ മൂലകാമ്പിനെപ്പറ്റിയോ അതു പോലുള്ള ബദൽസുരക്ഷിതമേഖലകളെപ്പറ്റിയോ ഉള്ള ചോദ്യങ്ങൾക്ക് ഉത്തരം നൽകാനാവൂ. ആയതിനാൽ പ്രശ്നം അവതരിപ്പിക്കുന്നുവെന്നു മാത്രം.

ഈയടുത്ത കാലത്തു നടന്ന സംഭവങ്ങളെടുക്കാം. പെറുവിന്റെ കാര്യം ജപ്പാനെതിരായുള്ള ഗറില്ലായുദ്ധതന്ത്രങ്ങളിലെ പ്രശ്നങ്ങൾ എന്ന പുസ്തകത്തിൽ (1938) മാവോ സേ തുങ് ചിട്ടപ്പെടുത്തിയ ചൈനീസ് രീതിയിലുള്ള സഹായത്താവളങ്ങളെക്കുറിച്ചുള്ള വിവരങ്ങൾ ലാറ്റിനമേരി ക്കൻ രാജ്യങ്ങളിലെത്തിയിരിക്കാനും അവയുടെ പ്രതിച്ഛായ അവരുടെ സങ്കല്പത്തിലെ ക്യൂബൻ ഗറില്ലാപോരാട്ടത്തിനുമേൽ പതിഞ്ഞിരി ക്കാനും സാധ്യതയില്ലാതില്ല. മന്തിലി റിവ്യു (Monthly Review) പോലെ പണ്ഡിതർക്കിടയിൽ പരക്കെ വായിക്കപ്പെടുന്ന മാസികകൾ ലൂയി ഡി ലാപുവെന്റേയേയും എംഐആറിന്റേയും (MIR-Movimiento Izquierda Revolucionaria) പെറുവീയൻ അനുഭവങ്ങൾ പ്രസിദ്ധീകരിക്കയും അവ ക്യൂബൻ സായുധസമരത്തിന്റെ, യുദ്ധതന്ത്രങ്ങളുടെ മാതൃകയാണെന്നു പറഞ്ഞൊപ്പിക്കുകയും അതുകൊണ്ട് പരാജയം സുനിശ്ചിതമാണെന്ന് പ്രവചിക്കുകയും ഉണ്ടായി. പുരോഗമനവാദിയെന്ന് അവകാശപ്പെടുന്ന ഈ വടക്കേഅമേരിക്കൻ മാസികയുടെ ഈയടുത്തിറങ്ങിയ പതിപ്പിൽ, ഹ്യൂബർമാന്റേയും സ്വീസിയുടേയും തൂലികയിൽ നിന്നു ഉതിർന്നു വീണത് ഇങ്ങനെ ഫിഡൽ കാസ്ട്രോയുടെ യുദ്ധതന്ത്രങ്ങളനുസരിച്ച് പെറൂവിയൻ മലമ്പ്രദേശത്ത് ഗറില്ലകളുടെ നിയന്ത്രണത്തിലുള്ള ഒരു സുരക്ഷിതമേഖല സ്ഥാപിച്ചെടുക്കുകയാണ് വേണ്ടത്. അത് വിപ്ലവ ത്തിന്റെ ആകർഷണവികസന കേന്ദ്രമായി വർത്തിക്കും. പിന്നീട്

ക്യൂബയിലേതുപോലെ പെറൂവിയൻ സായുധസേനയുമായി സമഗ്രമായ യുദ്ധത്തിലേക്കു നയിക്കും. ഇത്തരത്തിലുള്ള നിരന്തരവും വഴിതെറ്റിക്കുന്നതുമായ പ്രചാരണകല പരിഹാസ്യമാണോ ദ്രോഹചിന്താപരമോ എന്നു മനസ്സിലാവുന്നില്ല. തുടർന്നെഴുതുന്നത് ഡിലാപുവെന്റിന്റെ മുഖ്യസംഭാവന എന്തെന്നാൽ പെറുവിന്റെ വലുപ്പം കാരണം ഒന്നോ രണ്ടോ അല്ല ആറോ അതിലധികമോ ഗറില്ലാമേഖലകൾ ഉണ്ടായിരിക്കണമെന്ന ആശയമാണ്.[16] ഈ പറഞ്ഞതരത്തിൽ ക്യൂബൻ തന്ത്രമനുസരിച്ച് സുരക്ഷിത മേഖല സ്ഥാപിച്ചെടുക്കലാണ്, ഗറില്ലാ സംഘത്തിന്റെ തുടക്കവും പ്രഥമ ലക്ഷ്യവുമത്രെ.

ബൂർഷ്വാ ബുദ്ധിജീവി എല്ലാത്തിനും മുമ്പായി സമരതന്ത്രങ്ങളെക്കുറിച്ചാവും ചർച്ച ചെയ്യുക, അതു പതിവാണ്. നിർഭാഗ്യവശാൽ ശരിയായ, സുസാധ്യമായ പാത അടവുകളിൽ നിന്ന് പതുക്കെ ഉരുത്തിരിഞ്ഞാണ് തന്ത്രമെന്തെന്ന നിർവചനത്തിലെത്തുന്നത്. തന്ത്രത്തിന്റെ ദുരുപയോഗവും അടവുകളുടെ അഭാവവും ആസ്വാദ്യകരമായ ദുശ്ശീലമാണ്. ആ ദുശ്ശീലം ചിന്തകന്റെ ലക്ഷണങ്ങളാണ്; ഈ വരികളെഴുതുന്ന നമ്മളും ഈ ദുശ്ശീലത്തിന് അടിമകളാണ്. അതുകൊണ്ടുതന്നെ, സൈദ്ധാന്തിക രചനകൾ വായിക്കുമ്പോൾ ഇത്തരം വൈപരീത്യത്തിന്റെ ഇരകളായ നാം ബോധവാന്മാരായിരിക്കണം. സമരതന്ത്രങ്ങളെന്നും പറഞ്ഞ് അവർ നമുക്കു മുന്നിൽ വെക്കുന്നത് മൂലതത്ത്വങ്ങളും ഉറച്ച ചട്ടക്കൂടുമാണ്. അവയൊക്കെ യഥാർത്ഥത്തിൽ മുൻപു പയറ്റിയ അടവുകളുടെ, പരീക്ഷണപരമ്പരകളുടെ പരിണിതഫലമാണ്. അങ്ങനെയാണ് സഫലതയെ നാം വഴിത്തിരിവായി കാണുന്നത്. ഒരു വിപ്ലവസംഘടനയെ സംബന്ധിച്ചേടത്തോളം രാഷ്ട്രീയസാമൂഹികസാഹചര്യങ്ങൾ, സംഘടനയും സമൂഹവുമായുള്ള ബന്ധം, ഭൂപ്രകൃതിയുടെ പരിമിതികൾ, എതിർശക്തികളും അവരുടെ ആയുധബലവും എന്നിങ്ങനെ വിവിധ ഘടകങ്ങളുടെ മിശ്രണത്തിൽ നിന്നാണ് ആദ്യമായി സൈനികതന്ത്രങ്ങൾ ഉരുത്തിരിയുന്നത്. ഈ വക വിശദാംശങ്ങൾ നല്ലപോലെ പഠിച്ചെടുത്തശേഷമേ ഗൗരവമുള്ള പദ്ധതികൾ ആസൂത്രണം ചെയ്യാനാകൂ. അന്തിമകൃത്യത്തിന് വിശദാംശങ്ങളൊന്നുമില്ല, അഥവാ എല്ലാം തന്നെ വിശദാംശങ്ങളാണ്, ഇക്കാര്യം സ്ഥിരസൈന്യത്തേക്കാളേറെ ഗറില്ലാസൈന്യത്തിനാണ് പ്രസക്തം.

അടവുകളിൽനിന്ന് പതുക്കെ തന്ത്രങ്ങളിലേക്കുള്ള ആരോഹണവേളയിൽ ഓരോ പടവിലും നേടിയെടുത്ത അനുഭവങ്ങളാണ് ഒരു പരിധിവരെ ക്യൂബൻ വിപ്ലവത്തിന്റെ ചരിത്രം. അത് പ്രായോഗികപരിശീലനത്തിനുള്ള ഒരു നല്ല പ്രവർത്തന സമ്പ്രദായമാണ് (മെഥഡോളജി). യുദ്ധത്തിന്റെ അവസാന നിമിഷംവരെ ഒരോ കൃത്യത്തിനും,

16. Monthly Review September 1966 page 14.

അതെത്രതന്നെ നിസ്സാരമായിക്കൊള്ളട്ടെ, അതിനുള്ള തയ്യാറെടുപ്പുകളുടെ വിശദാംശങ്ങൾക്കും ഫിഡൽ നൽകിയ അതിസൂക്ഷ്മവും ഏതാണ്ട് ഭ്രാന്തവുമായ നിഷ്കർഷ വിസ്മയാവഹമായിരുന്നു. അദ്ദേഹത്തിന്റെ എഴുത്തുകുത്തുകൾ ഇത് വേണ്ടുവോളം വ്യക്തമാക്കുന്നുമുണ്ട്. പതിയിരുന്നുള്ള ആക്രമണങ്ങളിൽ പോരാളികളെ വിന്യസിക്കേണ്ട വിധം, ഓരോരുത്തർക്കും നല്കിയ വെടിയുണ്ടകളുടെ കണക്ക്, പോകേണ്ട പാത, കുഴിബോംബുകളുടെ നിർമാണവും പരീക്ഷണവും, വിഭവസാമഗ്രികളുടെ കണക്കെടുപ്പ്... കർശനമായ കാര്യക്ഷമതക്ക് ഉത്തമോദാഹരണം. ക്യൂബൻ തന്ത്രങ്ങളെപ്പറ്റി ചർച്ച ചെയ്യുംമുമ്പ് നേരു പറഞ്ഞാൽ ഗറില്ലാ നീക്കങ്ങളുടെ ശരിയായ സ്വഭാവത്തെപ്പറ്റി വിപ്ലവസൈന്യത്തിലെ അംഗങ്ങൾക്കിടയിൽ ഒരന്വേഷണം നടത്തുകയാണ് വേണ്ടത്. നമ്മുടെ ലഘുലേഖയെഴുത്തുകാരെപ്പോലുള്ള ഒരു ബുദ്ധിജീവി മൂലസ്രോതസ്സിൽ നിന്ന് കൂടുതൽ വിവരങ്ങൾ നേടിയെടുക്കുന്നതിൽ പരാജയപ്പെടുന്നുവെന്നിരിക്കട്ടെ, അപ്പോൾ അയാളുടെ അജ്ഞത മറ്റൊരു സവിശേഷമായ രൂപം കൈക്കൊള്ളുന്നു ആരെ ബോധവത്കരിക്കേണമോ അവരിൽ ആശയക്കുഴപ്പം സൃഷ്ടിക്കുന്നു, അത് മർദ്ദകശക്തികൾക്ക് ഏറെ സഹായകരമായിത്തീരുകയും ചെയ്യുന്നു.

ഗറില്ലാ ആസ്ഥാനത്തിനും സ്ഥിരമായ സഹായത്താവളങ്ങൾക്കും ചൈനീസ് അനുഭവങ്ങൾ അടിസ്ഥാനപരമായ പ്രാധാന്യം കല്പിച്ചുകൊടുക്കുന്നുണ്ടെങ്കിലും പ്രഥമദർശനത്തിൽത്തന്നെ അതിന് ഒട്ടനേകം അനുകൂലസാഹചര്യങ്ങൾ ആത്യന്താപേക്ഷിതമാണെന്നു കാണാം.

അതിവിശാലമായ മേഖല യാതൊരു വിധ വാർത്താവിനിമയ സൗകര്യങ്ങളുമില്ലാത്ത പിന്നോക്കപ്രദേശം (ഈ നിബന്ധന മാവോ തന്റെ 1938ലെ മുകളിലുദ്ധരിച്ച ലേഖനത്തിൽ ഊന്നിപ്പറഞ്ഞു.)

ജനസാന്ദ്രമായ ഗ്രാമങ്ങൾ (പെറുവിലാണെങ്കിൽ ഒരു ചതുരശ്ര കിലോമീറ്ററിൽ 9 പേർ മാത്രം?)

സുഹൃദ് രാജ്യവുമായി പൊതു അതിർത്തി (വിയറ്റ്നാം പോലുള്ള രാജ്യത്ത് ഏറ്റവും മുഖ്യമായ സഹായത്താവളം ചൈനീസ് അതിർത്തിയിൽ സ്ഥിതി ചെയ്തിരുന്ന വിയറ്റ്ബാംഗ് ആയിരുന്നു, 1950 മുതൽ വിയറ്റ്ബാംഗ് ഏറ്റവും നിർണായക ഘടകവുമായിരുന്നു)

ശത്രുപക്ഷത്ത് വ്യോമസേനയുടെ അഭാവം. പക്ഷേ മിക്കവാറും എല്ലാ ലാറ്റിനമേരിക്കൻ രാജ്യങ്ങളിലും മുന്നറിയിപ്പില്ലാതെ എതിരാക്രമണം നടത്തുന്നത് വ്യോമസേനയാണ്. അവരുടെ കൈവശം ഏറ്റവും ആധുനികമായ ആയുധങ്ങളും മർദ്ദനമുറകളും ഉണ്ട്, ഉദാഹരണത്തിന് ഉപരോധമേഖലയെ ഒരേ സമയം കാലാൾപ്പട കൊണ്ട് വളയുകയും വ്യോമസൈനികർ ആകാശമാർഗേണ നിലത്തിറങ്ങുകയും ചെയ്യുന്ന രീതി. മൊബൈൽ സൈന്യത്തിന്റെ ചെറുസംഘങ്ങൾ നിരന്തരം

പിന്നണികളുമായി റേഡിയോവഴി വാർത്താലാപത്തിലാണ്, അതിനാൽ പെട്ടെന്നുതന്നെ ഗറില്ലാസംഘങ്ങളുടെ നീക്കങ്ങളറിയാനും അവരുടെ സ്ഥാനം കൃത്യമായി നിർണയിക്കാനും വിവരങ്ങൾ കൈമാറാനും കഴിയും.

ശത്രു സൈന്യത്തിന്റെ എണ്ണത്തിൽ പരിമിതി. ജാപാനുമായുള്ള യുദ്ധത്തിൽ ചൈനയെ സംബന്ധിച്ചേടത്തോളം ഇക്കാര്യം ശരിയായിരുന്നു, പക്ഷേ ലാറ്റിനമേരിക്കൻ രാജ്യങ്ങളിൽ ഇതല്ലേയല്ല സ്ഥിതിവിശേഷം. കമ്യൂണിസ്റ്റ് മേധാവികളടങ്ങിയ കുമിന്താങ് സൈന്യത്തിന്റെ ഒരു ഡിവിഷൻ മുഴുവനും കമ്യൂണിസ്റ്റ് അണികളിലേക്കു വന്നതോടെ 1927 മുതൽ ചൈനയുടെ ചെമ്പട ശരിക്കുമൊരു വ്യവസ്ഥാപിത സൈന്യമായിത്തന്നെ സംഘടിപ്പിക്കപ്പെട്ടതായിരുന്നുവെന്ന കാര്യം നാം മറക്കരുത്. ജാപാനീസ് ആക്രമണം നടക്കുന്നതിനു മുമ്പു തന്നെ ചൈനീസ് ജനകീയസേനയിൽ ചിട്ടപ്രകാരമുള്ള സൈനികവിഭാഗങ്ങൾ ഉണ്ടായിരുന്നു. വിദേശാക്രമണത്തിനുശേഷം എട്ടാമത്തേയും നാലാമത്തേയും റൂട്ടിലെ സൈന്യവിഭാഗങ്ങൾ ജാപാൻവിരുദ്ധതാവളങ്ങൾ സ്ഥാപിച്ചു, നാല്പതിനായിരത്തിൽ നിന്ന് അവരുടെ സംഖ്യ പത്തുലക്ഷമായി പെരുകി. അതുകൊണ്ടാണ് ചൈനീസ് സഖാക്കൾക്ക് തങ്ങളുടെ പ്രധാനപ്പെട്ട സ്ഥിരതാവളങ്ങളിൽ നിലയുറപ്പിച്ചുകൊണ്ട് പൊരുതാനായത്.

ഈ നിബന്ധനകളിൽ ഒന്നുപോലും ലാറ്റിനമേരിക്കയിൽ നിലവിലില്ലെന്ന കാര്യം സുവിദിതമാണ്.

അങ്ങനെയെങ്കിൽ ക്യൂബൻ അനുഭവങ്ങളിൽ നിന്നും ഈയടുത്ത കാലത്തെ സായുധസമരങ്ങളിൽ നിന്നും നാം പഠിച്ചെടുത്ത പാഠങ്ങൾ എന്തൊക്കേയാണ്?

പത്രങ്ങൾ വായിച്ചാൽ മതി നമുക്കറിയാനാവും, ഗറില്ലാസംഘത്തെ സംബന്ധിച്ചേടത്തോളം ഏറ്റവും നിർണായകമായ നിമിഷം, പ്രവർത്തനം ആരംഭിക്കുമ്പോഴാണ്

ദരിദ്രരാജ്യങ്ങളിലെ കുഞ്ഞുങ്ങളിലെന്നപോലെ ഗറില്ലാസമരത്തിന്റെ ആദ്യഘട്ടങ്ങളിലും മരണനിരക്ക് വളരെയേറേയാണ്, പിന്നീടത് പോകെപ്പോകെ കുറയും. ഫോകോ അംഗങ്ങൾക്ക് പരിസ്ഥിതിയുമായി പൊരുത്തപ്പെടാനോ, സ്ഥലവാസികളുമായി അടുത്ത് ഇടപഴകാനോ, പരിമിതമായ തോതിലെങ്കിലും പരിചയം നേടിയെടുക്കാനോ ആവശ്യമായ സമയമനുവദിച്ചുകൊടുക്കാതെ ഭ്രൂണാവസ്ഥയിൽത്തന്നെ നശിപ്പിക്കുന്ന വിധം ഹ്രസ്വമായ യുദ്ധം നടത്തിയെടുക്കുക എന്നതാണ് ഗറില്ലാവിരുദ്ധപോരാട്ടത്തിന്റെ സുവർണനിയമം. അമേരിക്കൻ മിലിറ്ററി ഉപദേശകൻ സ്വപ്നം കാണുന്നത് തന്റെ വ്യോമസൈനികർ ആകാശമാർഗേണ പുതുതായി സ്ഥാപിക്കപ്പെട്ട ഗറില്ലാ സങ്കേതത്തിലേക്ക് ഊർന്നിറങ്ങുന്നതാണെന്ന് നമുക്ക് വാതു വെക്കാം. അതെന്തായാലും ആ സ്വപ്നം ആ വിധത്തിൽ

പ്രായോഗികമല്ല. ഓരോ തവണയും അനുഭവസമ്പന്നരായ ശത്രുപക്ഷവും ഗറില്ലകളും തമ്മിൽ ആരാർക്ക് മുമ്പേ എന്ന തിടുക്കപ്പെട്ട മത്സരമാണ്. ഗറില്ല സമയം നീട്ടിക്കിട്ടാനായും ശത്രു ഒരു നിമിഷം പോലും പാഴാക്കാതിരിക്കാനുമുള്ള തിടുക്കത്തിലാണ്. ഗറില്ലകൾ എത്രയും വേഗം എല്ലാം പഠിച്ചെടുക്കാനുള്ള തിടുക്കത്തിൽ, ശത്രുവോ ഒന്നും പഠിക്കാനനുവദിക്കില്ലെന്ന ശാഠ്യത്തിൽ. ശത്രുവിന് ഫോകോ എവിടെയാണെന്ന് എത്രയും പെട്ടെന്ന് കണ്ടെത്തണം അതിനായി എല്ലാ രീതികളും ഉചിതം തന്നെ, ഗറില്ലാസംഘത്തിലേക്കുള്ള നിശ്ശബ്ദമായ നുഴഞ്ഞു കയറ്റവും ആർപ്പുവിളികളോടെ വ്യോമ, കരസൈന്യവ്യൂഹങ്ങളെ ഒരുക്കൂട്ടുന്നതുമെല്ലാം അതിനായാണ്. ശബ്ദായമാനമായ അന്തരീക്ഷം സന്ദേഹാസ്പദ മേഖലകളെ അസ്വസ്ഥവും പരിഭ്രാന്തവുമാക്കിയെന്നു വരും, അപ്പോൾ ഗറില്ലകൾ തുറസ്സായ പ്രാന്തങ്ങളിലേക്ക് നീങ്ങാൻ നിർബന്ധിതരായി ത്തീർന്നേക്കാം.

ഈ സാഹചര്യത്തിൽ, ഒരു സ്ഥിരസങ്കേതത്തേയോ, സുരക്ഷിത മേഖലയേയോ, (അത് അനേകായിരം ചതുരശ്രകിലോമീറ്റർ വിസ്തീർണമുള്ളതാണെങ്കിലും) ആശ്രയിച്ചു നില്ക്കുക എന്നത് ഗറില്ലയെ സംബന്ധിച്ചേടത്തോളം എങ്ങനെ നോക്കിയാലും ഹാനികരമാണ്, തന്റെ ഏറ്റവും മെച്ചപ്പെട്ട ആയുധം ചലനക്ഷമത (mobiltiy) നഷ്ടപ്പെടുന്നതിന് തുല്യമാണ്. ഒരു പരിമിതമായ പരിധിക്കകത്ത് ഒതുങ്ങി നില്ക്കുക, എന്നിട്ട്, ശത്രുസൈന്യത്തിന്റെ ഏറ്റവും മുന്തിയ ആയുധങ്ങൾക്ക് ഇരയാവുക. അന്ധമായി വാഴ്ത്തപ്പെടുന്ന 'സുരക്ഷിത മേഖല' എന്ന ആശയം അപ്രാപ്യവും അഗമ്യവുമായ പ്രാന്തങ്ങളിൽ സ്ഥാപിക്കപ്പെടുന്ന സ്ഥിരസങ്കേതങ്ങളാണ്. പക്ഷേ, ഭൂപ്രകൃതിയുടെ കിടപ്പുമായി മാത്രം ഈ ആശയത്തെ ബന്ധിപ്പിക്കുന്നത് ആപൽക്കരമാണ്. കാരണം യഥാർത്ഥത്തിൽ അപ്രാപ്യമായി ഒരു പ്രാന്തവുമില്ല, ഗറില്ലകൾക്കെത്താമെങ്കിൽ ശത്രുവിനുമെത്താം. വിപ്ലവസൈന്യം തുടക്കം മുതലേ അനുസരിച്ചുപോന്ന ഒരു പെരുമാറ്റച്ചട്ടമുണ്ട് അതായത് ശത്രുവിന് ഗറില്ലാസൈന്യം എവിടെയാണെന്നത് അറിയാമെന്ന്, അതുകൊണ്ട് ഏറ്റവും അടുത്ത ശത്രുപാളയത്തിൽനിന്ന് ഏതു നിമിഷവും ആക്രമണം പ്രതീക്ഷിക്കാമെന്ന് അംഗീകരിക്കുക. ഗറില്ലാഅണികളിലേക്കുള്ള ശത്രുവിന്റെ നുഴഞ്ഞുകയറ്റവും തുടർന്നുള്ള ചതിക്കുഴികളും നേരിടേണ്ടത് ദ്രുതമായ നീക്കങ്ങളിലൂടേയാണ്. സങ്കേതത്തിൽ നിന്നു പുറത്തേക്കു പോകുന്ന ഓരോ വ്യക്തിയും സ്വമേധയാ അഥവാ നിർബന്ധത്തിനു വഴങ്ങി വഞ്ചനകൾക്കു കൂട്ടുനില്ക്കുമെന്നതിനാൽ താവളങ്ങൾ അത്യന്തം താത്കാലികമായിരിക്കണം, ആദ്യഘട്ടങ്ങളിൽ അടിക്കടി സ്ഥലമാറ്റം നടത്തുകയും വേണം.

1957ന്റെ അന്ത്യഘട്ടങ്ങളിൽ സിയേറാമയിസ്ത്രയിൽ രണ്ട് പട്ടാളനിരകളാണ് പ്രവർത്തിച്ചിരുന്നത്. ഒന്നിൽ 120 പേരോടൊപ്പം ഫിഡൽ, മറ്റൊന്ന് ഫിഡൽ ചെയേ ചുമതലയേല്പിച്ച കോളം 4. നാല്പതു പേരടങ്ങിയ

സംഘത്തിന് കോളം 4 എന്ന പേര് നല്കിയത് ശത്രുവിനെ ആശയക്കുഴപ്പത്തിലാക്കാനായിരുന്നു. ഒക്റ്റോബറിൽ ചെ തന്റെ അണിയിൽ അന്നുണ്ടായിരുന്ന 60 പേരോടൊപ്പം ഹോംബ്രിറ്റോ താഴ്വരയിൽ സ്ഥാനമുറപ്പിക്കാൻ ശ്രമിച്ചു; സ്ഥിരസങ്കേതം നിർമിച്ചു. റൊട്ടിയുണ്ടാക്കാനുള്ള തീയടുപ്പുകൾ, പാദരക്ഷകൾ കേടുതീർക്കാനുള്ള കട, ആശുപത്രി എന്നിവയൊക്കെ നിർമിച്ചു. മിമിയോഗ്രാഫ് യന്ത്രം വരുത്തിച്ചു, അതിലൂടെ ആദ്യത്തെ എൽ ക്യൂബാനോ ലീബ്ര് (സ്വതന്ത്ര ക്യൂബൻ) പത്രത്തിന്റെ ആദ്യലക്കങ്ങൾ പുറത്തിറക്കി. മാത്രമല്ല, അദ്ദേഹത്തിന്റെ സ്വന്തം വാക്കുകളിൽ താഴ്വാരത്തിലെ നദിയിൽ വൈദ്യുതി ഉല്പാദനകേന്ദ്രം നിർമിക്കാനുള്ള പദ്ധതിയും ആസൂത്രണം ചെയ്തു. ഏതാനും ആഴ്ചകൾക്കകം സാഞ്ചേ മോസ്ക്വേറയുടെ സൈന്യം ഈ സങ്കേതത്തെ ആക്രമിച്ചു. പ്രതിരോധ നടപടികൾ ആസൂത്രണം ചെയ്യപ്പെട്ടിരുന്നെങ്കിലും പിടിച്ചു നില്ക്കാനായില്ല. ചെയ്ക്ക് കാലിൽ മുറിവേറ്റു, ഉള്ളോട്ട് പിൻവാങ്ങേണ്ടി വന്നു. സ്ഥിരസങ്കേതം സ്ഥാപിക്കാനുള്ള ഈ ഉദ്യമം പരാജയപ്പെട്ടത് ഗൗരവമുള്ള കാര്യമായിരുന്നില്ല, ഫിഡലിന്റെ അണികൾ അരികിൽ ത്തന്നെ ഉണ്ടായിരുന്നു, അവർ ചെയുടെ അണികൾക്ക് താങ്ങായി നിന്നു. ചെയുടേത് ഒറ്റപ്പെട്ട മേഖലയിലുള്ള ഫോകോ ആയിരുന്നെങ്കിൽ, ഫലം അത്യന്തം വിനാശകരമായിത്തീർന്നിരുന്നേനേ. ഹോംബ്രിറ്റോയുടെ തുടർച്ചയായ ചെറുത്തു നില്പു കാരണം ശത്രുസൈന്യത്തിന് പിൻവാങ്ങേണ്ടി വന്നു, സങ്കേതത്തെ നശിപ്പിക്കാനായത് ശത്രു വിജയമായി കണക്കാക്കുകയും ചെയ്തു. സങ്കേതം എന്ന ആശയം ശരിയായിരുന്നു. പക്ഷേ മൂപ്പെത്തിയിരുന്നില്ലെന്നു മാത്രം.

1958 ഏപ്രിലിൽ, പതിനേഴു മാസം നീണ്ടു നിന്ന നിരന്തരമായ യുദ്ധത്തിനു ശേഷമാണ് വിപ്ലവികൾ സിയേറമയേസ്ത്രയുടെ മധ്യഭാഗത്ത് സ്ഥിരസങ്കേതം പണിതത്. അതുവരെ എവിടെ യുദ്ധം നടക്കുന്നോ അവിടം മാത്രമായിരുന്നു ഗറില്ലാത്താവളം, അതിരുകളിൽനിന്നു തുടങ്ങിയ അനവരതമായ ആക്രമണത്തിലൂടെയാണ് സിയേറ മയേസ്ത്രയുടെ ഒരു ചെറിയ ഭാഗം മോചിപ്പിച്ചെടുക്കാൻ ഗറില്ലാസൈന്യത്തിനായത്. പിന്നീട് അണികൾ താഴ്വാരത്തിലേക്കിറങ്ങി, മുന്നണികളെ വികസിപ്പിച്ചുകൊണ്ട്, ശത്രുവിനെ മലനിരകളിലെത്തുന്നതു തടഞ്ഞുകൊണ്ട്. സിയേറയിലെ നിവാസികൾ ബാറ്റിസ്റ്റയുടേയും ഗറില്ലകളുടേയും ഇടയ്ക്ക് കുടുങ്ങിപ്പോകുമെന്ന ഭയം തീർത്തും ഇല്ലാതായി. അങ്ങനെ സിയേറ മയേസ്ത്രതാവളം പുറത്തു നിന്ന് അകത്തോട്ടാണ് വളർന്നത്, വൃത്തപരിധിയിൽ നിന്ന് കേന്ദ്രബിന്ദുവിലേക്ക്.

ആശുപത്രി, കൈത്തൊഴിൽശാല, ആയുധ റിപ്പയർഷോപ്പ്, റേഡിയോ സ്റ്റേഷൻ, പുതിയ സൈനികർക്കായുള്ള പരിശീലനകേന്ദ്രം, കമാൻഡ് പോസ്റ്റ് എന്നിവയ്ക്കൊക്കെയായി പ്രദേശത്തിന്റെ ചെറിയൊരു ഭാഗം ആദ്യം വെട്ടിത്തെളിയിക്കപ്പെട്ടു. 1958ലെ വേനൽക്കാലത്തു നടന്ന ആക്രമണങ്ങളെ ഈ ചെറിയ സങ്കേതത്തിലെ മലയിടുക്കുകളിൽ പതിയിരുന്നു

കൊണ്ട് ചെറുത്തുനില്ക്കാൻ വിപ്ലവസൈന്യത്തിനു കഴിഞ്ഞു. ഇടുങ്ങിയ ചിലയിടങ്ങളിൽ സങ്കേതത്തിന്റെ വീതി 4 കിലോമീറ്റർ മാത്രമായിരുന്നു.[17] മലമ്പ്രദേശത്തോട് ഒട്ടിച്ചേർന്നുകൊണ്ട്, ശത്രുസൈന്യത്തിന്റെ തുടർച്ചയായുള്ള കേന്ദ്രോന്മുഖമായ ആക്രമണത്തെ നേരിടാൻ ഗറില്ലകൾക്കു കഴിഞ്ഞുവെന്നതു ശരിതന്നെ. എന്നിരിക്കിലും ശത്രുസൈന്യത്തിന്റെ ഉപരോധവലയത്തെ ഭേദിച്ച് പുറത്തുകടക്കാനും, വേണ്ടിവന്നാൽ സങ്കേതത്തെ പൂർണമായും ഉപേക്ഷിച്ച് നാടോടിദിശയിലേക്കു നീങ്ങാനും ഗറില്ലാസൈനികർ സദാ സന്നദ്ധരായിരുന്നു.

കാരണം ഗറില്ലാസങ്കേതം സ്ഥാപിക്കുക എന്നതായിരുന്നില്ല ക്യൂബൻ വിപ്ലവികളുടെ രാഷ്ട്രീയസൈനിക ലക്ഷ്യങ്ങളിൽ പ്രഥമമായത്. ശത്രുസൈന്യത്തെ നശിപ്പിക്കുകയും അതിലുപരി ആയുധങ്ങൾ കൈക്കലാക്കുകയുമായിരുന്നു അവരുടെ ലക്ഷ്യം. സമകാലീന ഗ്വാട്ടിമാല, കൊളംബിയ, വെനിസ്വേല അനുഭവങ്ങളും ഈ ലക്ഷ്യത്തിന്റെ സാധുതയെ ഊട്ടിയുറപ്പിക്കുന്നു. ആദ്യഘട്ടത്തിൽ ഗറില്ലാ ആക്രമണങ്ങൾ നടത്തുന്നതിനായി ഒരു സ്ഥിര സങ്കേതം സ്ഥാപിക്കുകയെന്നത് അത്യന്താപേക്ഷിതമല്ല. നേരെ മറിച്ച് ആദ്യത്തെ നാടോടിഘട്ടം കഴിഞ്ഞ്, വളരെ പതുക്കെയാണ് വിശേഷരീതിയിൽ അനുകൂലസാഹചര്യങ്ങളുള്ള ഒരു മേഖലയിൽ അത്തരം സങ്കേതം സാധ്യമാകുന്നത്.

ആദ്യഘട്ടങ്ങളിൽ, ഫിഡലിന്റെ വാക്കുകളിൽ, ഗറില്ലയുടെ താവളം അവനോടൊപ്പമാണ്, അവനെവിടേയോ അവിടെ, അതിനു ചുറ്റുമാണ്. അവനു വേണ്ടതായ അടിസ്ഥാനസഹായം അവന്റെ തോൾമാറാപ്പിലുണ്ടായിരിക്കണം.

17. ശത്രുവിന്റെ ആക്രമണങ്ങളേയും പ്രത്യാക്രമണങ്ങളേയും പറ്റി 1958 ജൂലൈ 26ന് ഫിഡൽ നടത്തിയ റേഡിയോ പ്രക്ഷേപണം.

പാർട്ടിയും ഗറില്ലയും

അമേരിക്കൻ വൻകരയിലെ മിക്ക രാജ്യങ്ങളിലും പൊതുവെ ഗറില്ലാ ശക്തി അറിയപ്പെടുന്നത് വിമോചനപ്രസ്ഥാനത്തിന്റെ 'സായുധമുഷ്ടി' എന്ന പേരിലാണ്. ഇതു സൂചിപ്പിക്കുന്നത്, ഗറില്ലാദളം പാർട്ടിയേയോ സ്വദേശിപ്രസ്ഥാനത്തെയോ ആശ്രയിച്ചാണ് നിലനില്ക്കുന്നതെന്നാണ്. ഈ പദപ്രയോഗം മറ്റുപലയിടങ്ങളിലും പ്രത്യേകിച്ച് ഏഷ്യൻ രാജ്യ ങ്ങളിൽ നിലവിലുള്ള മാതൃകകളെ അനുകരിച്ചാണെങ്കിലും അടിസ്ഥാന പരമായി കമിലിയോ സിയെഫ്യൂഗോസിന്റെ 'വിപ്ലവസൈന്യം പട്ടാള യൂണിഫോമിട്ട ജനങ്ങളാണ്' എന്ന പ്രമാണത്തിന് കടകവിരുദ്ധമാണ്. വ്യത്യസ്തവും സമൂർത്തവുമായ ഒരു സാഹചര്യത്തെക്കുറിച്ച് വിശദവും നിശ്ചിതവുമായ അറിവില്ലാത്തതിനാൽ, പ്രത്യേകിച്ച് വ്യത്യസ്തതകൾ എന്തെന്ന് ഒരു രൂപവും ഇല്ലാതിരിക്കേ, അവിടത്തെ സംഘടനാപരമായ വ്യവസ്ഥകളും സമവാക്യങ്ങളും അവ സുപരിചിതമായ പ്രത്യയ ശാസ്ത്രത്തെ ആസ്പദമാക്കിയുള്ളതാണെങ്കിലും അതേപടി ഇറക്കുമതി ചെയ്യുന്നത് ഏറെ ആപൽക്കരമാണ്. കാരണം മിക്ക സൈനിക അബദ്ധ ങ്ങളുടേയും മൂലകാരണം ഒരു രാഷ്ട്രീയ അബദ്ധമാണ്; ഒരൊറ്റ രാഷ്ട്രീയ അബദ്ധം മതി, നവജാതഫോകോയെ തത്ക്ഷണം ഉന്മൂലനം ചെയ്യാൻ. ഒട്ടനേകം തെറ്റായ ചുവടുകൾ, പാളിപ്പോയ നീക്കങ്ങൾ, തപ്പിത്തടയ ലുകൾ, അലസിപ്പോയ തുടക്കങ്ങൾ ഭാരവത്തായ ഈ അബദ്ധക്കൂമ്പാര ത്തിനടിയിൽ ലാറ്റിനമേരിക്കയിലെ സായുധസമരം കുഴിച്ചുമൂടപ്പെട്ടിട്ടില്ല എന്ന വസ്തുത ചരിത്രത്തിന്റെ സഹനശക്തിക്കുള്ള തെളിവാണ്. കപട സിദ്ധാന്തങ്ങൾക്കുള്ള പിഴ സൈനികപരാജയമാണ്. സൈനികപരാജയ ങ്ങളുടെ വിലയോ നൂറുനൂറു സഖാക്കളുടെയും സാധാരണക്കാരുടെയും കശാപ്പ്. ഫിഡൽ ഒരിക്കൽ പറയുകയുണ്ടായി: ചില സിദ്ധാന്തങ്ങൾ ക്രിമിനോളജിയിൽ ഉൾപ്പെടുത്തേണ്ടതാണെന്ന്.

സമാധാനകാലത്തെ അതിസാധാരണ പ്രവർത്തനങ്ങളിൽനിന്ന് സമൂലപരിവർത്തനം സംഭവിച്ചിട്ടില്ലാത്ത ഒരു പാർട്ടിയുടെ അധീനതയിൽ, അതിന്റെ ബഹുമുഖ പ്രവർത്തനങ്ങളിൽ ഒന്നെന്ന നിലയ്ക്ക് തന്ത്ര

പരമായും നയപരമായും ഗറില്ലാദളത്തെ കാണുക എന്നത് തുടരെത്തുടരെയുള്ള സൈനികപാളിച്ചകളിലേക്കാണ് നമ്മെ നയിക്കുക. ഇക്കാര്യം എല്ലാവർക്കും സുപരിചിതമാണെങ്കിലും നമുക്കതൊന്ന് വേഗത്തിൽ പുനരവലോകനം ചെയ്യാം.

1. നഗരത്തിലേക്കുള്ള പ്രയാണം

'മുഷ്ടി'ക്ക്, അതെത്രതന്നെ സായുധമായിക്കൊള്ളട്ടെ, ഓരോ നീക്കവും 'മസ്തിഷ്കവു'മായി കൂടിയാലോചിച്ചശേഷമേ പ്രാവർത്തികമാക്കാനൊക്കൂ. മസ്തിഷ്കം, അതായത് നേതൃത്വം അങ്ങ് തലസ്ഥാനത്താണ്, എന്തൊക്കെ പറഞ്ഞാലും അവിടെയാണല്ലോ രാഷ്ട്രീയജീവിതം കേന്ദ്രീകരിക്കപ്പെട്ടിരിക്കുന്നത്. മറ്റു പാർട്ടികളിലെ നേതാക്കന്മാർ, പത്രമാധ്യമങ്ങൾ, നിയമസഭ, മന്ത്രിസഭയും വകുപ്പുകളും പോസ്റ്റോഫീസ്... ചുരുക്കിപ്പറഞ്ഞാൽ അധികാരശക്തിയുടെ അംഗോപാംഗം കേന്ദ്രീകരിച്ചിരിക്കുന്നത് അവിടെയല്ലേ? വ്യവസായത്തൊഴിലാളികൾ, ട്രേഡ് യൂണിയനുകൾ, യൂണിവേഴ്സിറ്റികൾ, എന്നുവേണ്ട ജനസമൂഹത്തിന്റെ ജീവച്ഛക്തി അവിടെയല്ലേ സ്ഥിതിചെയ്യുന്നത്?

കേന്ദ്രീകൃതജനാധിപത്യ പഴക്കവഴക്കങ്ങളനുസരിച്ച് ഗറില്ലാത്തലവൻ അയാൾ സാധാരണഗതിയിൽ കേന്ദ്രകമ്മിറ്റിയിലെ അംഗമായിരിക്കാൻ ഇടയുണ്ട്. പാർട്ടിയുടെ നേതൃത്വയോഗങ്ങളിൽ പങ്കെടുക്കേണ്ടതുണ്ട്. ഇനി അഥവാ അയാൾ കേന്ദ്രകമ്മിറ്റി അംഗമല്ലെന്നു വരികിൽ, നേതൃത്വയോഗങ്ങളിൽ പങ്കെടുക്കേണ്ടത് കൂടുതൽ ആവശ്യമായിത്തീരുന്നു. കാരണം മാറിമറിയുന്ന രാഷ്ട്രീയനിലപാടുകൾ തത്സമയം അറിഞ്ഞിരിക്കണമല്ലോ. രാഷ്ട്രീയനേതൃത്വത്തിനു വേണമെങ്കിൽ മലനിരകളിലേക്ക് ഒരു പ്രതിനിധിയെ അയയ്ക്കാം. അങ്ങനെ പലപ്പോഴും ചെയ്യാറുമുണ്ട്. പക്ഷേ രാഷ്ട്രീയ നിലപാടുകൾക്ക്, പ്രത്യേകിച്ച് യുദ്ധമെന്ന യാഥാർത്ഥ്യവുമായി അവയ്ക്ക് യാതൊരുവിധ പൊരുത്തവുമില്ലെന്നു വന്നാൽ, തന്റെ സഖാക്കൾക്ക് നേരിടേണ്ടി വരുന്ന പ്രായോഗിക പ്രശ്നങ്ങളെക്കുറിച്ച് വിഭവസംബന്ധമായും രാഷ്ട്രീയമായും ചർച്ച ചെയ്യാൻ, സഹായം ആവശ്യപ്പെടാൻ, അതൊന്നുമല്ലെങ്കിൽ മറവിക്കാരായ (രാഷ്ട്രീയസുഖജീവിതത്തിൽ മുങ്ങിക്കഴിയുന്ന) നേതാക്കളെ, താനും തന്റെ ദളവും ജീവിച്ചിരിപ്പുണ്ടെന്ന് ഓർമ്മിപ്പിക്കാൻ ഗറില്ലാ കമാൻഡർക്ക് നഗരത്തിലേക്കു പോകേണ്ടി വരും. പ്രത്യേകിച്ച് കക്ഷിരാഷ്ട്രീയത്തിൽ അന്തഃശ്ഛിദ്രം ഉണ്ടാകുമ്പോൾ, താനുമായി ചർച്ച പോലും ചെയ്യാതെ പഴയ സംഘടനാസംവിധാനം തകരുകയും പുതിയവ രൂപം കൊള്ളുകയും ചെയ്യുമ്പോൾ, ഗറില്ലാ കമാൻഡർക്ക് നഗരത്തിലേക്ക്, രാഷ്ട്രീയം സൃഷ്ടിക്കപ്പെടുകയും അതിന്റെ ഗതി നിയന്ത്രിക്കപ്പെടുകയും ചെയ്യുന്ന സ്ഥലത്തേക്ക് പോകേണ്ടി വരും. 'മസ്തിഷ്കം' പൊള്ളയാണെങ്കിൽ, കഴിവുകെട്ടതാണെങ്കിൽ, അതല്ലെങ്കിൽ ബധിരമാണെങ്കിൽ, അതിനെ ഗറില്ലയുടെ ലോകത്തെപ്പറ്റി

പറഞ്ഞു ബോധ്യപ്പെടുത്താൻ സമയമെടുക്കും; കാരണം നഗരവാസികളായ നേതാക്കളെ സംബന്ധിച്ചേടത്തോളം ഗറില്ലാലോകം ചന്ദ്രമണ്ഡലത്തേക്കാൾ എത്രയോ അകലെയാണ്. അങ്ങനെ വരുമ്പോൾ മലയിറങ്ങിയ കമാൻഡർക്ക് താഴ്വാരത്തിൽ ഏറെ നാൾ പാർക്കേണ്ടി വരും, അല്ലെങ്കിൽ അവിടേക്ക് കൂടെക്കൂടെ പോകേണ്ടി വരും, രണ്ടും ആത്മഹത്യാപരമാണ്. എന്തുകൊണ്ടെന്നാൽ ഇന്നല്ലെങ്കിൽ നാളെ ഗറില്ലാനേതാവ് ധരാശായിയാവും. കണ്ടേടത്ത് വെച്ച് കൊല്ലപ്പെട്ടെന്നിരിക്കും, മർദ്ദനോപാധികൾക്ക് വിധേയനാക്കപ്പെട്ടേക്കാം, അതല്ലെങ്കിൽ ആത്മഹത്യ ചെയ്തെന്നു വരുത്തിത്തീർക്കും. വളരെ വിരളം സന്ദർഭങ്ങളിൽ, പൊതുജനങ്ങൾക്ക് യഥാസമയം ഇടപെടാനായാൽ, അയാൾ ജയിലിലടയ്ക്കപ്പെട്ടേക്കും. പക്ഷേ ഒരിക്കൽ രക്ഷപ്പെട്ടതുകൊണ്ട് ഒരു രക്ഷയുമില്ല, അടുത്തതവണ തീർച്ചയായും പിടിക്കപ്പെടും. നിർഭാഗ്യം അഥവാ ദുർഗ്രാഹ്യമായ വിധിയുടെ വിളയാട്ടം നടക്കും. ഉദാഹരണത്തിന് ഒരു വാഹനാപകടം.

ലാറ്റിനമേരിക്കയിൽ തെരഞ്ഞെടുത്ത രാഷ്ട്രീയ നേതാക്കളെ ഭരണവർഗം വലിയതോതിൽ വകവരുത്തുന്നുണ്ടെന്ന കാര്യം നാം മറന്നുകൂടാ. നേതാക്കന്മാരെ വധിക്കുക, അണികളെ ജീവിക്കാനനുവദിക്കുക. ഇതുകൊണ്ട് രണ്ടു നേട്ടങ്ങളുണ്ട് നേതാക്കന്മാർ ഒറ്റപ്പെടുന്നു, അണികളിൽ മരിക്കാൻ തയ്യാറല്ലാത്തവർ സ്വാധീനിക്കപ്പെടുന്നു. ഭരണവർഗത്തിന് നന്നായറിയാം, രാഷ്ട്രീയസൈനിക നേതാക്കളിൽ ആരെയാണ് കൊല്ലേണ്ടതെന്ന്; ആരെയാണ് ജയിലിലടയ്ക്കുകയോ, വെറുതെ വിടുകയോ ചെയ്യേണ്ടതെന്ന്; ആരെയാണ് ജയിലിൽ നിന്ന് മോചിപ്പിക്കേണ്ടതെന്ന്. മലനിരകളിലെ സൈനികനേതാക്കളുമായി യാതൊരുവിധ അനുരഞ്ജനവും സാധ്യമല്ല; അവരിൽ നിന്ന് ചെറുത്തുനില്പു മാത്രം പ്രതീക്ഷിച്ചാൽ മതി. അവരെ അടിച്ചമർത്തുകതന്നെ വേണം. അവരെ ഒന്നടങ്കം മലമ്പ്രദേശത്തുതന്നെ കുടുക്കി തുടച്ചുനീക്കിയാലോ? ഗറില്ലാനേതാക്കന്മാർ പരിചയസമ്പന്നരാണെങ്കിൽ സംഗതി തീർത്തും അസാധ്യം. അതുകൊണ്ട് ഗറില്ലാനേതാക്കൾ താഴ്വാരത്തിലേക്കെത്തുന്നതും പ്രതീക്ഷിച്ച് ഭരണകൂടത്തിനും അവരുടെ വടക്കേഅമേരിക്കൻ ഉപദേശകർക്കും സ്വന്തം മണ്ഡലത്തിൽ കാത്തിരിക്കുകയേ നിവൃത്തിയുള്ളൂ. ഗറില്ലാനേതാവിന് അസുഖം വന്നാൽ ചികിത്സയ്ക്കായി താഴ്വാര നഗരത്തിലേക്കിറങ്ങുകതന്നെ വേണം, ഒറ്റപ്പെടുത്തപ്പെടാനോ വഞ്ചിക്കപ്പെടാനോ സാധ്യതയുണ്ടെങ്കിലും സ്വന്തം കക്ഷിയിലെ തിരക്കേറിയ രാഷ്ട്രീയനേതാക്കളുമായി ചർച്ചചെയ്ത് സ്ഥിതിഗതികൾ നേരേയാക്കാൻ താഴ്വാര നഗരത്തിലേക്കിറങ്ങി വരണം. 'നഗരം വിപ്ലവകാരികളുടെ ശവപ്പറമ്പാണ്' ഫിഡൽ ഒരിക്കൽ പറഞ്ഞിട്ടുണ്ട്. ഇനിയൊന്നു കൂടിയുണ്ട് ഗറില്ലാത്തലവന്റെ തലസ്ഥാനനഗരിയിലേക്കുള്ള പ്രയാണം അണികളുടെ മനോവീര്യത്തിന് എത്രത്തോളം ആപൽക്കരമായിരിക്കുമെന്ന വസ്തുത

നാം കണക്കിലെടുത്തിട്ടില്ല; സൈനികത്തലവൻ അണികൾക്ക് ധൈര്യത്തിന്റെയും ത്യാഗത്തിന്റെയും മാതൃകയായിരിക്കേണ്ടവനാണ്, പ്രത്യേകിച്ച് അണികൾ ജീവിച്ചുപോരുന്ന സാഹചര്യങ്ങൾ കൂടി കണക്കിലെടുക്കുമ്പോൾ. അങ്ങനെ വരുമ്പോൾ ഒരു ഡോക്ടറെ തട്ടിക്കൊണ്ടുപോരികയോ അതല്ലെങ്കിൽ അടുത്തുള്ള ആശുപത്രിയിലെ പകുതിയോളം സാധനസാമഗ്രികൾ കൊള്ളയടിക്കുകയോ ചെയ്യുന്നതാവും നഗരത്തിലേക്ക് ചികിത്സാർത്ഥം പ്രയാണം ചെയ്യുന്നതിനേക്കാൾ നല്ലത് എന്നായിരുന്നു ഒരു ഗറില്ലാനേതാവിന്റെ നിഗമനം. ഒരു ഗറില്ലാനേതാവിന് തലസ്ഥാനനഗരിയിലെ സമ്മേളനത്തിൽ പങ്കെടുക്കാനാവില്ലെന്നു വന്നാൽ ഒരു സന്ദേശവാഹകൻ മലമുകളിലെത്തും. ഇതിന്റെയർത്ഥം ഗറില്ലാ നേതാവ് ഉത്തരവാദിത്വമുള്ളവനാണെന്നാണ്, ഉത്തരവാദിത്വം വേണ്ടവിധം നിർവഹിക്കാനാവശ്യമായ സാധനസാമഗ്രികൾ എത്തിക്കേണ്ടതുണ്ടെന്നാണ്. അതല്ലെങ്കിൽ അയാൾക്കതൊക്കെ സ്വയം ഒരുക്കൂട്ടേണ്ടി വരും. അതിനർത്ഥം എല്ലാത്തിനുമുപരി തുറന്നതും വ്യക്തവുമായ തന്ത്രം വേണമെന്നാണ്: അതായത് ഒരു പ്രത്യേകനിമിഷത്തിൽ വർഗസമരത്തിന്റെ അടിസ്ഥാനരൂപം എന്തായിരിക്കണം? ഏതായിരിക്കണം അടിസ്ഥാന പ്രാന്തം? എന്തായിരിക്കണം മുഖ്യ ലക്ഷ്യം?

2. സ്വതന്ത്രമായി നടപടികളെടുക്കാനുള്ള അധികാരം ഇല്ലെന്നു വന്നാൽ മലമ്പ്രദേശങ്ങളിലെ ഗറില്ലകൾക്ക് സൈനികമായും സാധനസാമഗ്രികൾക്കുവേണ്ടിയും നഗരത്തിലെ സംഘടനയുടെ ആശ്രിതരായി കഴിയേണ്ടി വരും. ഇത്തരം സാഹചര്യങ്ങളിൽ പലപ്പോഴും നഗരനേതൃത്വം ഗറില്ലാദളത്തെ കൈയൊഴിച്ചെന്നും വരും.

ഗറില്ലാസൈന്യത്തെ നഗരത്തിലെ രാഷ്ട്രീയനേതൃത്വത്തിനു കീഴ്പ്പെടുത്തുന്നത്, പ്രയോഗികപ്രശ്നങ്ങൾക്കുപരി ഗറില്ലകളിൽ ആശ്രിതമനോഭാവവും അപകർഷതാബോധവും ഉണ്ടാക്കിയെന്നു വരും. എല്ലാത്തിനും മുകളിൽനിന്നുള്ള ഉത്തരവിനായി കാത്തിരിക്കേണ്ടി വരിക: സംഘടനാസംവിധാനം, മാർഗനിർദ്ദേശങ്ങൾ, പൈസ, ആയുധങ്ങൾ, എപ്പോൾ, എവിടെ എന്തുചെയ്യണമെന്ന സമയവിവരപ്പട്ടിക എന്നു വേണ്ട എല്ലാത്തിനും. രാഷ്ട്രീയധാർമ്മികമൂല്യങ്ങളുടെ പ്രസക്തി അവരുടെ ദൃഷ്ടിപഥത്തിൽ നിന്നു മാഞ്ഞുപോകുന്നു, സ്വന്തം കഴിവിലുള്ള വിശ്വാസം നഷ്ടപ്പെട്ട് പുറമേനിന്നുള്ള സഹായമെന്ന മൃഗതൃഷ്ണയുടെ ഇരകളായിത്തീരുന്നു. വാഗ്ദാനം ചെയ്യപ്പെട്ട സഹായം എത്തിച്ചേരുന്നതു വരെ കാത്തിരുന്നേ പറ്റൂ, നിർദ്ദിഷ്ടദിവസം സഹായം എത്തിയില്ലെന്നു വരും അഥവാ എത്തിയെങ്കിൽത്തന്നെ അളവിൽ വളരെ കുറവ്, അതല്ലെങ്കിൽ പിറ്റേന്നേ എത്തൂവെന്ന സന്ദേശം. മാസങ്ങൾക്കു മുമ്പ് ആവശ്യപ്പെട്ട സാധനങ്ങൾക്കായി ഇന്നോ നാളേയോ എന്ന മട്ടിൽ കാത്തിരിക്കുക. ബൂട്ട്സുകൾ, വെള്ളം നനയാതിരിക്കാനുള്ള നൈലോൺ തുണി, വെടിക്കോപ്പുകൾ, പെട്രോൾ, മരുന്നുകൾ, ടോർച്ചുകൾ... സമയം അതങ്ങനെ

ഇഴഞ്ഞുപോകും ഇങ്ങനെയാണ് നഗരത്തിലെ രാഷ്ട്രീയനേതൃത്വം 'അവരുടെ സ്വന്തം' സായുധസമരത്തെ, ഉദാസീനതകൊണ്ട് കടിഞ്ഞാണിട്ട് നിർത്തുന്നത്.

ഇതു സാധാരണമാണ്. ജഡതുല്യർക്ക് ജീവിച്ചുപോരാവുന്ന പാപനാശിനികൾ പോലുള്ള ഏഷ്യയിലെയും യൂറോപ്പിലേയും നഗര സമൂഹങ്ങളെ അപേക്ഷിച്ച് കരീബിയൻ തലസ്ഥാനനഗരികൾ അമേരിക്കയുടെ വലിയ ബ്രാഞ്ച് ഓഫീസുകളാണ്. ഈ നഗരങ്ങളിലൊന്നിൽ വസിക്കുന്ന ഒരു വ്യക്തിക്ക്, അയാളെത്രതന്നെ മാർക്സിസ്റ്റ് ലെനിനിസ്റ്റ് വാദിയായാലും ശരി, ഒരു വാര നൈലോൺ തുണിയുടെ, ഒരു ടിൻ എണ്ണയുടെ, ഒരു കിലോ ഉപ്പിന്റെ, പഞ്ചസാരയുടെ, ഒരു ജോഡി ബൂട്സിന്റെ ഗുരുത്വം എങ്ങനെ മനസ്സിലാകാനാണ്? നേരു പറഞ്ഞാൽ ഇതൊക്കെ അനുഭവിച്ചാലേ അറിയാനൊക്കൂ. പുറമെനിന്നു നോക്കുമ്പോൾ ഇതൊക്കെ വർഗസമരത്തിലെ വെറും വിശദാംശങ്ങൾ: സാധനസാമഗ്രികളുടെ അഭാവം, സാങ്കേതികവശങ്ങൾ, വെറും നിസ്സാരകാര്യങ്ങൾ... അതുകൊണ്ടുതന്നെ അപ്രധാനം. അതാണ് ഒരു സാധാരണ ബൂർഷ്വാസിയുടെ മാനസിക പ്രതികരണം. നഗരത്തിൽ ജീവിച്ചു പഴക്കമായ ഒരു വ്യക്തി, അയാൾ ഒരു കമ്മ്യൂണിസ്റ്റ് സഖാവ് ആണെന്നു വരികിലും ഗറില്ലയുമായി തട്ടിച്ചുനോക്കുമ്പോൾ ബൂർഷ്വാസിയാണ്. ഉണ്ണാനും ഉറങ്ങാനും ഒരിടത്തുനിന്ന് മറ്റൊരിടത്തേക്കു സഞ്ചരിക്കാനും ചുരുക്കത്തിൽ ജീവൻ നിലനിർത്തുന്നതിന് ഗറില്ലയ്ക്ക് നേരിടേണ്ടി വരുന്ന ഭൗതിക ക്ലേശങ്ങൾ, പ്രകൃതിയിൽ നിന്ന് പച്ചയ്ക്ക് ശേഖരിച്ച് സ്വന്തം കൈകൾകൊണ്ട് ഉണ്ടാക്കിയെടുക്കാവുന്ന സാധനങ്ങളല്ലാതെ മറ്റൊന്നും ഇല്ലെന്ന അവസ്ഥ നഗരവാസിക്ക് മനസ്സിലാവില്ല. നഗരവാസി ഉപഭോക്താവാണ്. കീശയിൽ റൊക്കം പണമുണ്ടെങ്കിൽ നിത്യവൃത്തി എങ്ങനെയെങ്കിലും ഒപ്പിക്കാം. ശരിക്കുനോക്കിയാൽ കീശയിലുള്ളതു പോരാ, പക്ഷേ അമേരിക്കക്കാരുടെ പണവും അതിന്റെ അകമ്പടിയായുള്ള അഴിമതിയും കാരണം വലിയ ബുദ്ധിമുട്ടൊന്നും കൂടാതെ കുറേക്കൂടി സമ്പാദിക്കാം.

നഗരാരണ്യം അത്രയ്ക്കു മൃഗീയമൊന്നുമല്ല. സ്വന്തം കേമത്തം സ്ഥാപിച്ചെടുക്കാനായി ഒരുത്തൻ മറ്റൊരുത്തന്റെ കഴുത്തിനുപിടിച്ചു ഞെരിക്കുന്നു, പക്ഷേ അതിജീവനത്തിന് അവർക്ക് ആരുമായും പോരാടേണ്ടതില്ല. എല്ലാവർക്കും അവരവരുടേതായ ജീവിതം അസമത്വമുണ്ടെന്നാലും, ഷോപ്പുകളിൽ ഇറച്ചിപ്പാക്കറ്റുകൾ, പലതരം റൊട്ടികൾ എല്ലാമുണ്ട്. പൈപ്പുവെള്ളം, മഴനനയാതെ കേറിക്കിടക്കാനൊരു മേൽക്കൂര, സുരക്ഷിതമാണ്, ആരും കാവൽനില്ക്കണമെന്നില്ല; വൈദ്യുതി വിളക്കുകൾ പ്രകാശം ചൊരിയുന്ന പാതകൾ, മരുന്നുകടകൾ, ആശുപത്രികൾ, ഔഷധങ്ങൾ, സംസാരസാഗരത്തിൽ മുങ്ങിക്കിടക്കുകയാണ്, നാമെല്ലാം, പക്ഷേ അധികനേരം മുങ്ങിക്കിടന്നാൽ ബലക്ഷയം ഫലം. ഇളംചൂടുള്ള ഈ ഇൻക്യൂബേറ്ററുകൾ ഒരുത്തനെ ശൈശവാവസ്ഥയിൽ

ത്തന്നെ ബൂർഷ്വാസിയാക്കും. മലനിരകളിലെ ജീവിതത്തിന്റെ ആദ്യഘട്ട ങ്ങളിൽ, കന്യാവനങ്ങളിലെ ഏകാന്തവാസക്കാലത്ത്, ജീവിതം പ്രതി ദിനം ഒരു പോരാട്ടമാണ്. അതിസൂക്ഷ്മമായ വിശദാംശങ്ങളിൽപോലും ആദ്യത്തെ ഏതാനും മാസങ്ങളിൽ ഗറില്ലയ്ക്ക് എതിരിടേണ്ടി വരുന്നത് സ്വയം തന്നോടുതന്നെയാണ്; പഴയ പഴക്കവഴക്കങ്ങളെ അതിജീവിക്ക ലാണ്. ഇൻക്യുബേറ്റർ അവന്റെ ശരീരത്തിൽ പതിപ്പിച്ച അടയാളങ്ങൾ, ദൗർബല്യങ്ങൾ മായ്ച്ചുകളയലാണ് ആദ്യത്തെ ചില മാസങ്ങളിൽ കീഴടക്കേണ്ട ശത്രു സ്വയം അവൻ തന്നെയാണ്, ഈ യുദ്ധത്തിൽ എല്ലാ യ്പോഴും വിജയം അവന്റേതാവണമെന്നില്ല. പലരും യുദ്ധക്കളം വിടും, പ്രസ്ഥാനം തന്നെ ഉപേക്ഷിക്കും അതല്ലെങ്കിൽ വേറെയേതെങ്കിലും ദൗത്യം ഏറ്റെടുക്കാനായി നഗരത്തിലേക്കു തിരിച്ചുചെല്ലും.

മാസങ്ങളായി, വർഷങ്ങളായി മിക്ക ഫോകോകൾക്കും അനുഭവി ക്കേണ്ടിവരുന്ന ഇത്തരം വിച്ഛേദങ്ങൾക്ക്, നിഗൂഢമായ അട്ടിമറി, ഉദാ സീനത, നഗരകേന്ദ്രീകൃതമായ സംഘടനയുടെ പാളിച്ചകൾ എന്നൊക്കെ യാണ് ന്യായീകരണമെങ്കിലും ഇവയേക്കാളേറെ ജീവിതസാഹചര്യ ങ്ങളിലെ ഒരുതരത്തിലും കൂട്ടിച്ചേർക്കാനാവാത്ത വിടവാണ് മൂലകാരണം എന്നതാണ് യാഥാർത്ഥ്യം. ചിന്തയിലും പെരുമാറ്റത്തിലും ഈ വിടവ് പ്രതിഫലിക്കുന്നു. തലസ്ഥാനനഗരിയിൽനിന്നോ വിദേശത്തുനിന്നോ വന്നെത്തുന്ന ഏറ്റവും മികച്ച സഖാക്കൾ, അതിപ്രധാനമായ ദൗത്യ ങ്ങളുടെ ചുമതല വഹിക്കുന്നവർ, പ്രസ്ഥാനത്തിനായി ജീവിതം ഉഴിഞ്ഞു വെച്ചവർ എന്നിവർ പോലും ഈ വിച്ഛേദമനോഭാവത്തിന് ഇരയായി ത്തീരാറുണ്ട്. 'വസ്തുനിഷ്ഠമായ വഞ്ചന'യ്ക്കു തുല്യമാണത്. പലരും അതേപ്പറ്റി ബോധവാന്മാരാണ്. നഗരത്തിലെ പാർട്ടി നേതൃത്വവുമായോ, പ്രതിനിധികളുമായോ വാർത്താലാപം നടത്തുക എന്നത് ഗറില്ലാദളത്തെ സംബന്ധിച്ചേടത്തോളം സ്വന്തം കക്ഷിയിലെ ബൂർഷ്വാസികളുമായി സമ്പർക്കപ്പെടുക എന്നാണ്. അത്തരമൊരു ബൂർഷ്വാസി ആവശ്യ മാണെന്നു വന്നാൽപോലും കാരണം ശ്വാസം മുട്ടിയാൽ കൃത്രിമ ശ്വാസ കോശത്തിന്റെ ആവശ്യം വരുമല്ലോ. വ്യക്തിതാത്പര്യങ്ങളിലും സാമൂഹികസ്ഥിതിഗതികളിലുമുള്ള ഭിന്നതകൾക്കു നേരെ കണ്ണടച്ചു കളയരുത്. രണ്ടു ലോകങ്ങളും ഒരേ വായുവല്ല ശ്വസിക്കുന്നത്. ഫിഡൽ കാസ്ട്രോവിന് ഈ അനുഭവം ഉണ്ടായിട്ടുണ്ട്, പക്ഷേ, ഒറ്റപ്പെടുമെന്ന ആപൽസാധ്യത ഉണ്ടായിരുന്നിട്ടുകൂടി, ദുർഘടനിമിഷങ്ങളിൽ തത്ത്വ ദീക്ഷയില്ലാത്ത കൂട്ടുകെട്ടുകൾക്കൊരുങ്ങിയ സ്വപക്ഷ ബൂർഷ്വാസിയെ തള്ളിപ്പറയാൻ അദ്ദേഹം മടിച്ചില്ല. ഉദാഹരണത്തിന് മിയാമി സന്ധിയെ അപലപിച്ചുകൊണ്ട് 1957 ഡിസംബർ 14ന് അദ്ദേഹമെഴുതിയ ശ്ലാഘനീയ മായ എഴുത്ത്; അതിൽ ബൂർഷ്വാസി നയത്തിനെതിരായി പ്രോലിറ്റേ റിയൻ വർഗധാർമ്മികത നിർവചിക്കപ്പെട്ടു, റെബൽ സേന അവതാര മെടുത്ത് ഈ ധാർമ്മികതയാണ് പിന്നീട് പ്രോലിറ്റേറിയൻ നയമായി പ്രകടമായത്.

വിഭവവിതരണ പരാധീനതകൾ

ചില ഗറില്ലാ മുന്നണികൾക്ക്, അവരുടെ ആശ്രയദാതാക്കളായ രാഷ്ട്രീയപ്പാർട്ടിയിൽ നിന്നു ലഭിച്ച വെറും 200 ഡോളർ കൊണ്ട്, ഒരു വർഷം മുഴുവനും കഴിച്ചു കൂട്ടേണ്ട ഗതികേടു വന്നിട്ടുണ്ട്. അതേസമയം അതേ രാഷ്ട്രീയസംഘടന ആയിരമായിരം ഡോളറുകളാണ് ദേശവിദേശങ്ങളിൽ പ്രചരണപ്രവർത്തനങ്ങൾക്കായും ഭാരവാഹികൾക്കായും പ്രസിദ്ധീകരണങ്ങൾക്കായും ആംനെസ്റ്റി കോൺഗ്രസുകൾ സംഘടിപ്പിക്കാനായും മറ്റും ചെലവഴിച്ചത്. വേണ്ടത്ര ആയുധക്കോപ്പുകൾ ഇല്ലാതിരുന്നിട്ടും ഒറ്റപ്പെട്ടുപോയിട്ടും ഗറില്ലകൾ സ്തുത്യർഹമായ വിജയങ്ങൾ നേടിയെടുത്തു. ആ നേട്ടങ്ങൾ മുതലെടുക്കാനായി പാർട്ടി നടത്തിയ പരിപാടികളായിരുന്നു ഇവയൊക്കെയും. ഇവയും ഇതുപോലുള്ള മറ്റനേകം അനുഭവങ്ങളും നമ്മെ കൊണ്ടുചെന്നെത്തിക്കുന്ന നിഗമനം ഇതാണ്: ഗറില്ലാദളത്തിനെ സംബന്ധിച്ചേടത്തോളം സ്വന്തം താവളത്തിൽ നിലയുറപ്പിച്ച്, വേണ്ടിവന്നാൽ ചുറ്റുവട്ടത്തുള്ള ഗ്രാമങ്ങളിൽ മിന്നലാക്രമണം നടത്തുന്നതാണ് (ഒരു ട്രക്ക് പിടിച്ചെടുത്ത് പിന്നീടത് ഉപേക്ഷിക്കുക) കൂടുതൽ സുരക്ഷിതവും ആപൽക്കരമല്ലാത്തതും. അങ്ങനെ ദളത്തിന് ആവശ്യത്തിനുള്ള ആഹാരാദികളും ആയുധക്കോപ്പുകളും സാധനസാമഗ്രികളും (തോൾസഞ്ചികൾ, കമ്പിളികൾ, ബൂട്ട്സുകൾ, വസ്ത്രങ്ങൾ...) സംഭരിക്കാം, ഈ ശേഖരം രഹസ്യമായി കുഴിച്ചു മൂടുകയോ, ഒളിപ്പിച്ചുവെക്കുകയോ ചെയ്യാം, അങ്ങനെ അടുത്ത ഏതാനും മാസങ്ങളിലെ വേവലാതി ഒഴിവാക്കാം.[18]

---

18. ഇക്കാര്യത്തിലും അതായത് ലാറ്റിനമേരിക്കൻ രാജ്യങ്ങളിൽ ഇന്ന് എന്തു സംഭവിക്കുന്നുവോ അതേപ്പറ്റി ക്യൂബൻവിപ്ലവചരിത്രം പ്രവചിച്ചതാണ്. പ്രതിരോധസൈന്യത്തെ പ്രതിനിധീകരിച്ചുകൊണ്ട് ഫിഡൽ, ആയുധ വിതരണച്ചുമതലയേറ്റ വ്യക്തിക്ക് എഴുതിയ കത്തിലെ പ്രസക്തഭാഗം.

    സിയേറാ മയിസ്ത്രാ 25 ഏപ്രിൽ 1958.

    പ്രിയപ്പെട്ട ബേബോ, വിദേശത്തുനിന്ന് ആയുധങ്ങൾ സംഘടിപ്പിക്കാൻ വേണ്ട സംവിധാനമൊരുക്കാൻ ഞങ്ങൾ തീരുമാനിച്ചു കഴിഞ്ഞു. പതിനേഴു മാസങ്ങളായി സംഘടനയിൽ നിന്ന് തരിമ്പുപോലും സഹായം ലഭിക്കാത്തതിനാൽ സ്വന്തം കരുത്തിലല്ലാതെ മറ്റെന്തിലെങ്കിലും വിശ്വാസമർപ്പിക്കാൻ ഞങ്ങൾക്ക് ബുദ്ധിമുട്ടുണ്ട്. 200,000 പേസോയിലധികം ചെലവാക്കിക്കഴിഞ്ഞു, എന്നിട്ടും ഒരൊറ്റ തോക്കോ, വെടിയുണ്ടയോ ഞങ്ങൾക്കു ലഭിച്ചിട്ടില്ല. ഒരു വർഷത്തിനു മുമ്പ് മെക്സികോയിൽ നിന്നു എത്തിച്ചേരേണ്ടിയിരുന്ന ആയുധശേഖരം ഇന്ന് പിനാർഡെൽറിയോയിൽ ശത്രുവിന്റെ കൈകളിലാണ്. ഞങ്ങൾക്ക് അത്യന്താപേക്ഷിതമായിരുന്ന ആയുധശേഖരങ്ങളൊക്കെ ഒന്നിനു പിറകെ ഒന്നായി കൈവിട്ടുപോയിരിക്കുന്നു, കാരണം മറ്റേതോ സഖാവിന് മറ്റെവിടേയോ വേറൊരു യുദ്ധമുന്നണി തുടങ്ങേണ്ടതുണ്ടത്രെ. അല്ലാതെ നിലവിലുള്ളവ ശക്തിപ്പെടുത്തുകയല്ലത്രെ വേണ്ടത്.

ഇത്തരം മിന്നലാക്രമണങ്ങൾ എത്രതന്നെ ആപൽസാധ്യത ഉള്ളവയായിരുന്നാലും നിഷ്ക്രിയമായ കാത്തിരിപ്പിനേക്കാൾ ഭേദമാണ്. നഗരത്തിലെ സംഘടയുടെ സന്മനസ്സ് പ്രതീക്ഷിച്ചിരിക്കേണ്ടല്ലോ. സാധനസാമഗ്രികൾ വന്നെത്തുമെന്ന പ്രത്യാശ, ചരക്കുവണ്ടികൾക്കു നേരിട്ടേക്കാവുന്ന അപായങ്ങൾ, വളഞ്ഞു പിടിക്കാനോ മറ്റേതെങ്കിലും പരിപാടിക്കോ വിന്യസിക്കപ്പെട്ട ശത്രുസൈന്യം ഉണ്ടാക്കിവെക്കുന്ന ബുദ്ധിമുട്ടുകൾ ഇവയൊക്കെ ഒഴിവാക്കാം. അതിലുപരി ഇത്തരം യാത്രകൾ നഗരത്തിൽ നിന്ന് മലമുകളിലേക്ക്, അതായത് പുറത്തുനിന്ന് അകത്തേക്കാണ്, മറിച്ചല്ല എന്നതിനാൽ ചാരന്മാർ നുഴഞ്ഞുകയറാനുള്ള, ഗറില്ലാതാവളം കൃത്യമായി അറിയാനുള്ള സാധ്യതകളുണ്ട്. ഈ സാധ്യതയും പരമാവധി കുറയ്ക്കാം.

സൈനിക പരാധീനത: ഭരണവർഗം പിൻപറ്റുന്ന ദേശീയരാഷ്ട്രീയ കലണ്ടറനുസരിച്ച് മാസങ്ങൾക്കു മുമ്പ് പ്രസിഡന്റ് പാർലമെന്ററി തെരഞ്ഞെടുപ്പുകൾ, പാർലമെന്റ് നിയമസഭാ സമ്മേളനങ്ങൾ, ഔദ്യോഗിക സന്ദർശനങ്ങൾ എന്നിവ നിശ്ചയിക്കുമ്പോലെ മുൻകൂട്ടി ഒരു നിർദ്ദിഷ്ട ദിവസം നിശ്ചയിച്ചുറപ്പിച്ച് സായുധപരിപാടികൾ ആസൂത്രണം ചെയ്യാനാവില്ല. ദൗത്യങ്ങളുടെ വിശദമായ രൂപരേഖ തയ്യാറാക്കുന്നത് അത് നടപ്പിലാക്കുന്നവരാകണം. അവർ തനിച്ചോ അഥവാ സായുധപ്രശ്നങ്ങളെപ്പറ്റി അഗാധവും വിശദവും തന്ത്രപരവുമായ അറിവുള്ള രാഷ്ട്രീയ നേതൃത്വവുമായി കൂടിയാലോചിച്ചോ പരിപാടി ആസൂത്രണം ചെയ്യാം. ഇത്തരം അറിവുകളൊന്നുമില്ലാത്ത രാഷ്ട്രീയനേതൃത്വത്തിന് സ്വയമേവ ഇതു ചെയ്യാനാവില്ല. സ്വന്തം സൗകര്യങ്ങൾ മാത്രം കണക്കിലെടുത്ത്, കൗശലതന്ത്രമെന്ന നിലയ്ക്കോ ബൂർഷ്വാസി ഭരണകൂടത്തിനുമേൽ സമ്മർദ്ദം ചെലുത്താനായോ ഒരു പദ്ധതി ആസൂത്രണം ചെയ്ത് നടപ്പാക്ക് എന്ന ഉത്തരവ് മാത്രം സായുധവിഭാഗത്തിനു കൈമാറുക എന്നത്, ഹോട്ടലിലെത്തിയ അതിഥിയുടെ ആവശ്യം വെയിറ്റർ, പാചകക്കാരനു കൈമാറുന്നതു പോലാണ്. ഇത് അത്യന്തം അപഹാസ്യമായ ഉപമയാണെന്നു തോന്നിയേക്കാം; പക്ഷേ സിദ്ധാന്തവും പ്രയോഗവും തമ്മിലും രാഷ്ട്രീയസായുധ നേതാക്കൾ തമ്മിലുമുള്ള വിച്ഛേദം ഇത്രയും അസംബന്ധ നിലയിലെത്തുമെന്നല്ല, എത്തിയിരിക്കുന്നു എന്നതിനാലാണ്.

3. ഏകനേതൃത്വത്തിന്റെ അഭാവം

ഇതിനർത്ഥം പൊതുവായ ഒരു പ്രവർത്തനരേഖയും ഇല്ലെന്നാണ്; ലഭ്യമായ സകല വഴികളും ഏകോപിപ്പിച്ച് മുഖ്യദിശയിലേക്ക് തിരിച്ചുവിടുക എന്ന പ്രക്രിയ സാധ്യമാകില്ലെന്നാണ്. ഏകനേതൃത്വം ഇല്ലെന്നത് വിപ്ലവസൈന്യത്തെ കൊണ്ടുചെന്നെത്തിക്കുന്നത്, ഏതു ദിശയിലേക്കു നിറയൊഴിക്കണമെന്ന് നിർദ്ദേശം ലഭിക്കാത്ത, ഏതാണ് മുഖ്യആക്രമണത്തിന്റെ ദിശയെന്നറിയാത്ത പീരങ്കിപ്പടയാളിയുടെ അവസ്ഥയിലേക്കാണ്. യുദ്ധക്കളത്തിൽ പടയാളികൾ അന്തംവിട്ട്, തലങ്ങും വിലങ്ങും

വെടിയുതിർക്കുന്നു, വ്യർത്ഥമായി മരിച്ചു വീഴുന്നു. എണ്ണത്തിലും വണ്ണത്തിലും വെടിക്കോപ്പുകൾ എത്രതന്നെ ഉണ്ടായാലും, ഏതു മേഖലയേയാണ് ആക്രമണവിധേയമാക്കേണ്ടതെന്ന, എവിടേക്കാണ് എതിർവെടികൾ ഉതിർക്കേണ്ടതെന്ന വ്യക്തമായ പദ്ധതി ഇല്ലെങ്കിൽ എല്ലാം അർത്ഥശൂന്യം. കാര്യനിർവഹണച്ചുമതലയുള്ള കേന്ദ്രീകൃത രാഷ്ട്രീയസൈനിക നേതൃത്വത്തിന്റെ അഭാവം പാഴ്ച്ചെലവിലേക്കും അനാവശ്യമായ കശാപ്പിലേക്കും നയിക്കുന്നു. വിപ്ലവമുന്നണിയും രാഷ്ട്രീയപ്പാർട്ടിയും സംഘടനയുടെ രണ്ടു കൈകളാണ്. ഒന്ന് ആയുധമേന്തിയിരിക്കുന്നു മറ്റേത് നിയമസാധുതയും സമാധാനവും. ഈ രണ്ടു പ്രവൃത്തികളേയും സംയോജിപ്പിക്കുന്നതെങ്ങനെ? അതിനേക്കാൾ ദുഷ്കരമായ മറ്റൊന്നുണ്ട്, ഒരേ സംവിധാനത്തിന്റെ ഇരുപക്ഷങ്ങളായ ഗ്രാമപ്രദേശങ്ങളിലെ ഗറില്ലാദളത്തേയും നഗരവാസികളായ ഒളിപ്പോരുകാരേയും ഇണക്കിച്ചേർക്കുന്നതെങ്ങനെ? ശരിയായ രാഷ്ട്രീയ വിശകലനങ്ങളുടെ അടിസ്ഥാനത്തിൽ യുക്തിയുക്തവും തന്ത്രപരവുമായ ദീർഘകാലപദ്ധതി തയ്യാറാക്കുന്ന, അത്യന്തം സംശ്ലിഷ്ടവും ഊർജസ്വലവുമായ നേതൃത്വത്തിനു മാത്രമേ ഈ രണ്ടു പക്ഷങ്ങളയും ഏകോപിപ്പിച്ച് ഒരേ ദിശയിലേക്കു നയിക്കാനാവൂ, പദ്ധതികൾ നടപ്പിലാക്കാനാകൂ. എന്തായാലും ആദ്യം പാർട്ടിയുടെ സുരക്ഷ ഉറപ്പാക്കണമല്ലോ. നഗരത്തിൽത്തന്നെ നിലയുറപ്പിച്ചാൽ രാഷ്ട്രീയനേതൃത്വനിര തുടച്ചുമാറ്റപ്പെട്ടേക്കാം, അല്ലെങ്കിൽ പാർട്ടിതന്നെ പിരിച്ചുവിടേണ്ടിയും വന്നേക്കാം. നേതൃത്വത്തിന് ഒന്നുകിൽ ഇക്കാര്യം നല്ലതുപോലെ അറിയാം, അതല്ലെങ്കിൽ ബലമായ സംശയമുണ്ട്. പക്ഷേ പരമ്പരാഗതമായി സംഘടനയുടെ ബഹുമുഖതലങ്ങളോട് പുലർത്തിപ്പോരുന്ന രൂഢമൂലമായ ആരാധനാഭാവം, നിലവിലുള്ള സംഘടനയെ പിരിച്ചുവിട്ട്, യുദ്ധകാലാടിസ്ഥാനത്തിൽ പുതിയൊരു സമരരൂപത്തിലേക്കു പരിണമിക്കുന്നതിന് തടസ്സം നില്ക്കുന്നു. ഈ ചെറുത്തുനില്പ് സ്വാഭാവികമാണ്, ഒക്റ്റോബർ 1917ൽ ലെനിനും ബോൾഷെവിക് പാർട്ടിയും നേരിട്ടതും ഇതുതന്നെ.

ഇന്ന് മിക്ക രാജ്യങ്ങളിലേയും രാഷ്ട്രീയനേതാക്കൾക്ക് നഗരം വിട്ട് മലനിരകളിലേക്കു ചേക്കേറാനുള്ള തീരുമാനം ക്ഷണനേരം കൊണ്ട് എടുക്കാനാവും. അങ്ങനെ മർദ്ദകശക്തികളിൽ നിന്നു സ്വന്തം സുരക്ഷ ഉറപ്പാക്കാനാകും. പക്ഷേ ഓരോ ദിവസവും അവർ പോക്കു നീട്ടിവെക്കും, ഏതു നിമിഷവും സംഭവിച്ചേക്കാവുന്ന ഭരണകൂട അട്ടിമറി, നീട്ടിവെക്കപ്പെടുന്ന സമ്മേളനങ്ങൾ, ക്ഷണനേരത്തിൽ രാഷ്ട്രീയക്കുഴപ്പങ്ങൾ പരിഹരിക്കപ്പെടുമെന്ന പ്രതീക്ഷ. അങ്ങനെ ഓരോരോ ഒഴികഴിവുകൾ. അവസാനം ഒരു ദിവസമിങ്ങെത്തും. അന്ന് എല്ലാം വളരെ വൈകിപ്പോയിരിക്കും; നേതാക്കന്മാരെ പൊലീസ് ജയിലിലിലടയ്ക്കും, അതല്ലെങ്കിൽ കൊന്നുകളയും. അങ്ങനെ അനുഭവസമ്പന്നമായ നേതൃത്വനിര ഒന്നടങ്കം വീണുപോകും. നഗരഒളിസങ്കേതത്തിലെ പകരക്കാർ ഉടൻ സ്ഥാനമേൽക്കും.

അവർക്ക് സംഘടനയിലെ മറ്റു വിഭാഗങ്ങളുമായി യാതൊരുവിധ ബന്ധവും ഉണ്ടായിരിക്കില്ല, ഇപ്പോൾ ജയിൽവാസികളോ മൃതരോ ആയ തെരഞ്ഞെടുക്കപ്പെട്ട പഴയ നേതാക്കന്മാരെപ്പോലെ യോഗ്യതകൾ ഉള്ള വരായിരിക്കില്ല. പുതിയ നേതൃത്വനിര ദൈനംദിന പ്രവർത്തനങ്ങളിൽ മുഴുകുന്നു. നഗരത്തിലെ ഒളിസങ്കേതങ്ങളിലെ പഴക്കവഴക്കങ്ങൾ തുടരുന്നു. പേരിന് മാത്രമായിട്ടാണെങ്കിലും പാർട്ടി നിലനിർത്താനാവുന്നു ണ്ടല്ലോ എന്നു തൃപ്തിയടയുന്നു, എല്ലാം നീട്ടിവെക്കപ്പെടുന്നു, പ്രാഥമിക തീരുമാനങ്ങൾ എടുക്കാൻ പോലും അറച്ചു നില്ക്കുന്നു, സഹായവാഗ് ദാനങ്ങൾ പാലിക്കപ്പെടുമെന്ന, നല്ലനാളുകൾ ഇങ്ങെത്തുമെന്ന പ്രതീക്ഷ യോടെ, വലിയ ത്യാഗങ്ങൾ സഹിക്കുന്ന ഗറില്ലാദളം അതേപടി, അതേ യിടത്തു നിർത്തപ്പെടുന്നു.

ഓരോ തവണയും എല്ലാതരം പ്രതിഷേധസമരങ്ങളുടേയും നേട്ടങ്ങൾ ആഘോഷിക്കപ്പെടും. ഒന്നിന്റേയും കോട്ടങ്ങൾ ശ്രദ്ധിക്കപ്പെടില്ല. അടി സ്ഥാനപരമായി ഒരു സമരരൂപമാണ് മുഖ്യമെന്നും മറ്റെല്ലാം അതിന് സഹായകമായി നിലകൊള്ളണമെന്നും അംഗീകരിക്കാൻ തയ്യാറാവില്ല. പരസ്പരബന്ധമില്ലാതെ ഓരോ പക്ഷവും സ്വന്തം നിലയ്ക്ക് പ്രവർത്തി ക്കാൻ തുടങ്ങും. ഓരോ പക്ഷത്തിനും അവരുടെ മാത്രം ചുമതല, കൂട്ടു ത്തരവാദിത്വം, ഏകീകൃത പ്രവർത്തനം, ആദ്യം പിന്നീട് എന്ന് തരം തിരിവ് ഇവയൊന്നും ഉണ്ടാവില്ല. ഇത്തരമൊരു ദിശാരഹിത സമീപനം പരിഷ്കൃതമാണെന്നു പറഞ്ഞൊപ്പിച്ചാലും ഫലത്തിൽ വിപ്ലവപ്രസ്ഥാ നത്തെ ശിഥിലമായ പാവക്കൂത്തായി മാറ്റുന്നു. യുദ്ധകാലസാഹചര്യ ങ്ങളിൽ ഉന്നതനേതൃത്വനിരയുടെ തെറ്റായ ഒരൊറ്റ നീക്കം, ഒട്ടനേകം പാളിച്ചകളിലേക്ക് നയിക്കുന്നു. രണ്ടു സായുധപക്ഷങ്ങൾ വിരുദ്ധദിശ കളിലേക്കു നീങ്ങിയെന്നു വരാം. രാഷ്ട്രീയനേതൃത്വത്തിന്റെ നിയമ സാധുതാ പ്രവണതയ്ക്കു വിരുദ്ധമായി സായുധവിഭാഗം നഗരത്തിൽ അനിയന്ത്രിതമായ ഭീകരപ്രവർത്തനങ്ങളും നാട്ടിൻപുറങ്ങളിൽ കൊള്ള കവച്ചർകളും നടത്തിയെന്നുവരാം.

(a)നഗരത്തിൽ അനിയന്ത്രിത പ്രവർത്തനങ്ങൾ ഏകീകൃതശാസന ത്തിന്റെ അഭാവത്തിൽ സായുധസമരത്തിന് വ്യക്തമായ തന്ത്രങ്ങൾ ഉണ്ടാ വില്ല. വ്യക്തമായ തന്ത്രങ്ങളില്ലെങ്കിൽ വിശദമായ പ്രവർത്തനരേഖയും ഉണ്ടാവില്ല. ഓരോ ദളവും സ്വേച്ഛാനുസാരം പ്രവർത്തിക്കും. ഗറില്ലാദള ങ്ങൾ നഗരത്തിൽ നിന്ന് അകന്നു കഴിയുന്നവരാണ്; നഗരദളങ്ങളും അവയ്ക്കുവേണ്ടി പ്രവർത്തിക്കുന്നവരും മലനിരകളിലെ ഗറില്ലാ ദളങ്ങളുടെ അധീനതയിലല്ല. അങ്ങനെയാവണമെങ്കിൽ ഗറില്ലാദളമാണ് പ്രസ്ഥാനത്തിന്റെ നിർദ്ദേശകപക്ഷവും പ്രേരകശക്തിയുമെന്ന് അംഗീ കരിക്കേണ്ടിവരും. പക്ഷേ, നഗരദളം സ്വതന്ത്രമാണ്, അവർ നഗരത്തിൽ ചെയ്തുകൂട്ടുന്ന അരാജകത്വപരമായ പ്രവർത്തനങ്ങൾ ഫലത്തിൽ ഗറില്ലകളുടെ പദ്ധതികളെ മാത്രമല്ല, ഏറ്റെടുത്ത വിപ്ലവപ്രസ്ഥാനത്തിന്റെ പ്രാധാന്യത്തെത്തന്നെ അപകടത്തിലാക്കുന്നു.

1960ൽ ചെ ഇങ്ങനെ എഴുതി[19] അടിസ്ഥാനപരമായി ഒരു വസ്തുത മനസ്സിലാക്കേണ്ടതുണ്ട്, അതായത് ഗ്രാമീണമേഖലകളിലെ ഗറില്ലാദള ത്തിന് സ്വേച്ഛാനുസാരം ഇറങ്ങിപ്പുറപ്പെടാനാവില്ല... അവർക്കുള്ള ഉത്തര വുകൾ നേരിട്ടു നല്കുന്നത് മറ്റൊരു മേഖലയിൽ സ്ഥിതിചെയ്യുന്ന നേതൃത്വനിരയാണ്. സ്വതന്ത്രമായി പ്രവർത്തിക്കുകയല്ല ഇപ്പറഞ്ഞ ഗറില്ലാ ദളത്തിന്റെ കടമ, മറിച്ച് മൊത്തത്തിലുള്ള തന്ത്രപദ്ധതികളുമായി ഇണക്കി ച്ചേർത്ത നടപടികൾ നടത്തിയെടുക്കുകയാണ്.

നഗരദളം സ്വന്തം നിലയ്ക്ക് നഗരത്തിൽ സൃഷ്ടിക്കുന്ന ഭീകരതയ്ക്ക് നിർണായകഭാവം കൈവരിക്കാനാകില്ല, അതിന് രാഷ്ട്രീയതലത്തിൽ പലേ അപായങ്ങളുമുണ്ട്. പക്ഷേ അത് ഗ്രാമീണമേഖലകളിൽ നടക്കുന്ന അടിസ്ഥാന വിപ്ലവപ്രസ്ഥാനത്തിന്റെ അധീനതയിലാണെന്നു വരികിൽ, സൈനികതലത്തിൽ അതിന് തന്ത്രപരമായ പ്രാമുഖ്യമുണ്ട്. കാരണം ആയിരമായിരം ശത്രുസൈനികരെ നഗരത്തിൽ തളച്ചിടാനാവും. ഭരണ കൂടത്തിന്റെ മർദ്ദനോപാധിയായ സൈന്യത്തിന്റെ സിംഹഭാഗവും നഗര ത്തിലെ ഫാക്ടറികൾക്കും പാലങ്ങൾക്കും ജനറേറ്ററുകൾക്കും പൊതു സ്ഥാപനങ്ങൾക്കും നഗരപാതകൾക്കും എണ്ണപ്പൈപ്പുകൾക്കും കാവൽ നിൽക്കുന്നവരായിത്തീരും. ഭരണപക്ഷസൈന്യത്തിന്റെ മുക്കാൽ ഭാഗത്തെ ഇവ്വിധം നിർവീര്യമാക്കാനാകും. ഭരണകൂടത്തിന്, അതു ഭരണ കൂടമായതുകൊണ്ടുതന്നെ എല്ലായിടത്തും സ്വത്തുടമകളെ സംരക്ഷി ക്കേണ്ട ചുമതലയുണ്ട്, ഗറില്ലകൾക്ക് ആരെയും എവിടേയും സംരക്ഷി ക്കേണ്ടതില്ല. അവർക്ക് ഇത്തരം ജഡഭാരം എന്നൊന്നില്ല. അതുകൊണ്ടു തന്നെ സൈനികബലാബലം ഗണിതശാസ്ത്രം മാത്രമനുസരിച്ച് താര തമ്യപ്പെടുത്താനാവില്ല. ഉദാഹരണത്തിന് ക്യൂബയിൽ ബാറ്റിസ്റ്റയ്ക്ക് 50000 സൈനികരുണ്ടായിരുന്നെങ്കിലും ഗറില്ലകൾക്കെതിരായി 10000ലധികം പേരെ ഉപയോഗപ്പെടുത്താനായില്ല. ഒന്നിന് അഞ്ഞൂറെന്ന കണക്കെത്തിയ തോടെ തന്റെ വിപ്ലവസൈന്യം അജയ്യമായിത്തീർന്നെന്ന് അതിന്റെ സേനാനായകൻ തന്നെ പറയുന്നു.

അതുകൊണ്ടാണ് ഫിഡൽ ആദ്യദിവസം തന്നെ വ്യക്തമായ സമര തന്ത്രം നടപ്പാക്കിയത്, ദീർഘവീക്ഷണത്തോടെത്തന്നെ എന്നുപറയാം. കാരണം ചെറുത്തുനില്പിന്റെ ആ ഘട്ടത്തിൽ 26ജൂലൈ സൈന്യ ത്തിന്റെ ആൾബലവും സംഘടനാബലവും നഗരത്തിലായിരുന്നു (സാന്തിയാഗോ, ഹവാനാ), സിയേറാ മയേസ്ത്രയിലെ മലനിരകളിലാ യിരുന്നില്ല. ഗ്രാമീണമേഖലകളിലെ ഗറില്ലകളെ അതായത് വിപ്ലവ സൈന്യത്തെ സംഘടിപ്പിക്കുന്നതിന് മുൻഗണന നല്കേണ്ടിയിരുന്നു കാരണം അവരിലാണ് ദേശവ്യാപകമായ പ്രസ്ഥാനത്തിന്റെ നേതൃത്വം

19. Guerilla warfare , Monthly Review Press p.37

നിക്ഷിപ്തമാക്കേണ്ടിയിരുന്നത്. ക്യൂബൻതീരത്തിറങ്ങിയശേഷം ഫിഡൽ, ഹവാനയിലെ പ്രസ്ഥാനത്തെ പുനഃസംഘടിപ്പിക്കാനുള്ള ചുമതല ഫാസ്റ്റിനോ പെരേസിനെ ഏല്പിച്ചു; ഇരുപതുപേരടങ്ങിയ (ജനുവരി 1957) സംഘത്തെ അധീനതയിൽ നിർത്താനുള്ള പൂർണാധികാരവും നല്കി. കിട്ടാവുന്ന എല്ലാ ആയുധങ്ങളും സിയേറയിലേക്ക് കടത്തപ്പെട്ടു. ഒരൊറ്റ തോക്കുപോലും നഗരപ്രക്ഷോഭങ്ങൾക്കായി വിട്ടുകൊടുക്കപ്പെട്ടില്ല. നഗര പ്രക്ഷോഭങ്ങളുടെ വ്യാപ്തിയും ന്യായമായ ആവശ്യവും കണക്കിലെടു ക്കുമ്പോൾ ഈ നിർദ്ദേശം അപലപനീയമായിരുന്നു. നഗരപക്ഷവുമായി ഒന്നിലധികം കലഹങ്ങൾക്കും നിസ്സാരമല്ലാത്ത വിദ്വേഷങ്ങൾക്കും ഇതു വഴിവെക്കുകയും ചെയ്തു. എങ്കിലും വളരെ ചുരുങ്ങിയ സമയംകൊണ്ട് മൊബൈൽ സ്ട്രാറ്റെജിക് ഫോഴ്സ് വിപ്ലവസേനയുടെ ആദ്യത്തെ മുന്നണി സിയേറ മയേസ്ത്രയിൽ രൂപം കൊണ്ടു. ഈ സൈന്യമാണ് പിന്നീട് ശത്രുഭരണകൂടത്തെ എന്നെന്നേക്കുമായി നിർമ്മാർജ്ജനം ചെയ്തത്. എല്ലാ ആയുധങ്ങളും സിയേറയിലേക്ക് അതായിരുന്നു ഫിഡൽ, പ്രസ്ഥാനത്തിന്റെ സാന്തിയാഗോവിലെ നേതാവ് ഫ്രാങ്ക് പയേസിനെഴുതിയ കത്തുകളിൽ പുനരാവർത്തിക്കപ്പെട്ട വിഷയം.

ഫ്രാങ്ക് പയെസിന്റെ മരണശേഷവും ഫിഡൽ ഇതേ ആശയത്തിൽ ഉറച്ചു നിന്നു. 1957 ഓഗസ്റ്റ് 11ന് അദ്ദേഹം അലി(സീലിയ സാഞ്ചെസ്) ക്കെഴുതി: ഇപ്പഴത്തെ ഏറ്റവും ഉചിതമായ മുദ്രാവാക്യം ഇതായിരിക്കണം എല്ലാ തോക്കുകളും എല്ലാ വെടിയുണ്ടകളും എല്ലാ സാധനസാമഗ്രികളും സിയേറയിലേക്ക്. ഓഗസ്റ്റ് 14ന് അലിക്കുള്ള മറ്റൊരു കത്തിലും ഇതേ ആശയം പുനരാവർത്തിക്കുന്നു.

വിമോചനപ്രസ്ഥാനത്തിന്റെ രണ്ടു പക്ഷങ്ങളും തമ്മിലുള്ള വിവാദ ങ്ങൾക്ക് മൂർച്ച കൂടിക്കൂടിവന്നു. എണ്ണത്തിലും ഗുണത്തിലും രണ്ടു പക്ഷ ങ്ങളുടേയും വളർച്ച എല്ലായിടങ്ങളിലും സമാനരീതിയിൽ ആയിരുന്നില്ല, ഇതും പ്രശ്നങ്ങളുണ്ടാക്കി. നമുക്കറിയാം മലനിരകളും കർഷകരും ബൂർഷ്വാസിയെ പ്രോലിറ്റേറിയനാക്കുന്നതുപോലെ നഗരം, പ്രോലിറ്റേ റിയനെ ബൂർഷ്വാസിയാക്കുന്നു. അടവുനയങ്ങളിൽ വൈരുധ്യങ്ങൾ ഉളവാകുകതന്നെ ചെയ്യും, വിലയിരുത്തലുകളിലും ആശയങ്ങളിലും വർഗ വ്യത്യാസം അന്തർലീനമായിരിക്കും, പക്ഷേ വിരോധാഭാസമെന്തെന്നാൽ പ്രോലിറ്റേറിയൻ താത്പര്യങ്ങൾ നാം പ്രതീക്ഷിക്കുന്ന പക്ഷത്തായിരി ക്കില്ല. ക്യൂബയിൽ ഇത്തരം വാദവിവാദങ്ങളൊക്കെ എളുപ്പത്തിൽ പരി ഹരിക്കാനായി, അധികാരമേറ്റശേഷം സോഷ്യലിസത്തിലേക്കുള്ള പ്രയാണം ത്വരിതഗതിയിലായി, കാരണം ഫിഡൽ ആദ്യ ദിവസംതന്നെ ഗ്രാമീണഗറില്ലകളുടെ അധിനായകത്വം അവകാശപ്പെട്ടു. നേടിയെടുത്തു. നിലനിർത്തി. നഗരപക്ഷത്തിന് മുൻകൈയെടുത്തു ചെയ്യാനായ ചുരുങ്ങിയ പ്രവൃത്തികളിലൊന്ന്, 1958 ഏപ്രിലിൽ, രാജ്യവ്യാപകമായ പണിമുടക്ക്

സംഘടിപ്പിക്കുകയായിരുന്നു, പക്ഷേ അത് മഹാവിപത്തിലാണ് കലാശിച്ചത്, പ്രസ്ഥാനത്തിന് ഒന്നടങ്കം ഗുരുതരമായ പ്രത്യാഘാതങ്ങൾ സംഭവിച്ചു. വിപ്ലവസൈന്യത്തിന്റെ കമാൻഡ് (ഫിഡൽ ഒന്നാം മുന്നണിയിലും റൗൾ രണ്ടാം മുന്നണിയിലും) പൂർണവിശ്വാസത്തോടെ പണിമുടക്കിന് സമ്മതം നലകി, അതിനായുള്ള തയ്യാറെടുപ്പുകളിൽ കഴിയുന്നത്ര സഹകരിച്ചു, നഗരത്തിൽ എന്താണ് നടക്കേണ്ടതെന്ന തീരുമാനം നഗരപക്ഷത്തിനു വിട്ടുകൊടുത്തു. നഗരത്തിൽ നിലവിലുള്ള സാഹചര്യങ്ങളെക്കുറിച്ച് നഗരപക്ഷത്തേക്കാൾ കൂടുതലായി ഗ്രാമപക്ഷത്തിന് അറിയാനാവില്ലല്ലോ. ഈ സാമാന്യബുദ്ധി കാരണമാണ് ഫിഡൽ പണിമുടക്കിനെ എതിർക്കാതിരുന്നത്. അങ്ങനെയാണ് അദ്ദേഹം നഗരപക്ഷത്തിന്റെ (സിവിലിയൻ പക്ഷത്തിന്റെ) അഹംബോധത്തിന് ഇരയായിത്തീർന്നത്. പണിമുടക്കിന്റെ പരാജയം ഉൾപാർട്ടി പ്രതിസന്ധിയെ വെളിച്ചത്തുകൊണ്ടുവന്നു, അതിനുള്ള പരിഹാരവും സാധ്യമാക്കി. സംഘടനാതലത്തിൽ നേതൃത്വം അഴിച്ചു പണിയപ്പെട്ടു; സിയേറാപക്ഷത്തിനുമേൽ ചാർത്തപ്പെട്ട എല്ലാ കാൽവിലങ്ങുകളും അഴിച്ചുമാറ്റപ്പെട്ടു; വിപ്ലവസൈന്യത്തിന്റെ ഹൈക്കമാൻഡ് ദേശീയതലത്തിൽ പ്രസ്ഥാനത്തിന്റെ മൊത്തം ചുമതലയേറ്റു. ഇനി പ്രസ്ഥാനത്തോടുള്ള ആശയപരമായ സമീപനത്തിന്റെ കാര്യം സിവിലിയൻ സമീപനം കട്ടായമായി പുറംതള്ളപ്പെട്ടു. നഗരത്തെ സംബന്ധിച്ചേടത്തോളം ഗറില്ലാ പ്രസ്ഥാനം ഒരു പ്രതീകമായിരുന്നു, തലസ്ഥാനത്ത് ഭരണകൂടഅട്ടിമറിക്കുവേണ്ടിയുള്ള സാഹചര്യങ്ങൾ ഒരുക്കുക മാത്രമായി അതിന്റെ ലക്ഷ്യം. സിയേറാപക്ഷത്തെ സംബന്ധിച്ചേടത്തോളം മറ്റൊരു തരത്തിലും പരിഹരിക്കപ്പെടാനാകാത്ത രാഷ്ട്രീയപ്രശ്നങ്ങൾക്ക് ഗറില്ലാ പ്രസ്ഥാനം തക്കതായ സൈനികപരിഹാരങ്ങൾ കണ്ടെത്തേണ്ടിയിരുന്നു, നടപ്പാക്കേണ്ടിയിരുന്നു. പണിമുടക്കിനു മുമ്പ് ഫിഡൽ എഴുതി 'അയാൾക്ക് (ബറ്റിസ്റ്റ) പണിമുടക്ക് അടിച്ചമർത്താനായെങ്കിൽ, ഒന്നിനും ഒരു പരിഹാരവും ഉണ്ടാവില്ല. നാം ചെറുത്തുനില്പ് തുടരും, ആറു മാസത്തിനകം അയാളുടെ നില വഷളാക്കും' (അനസിനുള്ള കത്ത് 23 മാച്ച് 1958). ഭരണവർഗത്തിന്റെ പക്കൽ പൊതുപണിമുടക്ക് അടിച്ചമർത്താനുള്ള സകലവിധ മർദ്ദനോപാധികളും ഉണ്ടായിരുന്നു. പക്ഷേ അവയൊന്നും ഗറില്ലാപോരാട്ടത്തെ നേരിടാൻ ഉതകുന്നവയായിരുന്നില്ല. അങ്ങനെ നഗരപക്ഷം അപകടത്തിലേക്കു നയിച്ച വിപ്ലവപ്രസ്ഥാനത്തെ രക്ഷിക്കേണ്ടത് സിയേറപക്ഷത്തിന്റെ ചുമതലയായി. പണിമുടക്കു പരാജയപ്പെട്ടതോടെ, സിയേറാപക്ഷത്തിനു മാത്രമേ വിപ്ലവപ്രസ്ഥാനത്തെ രക്ഷിക്കാനാവൂ എന്നു തെളിയിക്കപ്പെട്ടതോടെ, ന്യായമായും സിയേറാപക്ഷം നേതൃത്വഭാരം ഏറ്റെടുത്തു. പിന്നീടൊരിക്കൽ, വിജയശ്രീലാളിതനായ ശേഷം ഫിഡൽ തന്റെയൊരു പ്രഭാഷണത്തിൽ ഈ പ്രശ്നത്തിലേക്കും തുടർന്നുള്ള ചർച്ചയിലേക്കും തിരിച്ചുവരികയുണ്ടായി അതായത് അടിസ്ഥാനപരമായി തന്ത്രപരമായ

പാളിച്ചകൾക്ക് കാരണമാവുന്നത് അന്തഃസ്ഥിതമായ വർഗ വൈരുദ്ധ്യ ങ്ങളാണെന്ന്.[20]

നഗരവും സിയേറയും തമ്മിൽ വിടവും രണ്ടിനുമിടയിൽ പൊരുത്ത ക്കേടുകളും നിലനില്ക്കുന്നുണ്ടെന്നത് സമകാലീന ലാറ്റിനമേരിക്കൻ അനുഭവവും സാധൂകരിക്കുന്നു.

(b) ഗ്രാമീണഗറില്ലാദളത്തിന്റെ വിന്യാസം കേന്ദ്രീകൃതമായ ഏക കമാൻഡ് ഇല്ലെന്നു വരികിൽ മൂപ്പെത്താത്ത അനേകം ഫോകോകൾ രൂപീകരിക്കപ്പെട്ടെന്നിരിക്കും. പിന്തിരിപ്പൻജനപ്രിയശക്തികൾ തമ്മിലുള്ള അസന്തുലിതാവസ്ഥ മർദ്ദകശക്തിയേക്കാളേറെ ഗറില്ലാദളത്തെയാണ്

---

20. ഈ മാത്സര്യത്തിന് ചെ നല്കിയ വിശദീകരണം (Che Guevara :Preface to El partido marxista-leninista) 'മറ്റൊരിടത്ത് ഫിഡൽ സ്പഷ്ടമാക്കുന്നുണ്ട്: "യാഥാർഥ്യത്തെ എങ്ങനെ വിലയിരുത്തണമെന്ന് വിപ്ലവകാരിക്ക് നല്ല ബോധ്യമുണ്ടായിരിക്കണം." ഏപ്രിൽ പണിമുടക്കിനെ പരാമർശിച്ചുകൊണ്ട് അദ്ദേഹം പറഞ്ഞു സ്ഥിതിഗതികൾ വേണ്ടപോലെ മനസ്സിലാക്കിയെടുക്കാൻ നമുക്കായില്ല അതുകൊണ്ടാണ് വിപത്തിൽ ചെന്നു ചാടിയതെന്ന്. ഏപ്രിൽ പണിമുടക്കിന്റെ ഉദ്ദേശ്യം എന്തായിരുന്നു? പ്രസ്ഥാന ത്തിനകത്ത് സിയേറാ (മലനാടൻ) നിലപാടെന്നും ലാനോ (താഴ്വാരം) നിലപാടെന്നും രണ്ടു വിരുദ്ധാഭിപ്രായങ്ങൾ തുടരെത്തുടരെ ഉയർന്നു വന്നതെന്തുകൊണ്ട്? സായുധ സമരത്തെ സംബന്ധിച്ച നിർണായക തീരുമാനങ്ങളെടുക്കുമ്പോൾ ഇരുകൂട്ടരുടേയും നിലപാട് കടകവിരുദ്ധമായതെന്തുകൊണ്ട്?

സിയേറാപക്ഷം ഭരണപക്ഷ സൈന്യത്തോട് ദീർഘകാലസമരം നടത്താൻ സന്നദ്ധ രായിരുന്നു. പ്രതിരോധസൈന്യത്തെ അടിസ്ഥാന ഘടകമാക്കി യുദ്ധങ്ങൾ ഓരോ ന്നായി വിജയിച്ച്, ആയുധങ്ങൾ പിടിച്ചെടുത്ത്, ഒരു ദിവസം അധികാരം സമ്പൂർണ മായും കൈക്കലാക്കാമെന്ന് അവർ വിശ്വസിച്ചു. പക്ഷേ ലാനോക്കാർ രാജ്യത്താക മാനം വ്യാപകമായ തോതിൽ സായുധസമരം നടത്തണമെന്ന പക്ഷക്കാരായിരുന്നു. അത്തരമൊരു സംരംഭം ബറ്റിസ്റ്റയുടെ സ്വേച്ഛാധിപത്യം അവസാനിപ്പിക്കുമെന്നും, അതോടെ ജനകീയഭരണസംവിധാനം നിലവിൽ വരുമെന്നും സൈന്യം രാഷ്ട്രീയ രഹിതം (apolitical) ആയിരിക്കുമെന്നുമായിരുന്നു ലാനോ നിലപാട്.

ഇരുപക്ഷവും തമ്മിലുണ്ടായ നിരന്തരമായ ഏറ്റുമുട്ടൽ പ്രസ്ഥാനത്തിന് അത്തരുണ ത്തിൽ അത്യന്താപേക്ഷിതമായിരുന്ന ഏകീകൃതനേതൃത്വം മെനഞ്ഞെടുക്കാൻ ഒട്ടും സഹായകമായില്ല. ലാനോക്കാരാണ് ഏപ്രിൽപ്രക്ഷോഭം ആസൂത്രണം ചെയ്തത്, കടുത്ത ആശങ്കകളുണ്ടായിരുന്നെങ്കിലും പദ്ധതി റദ്ദാക്കാനാവില്ലെന്നു കണ്ടതിനാൽ സിയേറാ നേതൃത്വം അനുകൂല നിലപാടെടുത്തെന്നു മാത്രം. പിഎസ്പിയും (കമ്മ്യൂ ണിസ്റ്റ് പാർട്ടി) കനത്ത ആശങ്ക പ്രകടിപ്പിച്ചിരുന്നു, പിന്നീട് തക്കസമയത്ത് മുന്നറി യിപ്പു നല്കുകയും ചെയ്തു.

വിപ്ലവനേതാക്കൾ മലയിറങ്ങി താഴ്വാരത്തിലെത്തി, ലാനോപക്ഷത്തെ സഹായി ക്കാൻ. അങ്ങനെയാണ് നമ്മുടെ അവിസ്മരണീയനായ സൈനികകമാൻഡർ കാമിലോ സിയെൻഫ്യൂഗസ്, ബയാമോ ഉൾക്കടൽ തീരത്തേക്ക് ആദ്യമായി പ്രവേ ശിച്ചത്.

ഈ വൈരുധ്യങ്ങൾ അടവുകളെ സംബന്ധിച്ച വെറും ഉപരിപ്ലവമായ വിയോജിപ്പു കളല്ല, അവയ്ക്ക് ആഴമുണ്ട്. ആശയപരമായും സൈദ്ധാന്തികമായും പ്രതിരോധസേന യുടേത് പ്രോലിറ്റേറിയൻ കാഴ്ചപ്പാടാണ്, നിർധനവർഗത്തിന്റേത്. പക്ഷേ നഗരവാസി കളായ ലാനോ ഗ്രൂപ്പ് വെച്ചു പുലർത്തുന്നത് പെറ്റിബൂർഷ്വാ മനഃസ്ഥിതിയാണ്, അവരുടെ നേതാക്കളിൽ പലരും ഭാവിയിൽ കരിങ്കാലികളായെന്നും വരും. ഏതു പരി സ്ഥിതിയിൽ വളർന്നു വികസിക്കുന്നുവോ അത് അവരെ നിശ്ചയമായും സ്വാധീനി ച്ചിരിക്കും.

ദുർബലപ്പെടുത്തുന്നത്. സൈന്യത്തെ പല ദിശകളിലേക്കു വിന്യസിക്കേണ്ടി വരുന്നത് മർദ്ദകശക്തിയേക്കാളേറെ ഗറില്ലാസൈന്യത്തേയാണ് കഷ്ടത്തിലാക്കുന്നത്; കാരണം, മർദ്ദകസൈന്യത്തിന് ഗറില്ലാസൈന്യത്തെ ഒറ്റക്കെട്ടായി ഒരൊറ്റ ഫോകോ ആയിട്ടല്ല, നേരിടേണ്ടി വരുന്നത്, മറിച്ച് ഉപദളങ്ങളെ ഒറ്റയ്ക്കൊറ്റയ്ക്ക് നേരിടാം, കീഴടക്കാം, അങ്ങനെ ഓരോ പ്രാന്തത്തിലും ആധിപത്യം സ്ഥാപിച്ചെടുക്കാം. പെറുവിയൻ ഉദാഹരണം ഇക്കാര്യം വിളിച്ചോതുന്നു.

ഒരു നിശ്ചിത മേഖലയിൽ ആക്രമണം നടത്താനായി പരിമിതമായ മൊബൈൽ ഗറില്ലാ ഫോഴ്സ്, പരിമിതമായ വെടിക്കോപ്പുകളുമായി മുൻകൂട്ടി സംഘടിപ്പിച്ചെടുക്കുന്നതിന് രാജ്യത്തിന്റെ വലുപ്പം തടസ്സമാകുന്നുവെന്നത് മതിയായ കാരണമല്ല. മറ്റൊരിടത്ത് (വെനിസ്വേല) 1962നുശേഷം ഗറില്ലാ ഫോകോകളുടെ എണ്ണം പൊടുന്നനെ കണക്കറ്റു വർദ്ധിച്ചു; ഈ വളർച്ച കൃത്രിമമായിരുന്നു; ഗറില്ലാപ്രസ്ഥാനത്തിന്റെ ശരിയായ വളർച്ചയുമായോ പ്രഹരശേഷിയുമായോ ഈ വളർച്ചയ്ക്ക് യാതൊരു പൊരുത്തവും ഉണ്ടായിരുന്നില്ല. നേരു പറഞ്ഞാൽ ഈ ഊതിവീർപ്പിക്കൽ ഏകനേതൃത്വം ഇല്ലാത്തതുകൊണ്ടുണ്ടായ ഫലം ഗറില്ലാപ്രസ്ഥാനത്തെ ക്ഷീണിപ്പിക്കുകയാണ് ചെയ്തത്. ഇതുകൊണ്ടു കൂടിയാവണം, രാഷ്ട്രീയസൈനിക നേതൃത്വം ഏറ്റെടുക്കാനും ഏക കമാൻഡറുടെ നേതൃത്വത്തിൻ കീഴിൽ അണിനിരക്കാനും വെനിസ്വേല ഗറില്ലാദളത്തിന് കാലതാമസം നേരിട്ടത്. അതെന്തായാലും പൊടുന്നനെ ക്രമരഹിതമായ രീതിയിൽ ഫോകോകളുടെ അനിയന്ത്രിതമായ വളർച്ച (പരിശീലനം ലഭിച്ചിട്ടില്ലാത്ത അംഗങ്ങൾ ആദ്യത്തെ ചില മാസങ്ങൾക്കകം തന്നെ ഭൂമുഖത്തുനിന്ന് തുടച്ചു മാറ്റപ്പെട്ടു) തെളിയിക്കുന്നത് വെനിസ്വേല ഗറില്ലകളുടേത് ഒരു ഏകീകൃത പ്രസ്ഥാനം അല്ലായിരുന്നെന്നാണ്, പരിപക്വമായ പരിപാടിക്കനുസരിച്ചല്ല അവർ പ്രവർത്തിച്ചിരുന്നതെന്നാണ്. ആദ്യത്തെ ആക്രമണ രംഗത്തെ (ഫാൽക്കൺ, ലാറാ, ട്രൂയില്ലോ, ഓറിയന്റ്) അതിജീവിക്കാനായ ഫോകോകളിൽ ഒന്നിനുപോലും ദ്രുതഗതിയിൽ ശക്തി പ്രാപിച്ച് ചുറ്റുവട്ടത്ത് വർഗസമരം ത്വരിതപ്പെടുത്താനായില്ല. ഈയടുത്തകാലം വരെ അതിലൊന്നിനുപോലും നിലവിലുള്ള രാഷ്ട്രീയ പാർട്ടികൾ പ്രതിനിധീകരിക്കുന്ന ചിന്നിച്ചിതറിയ അധികാരകേന്ദ്രങ്ങൾക്കെതിരായി കരുത്തുറ്റ പ്രതിശക്തിയായി പ്രവർത്തിക്കാനായില്ല. സായുധവിപ്ലവത്തിൽ, അധികാരവും സ്വാധീനശക്തിയുമുള്ള ഏകനേതൃത്വത്തിന്റെ അഭാവം മുന്നണികളെ വിഘടിക്കാൻ പ്രേരിപ്പിക്കുന്നു, വിഘടനംമൂലം ഏകനേതൃത്വം നിലവിൽ വരുന്നതിന് കാലതാമസം നേരിടുന്നു.

കാലതാമസം മനഃപൂർവമാകാം; അതായത് ഏകനേതൃത്വം നിലവിൽ വരുന്നതു തടസ്സപ്പെടുത്താനായി പുതിയ ഗറില്ല മുന്നണികൾ രൂപീകരിക്കപ്പെടുകയാണെന്നു വരാം. അങ്ങനെയാണെങ്കിൽ ഇവ ശരിയായ, സജീവമായ ഗറില്ലാദളങ്ങൾ ആയിരിക്കാനിടയില്ല, മറിച്ച് കാര്യം

നേടിയെടുക്കാനുള്ള ഉപാധികളാവാം. യുദ്ധം ചെയ്യാനല്ല, മറിച്ച് രാഷ്ട്രീയക്കാരുടെ സ്വാർത്ഥതാത്പര്യങ്ങളാകാം. നേതാക്കളുടെ പ്രചാരണത്തിന് ഉപയോഗപ്പെടുത്താവുന്നവർ. ഒരു ഗറില്ലാദളം കൂടെ ഉണ്ടെന്നത് നേതാക്കളുടെ അന്തസ്സുയർത്തുന്നു. ശബ്ദമുയർത്താനും അധികാരമേടയിൽ ശക്തിപൂർവം കയറിപ്പറ്റാനും അതു മതിയാകും. മത്സരിക്കുന്ന സംഘടനകൾ തമ്മിലുള്ള വൈരമോ സുസ്ഥാപിതമായ നേതൃത്വത്തിനെതിരെ പെറ്റിബൂർഷ്വാ മനോഭാവത്തിൽ നിന്നുളവായ ഇച്ഛാഭംഗമോ ഗറില്ലാദളങ്ങളുടെ തികച്ചും ഉപയോഗശൂന്യമായ വിഘടനത്തിലേക്കു നയിക്കും. ക്യൂബ തനതായ പ്രത്യേകതകൾ കാരണം ഒരൊറ്റ കേന്ദ്രബീജത്തിൽ നിന്ന് പതുക്കെ, സഹജമായും സ്വാഭാവികമായും സ്വരനിബദ്ധമായും വളർന്നു വികസിച്ച ഗറില്ലാദളത്തിന്റെ ഉത്തമോദാഹരണമാണ്. ഈ കേന്ദ്രബീജം വളർന്നു വലുതാകെ, ഒരു ഘട്ടത്തിൽ ചുറ്റുവട്ടത്തു ലഭ്യമായ വിഭവങ്ങൾ പോരാതെ വരുന്നു, അപ്പോൾ കേന്ദ്രബീജം പിളർന്നു. സിയേറ മയിസ്ത്രയിലെ മാതൃബീജത്തിൽ നിന്ന് അണുക്കൾ ഉൾക്കൊണ്ട് കോശങ്ങൾ സ്വാഭാവികമായി അടർന്നുമാറി. ആദ്യത്തെ മാതൃബീജത്തിന് 120 150 പേരെയെ ഉൾക്കൊള്ളാനാകൂ. അതിലപ്പുറം വളർന്നാൽ ചുറ്റുവട്ടത്തെ വിഭവങ്ങൾ പോരാതെ വരും, മാത്രമല്ല ഒളിയുദ്ധം നടത്തേണ്ട നിരപ്പല്ലാത്ത മലയിടുക്കു പ്രദേശത്ത് അത്രയും വലിയ സൈന്യത്തെ വിന്യസിക്കാനാവില്ലെന്നും വരും. അങ്ങനെയാണ് മാതൃബീജം 45-50 അല്ലെങ്കിൽ 60 പേരടങ്ങുന്ന ഉപദളങ്ങളായി വിഭജിക്കപ്പെടുന്നത്. (സിയേറ മയെസ്ത്രയിലെ ആദ്യത്തെ ദളം 1957 ജൂലൈയിൽ ചെഗുവേരയുടെ കൈകളിൽ ഏല്പിക്കപ്പെട്ടു). ഈ ദളങ്ങൾ പിന്നീട് പുതിയ മുന്നണികൾക്കും അവതന്ത്രപ്രധാനമായ മറ്റു ഉപദളങ്ങൾകക്കും രൂപം കൊടുക്കും. ഇവയിലൊരെണ്ണം ഏതെങ്കിലും വിദൂരപ്രാന്തത്തിലേക്ക് നിയോഗിക്കപ്പെട്ടെന്നു വരികിൽ, മാതൃദളവുമായി സമ്പർക്കം പുലർത്താനാവാത്ത അവസ്ഥയാണെന്നു വരികിൽ, അത് സ്വയം ഒരു മാതൃബീജമായിത്തീരുകയും മറ്റു ഉപദളങ്ങൾക്ക് ജന്മം നല്കുകയും ചെയ്യുന്നു. റൗൾ 60 പേരോടൊപ്പം സിയേറ മയിസ്ത്ര വിട്ട് ഓറിയന്റ് ലക്ഷ്യമാക്കി നീങ്ങി, അവിടെ പുതിയൊരു മുന്നണി സ്ഥാപിച്ചു, അതിൽനിന്ന് മറ്റനേകം ഉപദളങ്ങളുണ്ടായി. 1957മാർച്ചിൽ അൽമൈഡ സാന്ത്യാഗോഡി ക്യൂബയ്ക്കു നേരെ നീങ്ങി, അവിടെ മൂന്നാം മുന്നണി സ്ഥാപിച്ചു. 1958 ഓഗസ്റ്റിൽ ചെ, 120പേരോടൊപ്പം സിയേറ മയിസ്ത്രയിൽ നിന്ന് ലാവിലാസിലേക്കു നീങ്ങി; അവിടെ യുദ്ധം പരമാവധി വ്യാപിപ്പിച്ചു. പശ്ചിമമുന്നണിസ്ഥാപിക്കുക എന്ന ലക്ഷ്യവുമായി സിയേറമയിസ്ത്രയിൽ നിന്ന് 90 പേരോടൊപ്പം പിനാർ ഡെൽറിയോയിലേക്കു പുറപ്പെട്ട സിയെഫ്യൂഗോവിന്റെ പിന്തുണയും ചെഗുവേരയ്ക്കു ലഭിച്ചു. ഡിസംബറിന്റെ തുടക്കത്തിൽ യുദ്ധത്തിന്റെ ദ്രുതഗതിയിലുള്ള വികാസവും ഉടനെ പരിസമാപ്തിയിലെത്തുമെന്നുള്ള പ്രതീക്ഷയും കാരണം ചെഗുവേരയുടെ ഉദ്യമങ്ങൾക്ക് സർവവിധ സൈനികപിന്തുണയും നല്കാൻ സിയെഫ്യൂഗോവിന് ഉത്തരവു ലഭിച്ചു;

രാജ്യത്തെ രണ്ടായി പകുത്ത് കിഴക്കുഭാഗത്ത് അണിനിരന്നിരുന്ന ബറ്റിസ്റ്റയുടെ മുഖ്യസൈനികവിഭാഗങ്ങളെ ഉന്മൂലനം ചെയ്യാനുള്ള അടവായിരുന്നു ഇത്.

മായികമാംവിധം ലളിതവും താരതമ്യേന അനായാസവുമായ വിധത്തിലുള്ള ദളവികസനം, കേന്ദ്രീയനേതൃത്വത്തിന്റെ അവിതർക്കിത മേൽക്കോയ്മയ്ക്കൊപ്പം അടവുനയങ്ങളിൽ ഉപദളങ്ങളിലെ ഓഫീസർമാർക്കും അണികൾക്കുമുള്ള സ്വാതന്ത്ര്യവും ഉറപ്പാക്കുന്നു. തുടക്കം മുതൽ സുശക്തമായ കേന്ദ്രനേതൃത്വത്തിന്റെ തന്ത്രങ്ങൾ സുവ്യക്തവും ദൃഢവുമാണെന്നു വരികിൽ മുന്നണികൾക്കും ഉപദളങ്ങൾക്കും പ്രവർത്തന സ്വാതന്ത്ര്യവും അടവുനയങ്ങളിൽ വേണ്ടത്ര അയവും ലഭിക്കുന്നു. ഒരു ഫോകോ, അതിന് ലഭ്യമായ ആൾബലവും വിഭവശേഷിയും എല്ലാം ഒരൊറ്റ സൈനികസിദ്ധാന്തത്തിനായി (military dotcrine) വിനിയോഗിക്കുന്നു, ഏറ്റുമുട്ടലുകൾ മൂർച്ഛിക്കുമ്പോൾ അണികൾക്ക് പരിശീലനം ലഭിക്കുന്നു. സൈനികസിദ്ധാന്തമെന്നതുകൊണ്ട് ഇവിടെ അർത്ഥമാക്കുന്നത് ഫലപ്രദമായ ഒരു പിടി അടവുനയങ്ങളാണ്, ശത്രുസൈന്യത്തെ ആക്രമിക്കേണ്ടത് അവർ നീങ്ങുമ്പോഴാണ്, അല്ലാതെ തമ്പടിച്ചിരിക്കുമ്പോഴല്ല, ശത്രുവിന്റെ പോഷകസൈന്യത്തെ പടിപടിയായി വേണം ആക്രമിക്കാൻ അതായത് അവർ നീങ്ങുന്ന പാതയിൽ പതിയിരുന്നാക്രമണങ്ങൾക്ക് മുൻകൂട്ടി പദ്ധതിയിടണം; അത്തരമൊരാക്രമണത്തിനു വിധേയമായി മനോവീര്യം നഷ്ടപ്പെട്ട്, മരിച്ചവരേയും മുറിവേറ്റവരേയും മാറ്റാനുള്ള ബാധ്യതയിൽ കുഴഞ്ഞ് പിൻവാങ്ങുന്ന ശേഷിച്ച ശത്രുസൈന്യത്തിനെതിരെ ആഞ്ഞടിക്കാനായി ഗറില്ലാകരുതൽസൈന്യം തയ്യാറായിരിക്കണം. ഭൂരിഭാഗം ശത്രുസൈനികർക്കും തോക്കുകളിൽ വെടിയുണ്ടകൾ നിറയ്ക്കാൻ അവസരം ലഭിക്കുന്നതിനുമുമ്പ് ആക്രമണം തുടങ്ങണം; ഏറ്റവും മുന്നിലുള്ള ശത്രുസൈന്യവിഭാഗത്തെ മുന്നിലും പിറകിലും നിന്നുള്ള ഇരട്ട ആക്രമണത്തിലൂടെ ഒറ്റപ്പെടുത്തണം; അങ്ങനെ ശത്രുസൈന്യത്തെ രണ്ടായി പകുത്ത് ഉന്മൂലനം ചെയ്യണം; അതിദൂരത്തേക്കെറിയാവുന്ന ഇലക്ട്രിക് മൈനുകൾ കഴിയുന്നത്ര ഉപയോഗപ്പെടുത്തണം; ശത്രുസൈന്യത്തെ തുടച്ചുമാറ്റാനല്ല, അവരുടെ ആയുധങ്ങൾ പിടിച്ചെടുക്കാനാണ് ലക്ഷ്യമിടേണ്ടത്. ശത്രുസൈന്യത്തെ ആക്രമിക്കുന്നതിൽ ആകസ്മികതയും തോതും നിശ്ചയിക്കണം. അതായത് പലതവണ ഒരേസ്ഥലത്ത് ഒരേ രീതിയിൽ ആക്രമിച്ച് പഴക്കപ്പെടുത്തിയ ശേഷം, പൊടുന്നനെ അതേസ്ഥലത്ത് തികച്ചും വ്യത്യസ്തമായ രീതിയിൽ, അതിരൂക്ഷമായ തോതിൽ ആക്രമിക്കുക, തടവുകാരെ വീട്ടിലേക്കയയ്ക്കുക, മുറിവേറ്റവരെ ശുശ്രൂഷിക്കുക... അങ്ങനെ അല്പാല്പമായി ധാർമികരാഷ്ട്രീയസൈനിക പരിശീലനം ലഭിക്കുന്ന ഗറില്ലാ ഓഫീസർമാരും ഭടന്മാരുമടങ്ങിയ ദളത്തെ വേണ്ടിവന്നാൽ, ഒരു മുന്നണിയുടേയോ ദളത്തിന്റേയോ സ്വതന്ത്രമായ നേതൃത്വം ഏല്പിക്കാമെന്ന വിശ്വാസം കേന്ദ്രനേതൃത്വത്തിന് ഉണ്ടാകുന്നു. എല്ലാവർക്കും ഒന്നിച്ച് ഒരേ

കളരിയിലാണ് പരിശീലനം ലഭിക്കുന്നത്, അതുകൊണ്ടുതന്നെ അവരുടെ ആർജ്ജവവും അടവുനയങ്ങളും ക്രമബദ്ധമായ സൈനികനീക്കങ്ങളും ഒരുപോലായിരിക്കും.

ഏതു തരത്തിലുള്ള വ്യതിചലനവും സഹായകമായിത്തീരുന്ന സന്ദർഭങ്ങളിൽ പോലും പക്വതയെത്തുംമുമ്പ് പുതിയ ഗറില്ലാ മുന്നണികൾ രൂപീകരിക്കുന്നതിനെതിരായി ഫിഡൽ പലതവണ ഉറച്ച നിലപാടെടുത്തിരുന്നു, ഉദാഹരണത്തിന് ആപൽക്കരമായ പരിണാമങ്ങൾ വരുത്തിവെച്ച, മറാൻഡോ ഷുഗർ സെൻട്രലിനടുത്തായി മെയ് 1957ൽ സംഘടിപ്പിക്കപ്പെട്ട മുന്നണി.

ഞങ്ങൾ ജീവിച്ചിരിപ്പുണ്ടെന്ന് ബോധ്യപ്പെടുത്തേണ്ടതുണ്ടായിരുന്നു, കാരണം ലാനോ ഞങ്ങളെ വല്ലാത്തൊരു പ്രഹരമാണ് ഏല്പിച്ചത്. മിറാൻഡാ ഷുഗർ സെൻട്രലിനടുത്ത് ആരംഭിക്കാനിരുന്ന മുന്നണിക്കുവേണ്ടി കരുതി വെച്ചിരുന്ന ആയുധക്കോപ്പ് പൊലീസിന്റെ കൈയിലകപ്പെട്ടു പോയിരുന്നു, ഫാസ്റ്റിനോ പെരേസടക്കം പല വലിയ നേതാക്കളും പൊലീസ് കസ്റ്റഡിയിലായി, ഗറില്ലാസൈന്യത്തെ പകുക്കുന്നതിന് ഫിഡൽ എതിരായിരുന്നു, പക്ഷേ ലാനോയിൽനിന്നുള്ള സമ്മർദ്ദം സഹിക്കവയ്യാതായപ്പോൾ വഴങ്ങേണ്ടി വന്നു. അതിൽ പിന്നീടു നടന്നത്, ഫിഡലിന്റെ നിലപാടിനെ സാധൂകരിച്ചു, അങ്ങനെ, ഗറില്ലാസൈന്യം വിപുലീകരിക്കുന്നതിനായി ആദ്യം സിയേറാ മയ്സത്രാ മുന്നണി ശക്തിപ്പെടുത്തുന്നതിൽ ഞങ്ങൾ വ്യാപൃതരായി.[21]

(c) രാഷ്ട്രീയ മുന്നണി എന്ന താൽക്കാലിക കൃത്രിമനേതൃത്വം: നേതൃത്വനിരയിൽ ഏകാഭിപ്രായമില്ലെന്നു വന്നാൽ മുട്ടുശാന്തിയെന്നോണം നിരവധി ഉപായങ്ങൾ കെട്ടഴിച്ചു വിടപ്പെടുന്നു. ഇതിൽ ഏവർക്കും ഏറ്റവും പ്രിയങ്കരമായിട്ടുള്ളത് ഒരു ദേശീയമുന്നണി സംഘടിപ്പിക്കലാണ്. സൈനികനേതൃത്വവും അതിൽ നിക്ഷിപ്തമായിരിക്കും.[22] ഇത്തരമൊരു വ്യാജമുന്നണി രൂപീകരിക്കാനായി ചെലവഴിക്കേണ്ടിവരുന്ന ഊർജം കുറച്ചൊന്നുമല്ല, പാർട്ടിക്കാരായിരിക്കും മുന്നണിയിലെ അംഗങ്ങൾ. ഒരൊറ്റ പാർട്ടിക്ക് മുന്നണി രൂപീകരിക്കാനാവില്ല എന്നതിനാൽ പാർട്ടി സ്വയം വ്യാജസംഘടനകളായി വിഭജിക്കപ്പെടുന്നു. ഒരു വലിയ വിരിപ്പ് തുണ്ടം തുണ്ടമാക്കുംപോലെ. നിഗൂഢതയ്ക്ക് ആഴം കൂട്ടാനെന്നോണം പ്രശസ്തരും പുരോഗമനചിന്താഗതിക്കാരുമായ വ്യക്തികളുടെ പേരുകൾ അതി രഹസ്യമായി മന്ത്രിക്കപ്പെടുന്നു. സായുധപ്രക്ഷോഭം

21. Che Guevara : Souvenirs of de la guerre revolutionnaire

22. ഗ്വാട്ടിമാലയിലെ വിപ്ലവസേനകൾ 1. The Frente Unido Resistencia, 2. Fuerzas Armadas Rebeldes (FAR), 3. Frente deLiberacion Nacional de Venezuela ഇവയുടെ അർത്ഥശൂന്യതയെ എഡ്ഗർ ഇബാറയുടെ ഗറില്ലാ ഗ്രൂപ്പ് അപലപിക്കുകയുണ്ടായി.

വേണ്ടപോലെ ആസൂത്രണം ചെയ്യുകയോ വ്യാപിപ്പിക്കയോ ചെയ്യാതെ, അതിനുവേണ്ടി സ്വരൂപിക്കേണ്ടിയിരുന്ന ഊർജ്ജവും അധ്വാനവും രാഷ്ട്രീയമുന്നണി എന്ന വ്യാജമറ തീർക്കാനായി ചെലവാക്കപ്പെടുന്നു. ഇതാണ് പതിവു വഴക്കം. പിന്നെ പതിവുപോലുള്ള പ്രതികരണം മറ്റു വ്യവസ്ഥാപിതശക്തികളുമായി നിർദ്ദിഷ്ട ലക്ഷ്യങ്ങളോടെ യഥാർത്ഥ സഖ്യങ്ങളുണ്ടാക്കരുത്. മുന്നണി വെറുമൊരു മറ, എന്തുവന്നാലും കാര്യം നേടിയെടുക്കുന്നതുവരെ മാത്രം മതിയല്ലോ. അതിഗംഭീരമായ പരിപാടികൾ വിദേശമാധ്യമങ്ങളിൽ പ്രചരിപ്പിക്കണം. പക്ഷേ അവയെപ്പറ്റിയൊന്നും സ്വന്തം നാട്ടിൽ ആർക്കും അറിവുണ്ടാവില്ല. ഇവയുടെയൊക്കെ ഉപജ്ഞാതാക്കൾ ധരിച്ചുവെക്കുന്നത് ചരിത്രവുമായുള്ള കണക്കുകൾ ഇവിടം കൊണ്ടു തീരുമെന്നാണ്, കാരണം ഭാവിയുടെ രൂപരേഖ വരച്ചുകഴിഞ്ഞല്ലോ, വർത്തമാനത്തെക്കുറിച്ച്, പ്രസ്ഥാനത്തിന്റെ ആദ്യഘട്ടത്തെപ്പോലും സ്വാധീനിക്കാനുള്ള ഉപാധികളൊന്നുമില്ലെന്നിരിക്കിലും എന്തിന് വേവലാതിപ്പെടണം? പ്രസ്ഥാനം, മുന്നണി, സഖ്യങ്ങൾ, ഇതൊക്കെ കൃത്രിമോപകരണങ്ങളാണ്, മറ്റുള്ളവരുടെ ശ്രദ്ധയാകർഷിക്കാനും അങ്ങനെ പ്രസ്ഥാനം നടത്തിയെടുക്കാനാവാത്തതിനും ഉള്ള ഒഴികഴിവുകൾ. രാഷ്ട്രീയ മുന്നണിക്ക് ചരിത്രപ്രാധാന്യവും ഫലപ്രാപ്തിയും നല്കാൻ സായുധവിഭാഗത്തിനേ കഴിയൂ. യുദ്ധവും പ്രചാരണവും തമ്മിൽ കൂട്ടിക്കുഴയ്ക്കരുത്. സായുധരാഷ്ട്രീയ നേതൃത്വത്തിന്റെ അഭാവം സൃഷ്ടിക്കുന്ന ശൂന്യതയെ ഒരു കൃത്രിമമുന്നണിക്ക് നികത്താനാവില്ല. ഇരുട്ടുകൊണ്ട് ഓട്ടയടയ്ക്കുമ്പോലെ ഒരു ശൂന്യതയെ മറ്റൊന്നുകൊണ്ട് മറച്ചിട്ട് കാര്യമില്ല, മറിച്ച് ശൂന്യത ഇരട്ടിക്കുകയേയുള്ളൂ.

ഒരിക്കൽകൂടി പറയട്ടെ, മുൻഅനുഭവങ്ങളുണ്ടായിട്ടുകൂടി, സ്ഥാപനങ്ങൾക്കാണ്, പ്രവർത്തനങ്ങളേക്കാൾ മുൻതൂക്കം നല്കപ്പെടുന്നത്. പ്രവർത്തനം ആരംഭിക്കുന്നതിനു മുമ്പായിത്തന്നെ ശൈശവ വിപ്ലവപ്രസ്ഥാനങ്ങളും ഏതാനും ഡസൻ അംഗങ്ങൾ മാത്രമുള്ള കൊച്ചുദളങ്ങളും പ്രസ്ഥാനത്തിന്റെ ഔപചാരികഘടന നിരൂപിക്കുന്നതിൽ മുഴുകുന്നു. ഒരു മന്ത്രിസഭയേക്കാൾ സങ്കീർണവും ദുരൂഹവുമാണത് ഉത്തരവുകൾ, നിർദ്ദേശങ്ങൾ, ദൗത്യങ്ങൾ. അതായത് ഒരു വിപ്ലവപ്രസ്ഥാനത്തെ വിലയിരുത്തേണ്ടത് അതിന്റെ കീഴിൽ എത്ര വിഭാഗങ്ങൾ പ്രവർത്തിക്കുന്നു എന്ന കണക്കിലൂടേയാണത്രെ. അകക്കാമ്പിനല്ല, പുറന്തൊണ്ടിനാണ് പ്രാമുഖ്യം, അകക്കാമ്പ് കുഴഞ്ഞുമറിഞ്ഞുകിടക്കുന്നു. എന്തുകൊണ്ട്? കാരണം പഴയവിശ്വാസങ്ങളിൽ നിന്ന് അംഗങ്ങൾ മുക്തരല്ലെന്നതുതന്നെ. അവരുടെ ഉറച്ച വിശ്വാസം ഇതാണ്: സർവ്വഥാ ആദ്യം വിപ്ലവബോധവും വിപ്ലവസംഘടനയും. പിന്നീടുമതി വിപ്ലവപ്രവർത്തനം. നമുക്കിതു മനസ്സിലാക്കാൻ ശ്രമിക്കാം. തെരഞ്ഞെടുപ്പെന്ന മയക്കുമരുന്നിനടിമപ്പെടുന്നവരെ പ്രചോദിപ്പിക്കുന്ന, ബുദ്ധിശൂന്യമായ ആദർശവാദത്തിന്റെ സ്രോതസ്സും ഇതുതന്നെയാണ് കേവലഭൂരിപക്ഷം (പകുതിയും പിന്നെ ഒന്നും)

ലഭിക്കുന്ന ദിവസം സോഷ്യലിസം നേടിയെടുക്കാമെന്ന പ്രതീക്ഷ. നാമെത്തിച്ചേരുന്നത് ഈ വിരോധാഭാസത്തിലേക്കാണ് പിന്തിരിപ്പന്മാരുടെ സമാധാന പ്രവർത്തനങ്ങളെ ക്രമീകരിക്കുന്ന അതേ നിയമാവലി സായുധ വിപ്ലവ പ്രസ്ഥാനത്തിനും ബാധകമാക്കപ്പെട്ടിരിക്കുന്നു. അപ്പോൾ പിന്നെ തത്ഫലമായുണ്ടാകുന്ന പാളിച്ചകൾ ഗറില്ലാ സമരങ്ങളെ ബാധിക്കുന്ന തിൽ എന്തിനദ്ഭുതപ്പെടണം?

ഒന്നാമതായി സൂക്ഷ്മത്തിൽ നിന്നു സ്ഥൂലം എന്നാണ് നിയതി, മറി ച്ചാവുന്നത് തികച്ചും ബുദ്ധിശൂന്യം. ഏറ്റവും സൂക്ഷ്മമായത് ഗറില്ലാ ഫോകോ, അതാണ് ജനകീയസൈന്യത്തിന്റെ സൂക്ഷ്മകേന്ദ്രം, ബീജം. വിപ്ലവമുന്നണിയല്ല ബീജത്തിനു ജന്മം നല്കുന്നത്, മറിച്ച് ബീജത്തിൽ നിന്നാണ് ദേശീയവിപ്ലവമുന്നണി വളർന്നു വികസിക്കുന്നത്. നിലവിലുള്ള ബീജത്തിനു ചുറ്റുമായാണ് മുന്നണി രൂപം പ്രാപിക്കുന്നത്, അല്ലാതെ വിമോചനപ്രസ്ഥാനത്തെ കേന്ദ്രീകരിച്ചല്ല. ഫോകോയാണ് സൂക്ഷ്മ യന്ത്രം, കൊച്ചുമോട്ടോർ, അതിന്റെ ചാലകശക്തി ബഹുജനയന്ത്രത്തെ ഇളക്കിവിടുന്നു, നിരവധി കൊച്ചു വിജയങ്ങൾ നേടിയെടുക്കുന്നു, അങ്ങനെ മുന്നണി രൂപീകരണം സാധ്യമാകുന്നു. ഫിഡലിസ്റ്റ ഗറില്ല കളുടെ അനുഭവപാഠങ്ങൾ മറ്റൊരു വൈരുധ്യം ചൂണ്ടിക്കാട്ടുന്നു വിപ്ലവ ബീജം എത്രത്തോളം ദുർബലമോ, അത്രകണ്ട് സഖ്യങ്ങളെപ്പറ്റി ആശങ്കാ കുലരായിരിക്കണം; സശക്തമാണെങ്കിലോ സഖ്യങ്ങളുണ്ടാക്കുന്നതിൽ ഒട്ടും ശങ്കിക്കേണ്ട, കാരണം ജനകീയസൈന്യത്തിന്റെ കൈകളിലാണ് കടിഞ്ഞാൺ, എന്തിനുവേണ്ടി പോരാടുന്നുവോ ആ തത്ത്വങ്ങൾ കാത്തു സൂക്ഷിക്കപ്പെടും. പക്ഷപാതപരമായ ഈ ആശയത്തിന്റെ ലക്ഷ്യം നിഷ് ക്രിയവും നിശ്ചലവുമായ സായുധന്യൂക്ലിയസിന്റെ ഉദ്ദേശ്യശുദ്ധിയും മനോ വീര്യവും നിലനിർത്തുക മാത്രമാണെങ്കിൽ ശരി, മറിച്ച് ന്യൂക്ലിയസ് സജീവവും സക്രിയവും സചേതനവുമാണെന്നു വരികിൽ, മറ്റു നിരവധി ദളങ്ങൾക്ക് ജന്മം നല്കാനായി, ഇടതടവില്ലാത്ത നടന്നുകൊണ്ടിരിക്കുന്ന യുദ്ധത്തിന് നേതൃത്വം വഹിക്കുന്നതിനായി രൂപമെടുത്തതാണ് ഈ ന്യൂക്ലിയസ് എന്നു വരികിൽ, ഇതസാധ്യമാണ്. സ്വന്തം അസ്തിത്വത്തി നായി, ഈ ന്യൂക്ലിയസ്സിന് പോരാടിയേ മതിയാവൂ, നിശ്ശേഷ്ടമായി, കൈയുംകെട്ടി അകന്നുമാറി നില്ക്കാനാവില്ല. രണ്ടും കല്പിച്ചാണ് ന്യൂക്ലി യസ് ഇറങ്ങുന്നത്. സ്വദേശം അല്ലെങ്കിൽ മരണം അതാണതിന്റെ മുദ്രാ വാക്യം. ന്യൂക്ലിയസ് ഒന്നടങ്കം ആത്മാഹുതി നടത്തും. അക്ഷരാർത്ഥ ത്തിൽത്തന്നെ അഥവാ വിജയിക്കും, രാജ്യത്തേയും തങ്ങളെത്തന്നേയും രക്ഷിക്കും. ഒരർത്ഥത്തിൽ വിപ്ലവസേനയ്ക്ക് യുദ്ധകാലത്തുടനീളം അനേകം ക്ലേശങ്ങൾ സഹിക്കേണ്ടി വന്നു, പ്രത്യേകിച്ച് ആദ്യഘട്ടങ്ങളിൽ. തത്ത്വദീക്ഷയില്ലാത്ത സഖ്യങ്ങൾക്കെതിരായി എന്തുവിലയും കൊടു ക്കാൻ; സ്വേച്ഛാധിപത്യത്തിനെതിരായി മറ്റു പാർട്ടികളിലെ തീവ്രവാദി കളേയും പൊതുജനങ്ങളേയും അണിനിരത്താൻ; യുദ്ധത്തിൽ

പങ്കെടുപ്പിക്കാൻ. ദേശവിലക്കു വിധിക്കപ്പെട്ട സംഘടനകൾക്ക് മിയാമി ഉടമ്പടിയെ അപലപിച്ചുകൊണ്ട് ഫിഡൽ എഴുതിയ കത്ത് വീണ്ടും നിശിതമായ ഉദാഹരണമായിത്തീരുന്നു. ആ കത്ത് അവസാനിക്കുന്നത് ഇപ്രകാരമാണ് 'അഭിമാനത്തോടെ മരിക്കാൻ ആരുടെയും കൂട്ടു വേണമെന്നില്ല.'

ഈ വിചിത്രമായ വൈരുധ്യം ഗറില്ലാദളവും പട്ടാളവും തമ്മിലുള്ള ബന്ധത്തെ സാരമായി ബാധിച്ചു. തുടക്കത്തിൽ വിപ്ലവപക്ഷം ദുർബലമായിരുന്നപ്പോൾ, പട്ടാളവുമായി സമ്പർക്കം പുലത്താനോ അതുവഴി രാഷ്ട്രീയാട്ടിമറി നടത്താനോ ഉള്ള ഉദ്യമങ്ങളെ ഫിഡൽ തീർത്തും നിരുത്സാഹപ്പെടുത്തി. ജൂലൈ 26 പ്രസ്ഥാനത്തെ അനുകൂലിച്ചുകൊണ്ടുള്ള ഭരണകൂടഅട്ടിമറി സത്യത്തിൽ വിപ്ലവസൈന്യത്തോടു ചെയ്യുന്ന അന്യായമായിരുന്നേനേ. കാരണം വിപ്ലവസൈന്യം കരുത്തുറ്റ എതിർശക്തി അല്ലാതിരുന്നതിനാൽ, വിമോചനപട്ടാളം അധികാരം കൈയടക്കുമായിരുന്നു, വിപ്ലവപ്രസ്ഥാനം അങ്ങനെ തടസ്സപ്പെടുമായിരുന്നു. പിന്നീട് സിയേറ മയിസ്ത്ര വേണ്ടത്ര കരുത്തു നേടിയശേഷം പതുക്കെപ്പതുക്കെ നേതൃത്വസ്ഥാനത്തെത്തിയ ശേഷം, ആ വസ്തുതയ്ക്ക് സർവജനപിന്തുണ ലഭിച്ചശേഷം, പട്ടാളവുമായി സമ്പർക്കം സ്ഥാപിക്കാനുള്ള ഒരവസരവും ഫിഡൽ പാഴാക്കിയില്ല. ഭരണകൂട അട്ടിമറിക്ക് കളമൊരുക്കാനല്ല, മറിച്ച് പട്ടാളത്തിനകത്തെ ഭിന്നിപ്പുകൾ രൂക്ഷമാക്കി, ഭരണകൂടത്തിന്റെ തകർച്ച ത്വരിതപ്പെടുത്താൻ. ആ ഘട്ടത്തിൽ ഭരണകൂട അട്ടിമറി നടന്നിരുന്നുവെങ്കിൽ അത് ജനകീയസമരത്തെ പാർശ്വവത്കരിക്കുമായിരുന്നില്ല, മറിച്ച് ഭരണകൂടപട്ടാളത്തിൽ പിളർപ്പുകൾ ഉണ്ടാക്കുകയേ ചെയ്യുമായിരുന്നുള്ളൂ. ഗറില്ലാസൈന്യം സ്വന്തം നിലയ്ക്ക് കൂടുതൽ ഉത്സാഹിതരായി പട്ടാളത്തിനെതിരെ പോരാടുമായിരുന്നു.[23] 1958 ഒക്റ്റോബറിൽ ഫിഡൽ തന്റെ സംഘടനയിലെ ഒരു സഖാവിനെഴുതി: ഭരണകൂട അട്ടിമറിയല്ല മറിച്ച് ഭരണപക്ഷപട്ടാളത്തെ സായുധസമരത്തിലേക്ക് ഇണക്കിച്ചേർക്കുകയാണ് വിപ്ലവപ്രവർത്തനം. (കമാചോവിനുള്ള കത്ത് 10 ഒക്ടോബർ 1958). സ്വന്തം വ്യവസ്ഥാപനത്തോട് കൂറു പുലർത്തുന്ന പട്ടാളക്കാരുടെ വീക്ഷണത്തിൽ അത്തരമൊരു

23. ഫ്രാങ്ക് പയസിനുള്ള കത്ത്: 21 ജൂലൈ 1957. 'ഞങ്ങൾക്ക് ഒരു ധൃതിയുമില്ല. എത്രകാലം വേണമെങ്കിലും ഇവിടെ പൊരുതിനില്ക്കാൻ ഞങ്ങൾ തയ്യാർ. ഒന്നുകിൽ ഞങ്ങളുടെ മരണം അതല്ലെങ്കിൽ ശരിയായ വിപ്ലവത്തിന്റെ വിജയം അതാവും ഈ യുദ്ധത്തിന്റെ കലാശക്കൊട്ട്. ഈ വാക്കുകളാണ് സത്യം. പഴയ ഭയാശങ്കകളെല്ലാം നീങ്ങിയിരിക്കുന്നു. പട്ടാളഭരണകൂടം എന്ന ഭീഷണി മങ്ങിത്തുടങ്ങിയിരിക്കുന്നു, കാരണം സംഘടിത ജനകീയശക്തി ദിനംപ്രതി പൂർവാധികം കരുത്താർജിക്കുന്നു. അട്ടിമറിയോ പട്ടാളഭരണമോ നടന്നെന്നു വരികിൽ ഇവിടെ ഉറച്ചുനിന്നുകൊണ്ടുതന്നെ ഞങ്ങളാവശ്യപ്പെടും ഞങ്ങളുടെ പരിപാടി നടപ്പാക്കണമെന്ന്. ഈ യുദ്ധം തുടർന്നുകൊണ്ടു പോകാനായാൽ ഒരു പട്ടാള ഭരണകൂടത്തിനും ഏറെനാൾ നിലനില്ക്കാനാവില്ല.

ഇണക്കിച്ചേർക്കൽ രാജ്യദ്രോഹമെന്നു വിവക്ഷിക്കപ്പെടുമെന്നതിനാൽ, അദ്ദേഹം അവരെ ചർച്ചയ്ക്ക് ക്ഷണിച്ചു. ആയുധം ഉപേക്ഷിക്കാൻ, ചില യൂണിറ്റുകളെ നിർവീര്യമാക്കാൻ പറഞ്ഞു. അപമാനകരമായ യാതൊരു നിബന്ധനകളും അവർക്കുമേൽ ചെലുത്തിയില്ല. ചർച്ചയ്ക്കു സമ്മതിച്ചുവെന്നത് അവരുടെ മനസ്സിന് ഇളക്കം തട്ടിയിട്ടുണ്ട് എന്നതിന്റെ സൂചനയായിരുന്നു. ആക്രമണങ്ങളുടെ എണ്ണം പെരുകുന്തോറും കൂടുതൽ കൂടുതൽ ശത്രുസൈന്യമേധാവികൾ വിപ്ലവകമാൻഡിന്റെ സന്ദേശങ്ങളോടു പ്രതികരിച്ചു, ബറ്റിസ്റ്റയുടെ പ്രചാരണയന്ത്രം ഭരണ കൂടപടയാളികളുടെ കൊലയാളികളെന്നു വിപ്ലവകാരികളെ മുദ്രകുത്തി യെങ്കിലും.

മനശ്ശാസ്ത്രപരമായ സമ്മർദ്ദം ഫലപ്രദമാവുന്നത് അത് യുദ്ധത്തിന്റെ ഭാഗമാവുമ്പോഴാണ്. മിലിറ്ററി സമ്മർദ്ദം ക്ഷണികമായിട്ടെങ്കിലും അല്പ മൊന്നു കുറഞ്ഞാൽ രാഷ്ട്രീയസമ്മർദ്ദവും ആലംബഹീനമായി അഗാധ തയിലേക്കു പതിക്കും. നിത്യേന അനേകം സൈനികർ മരിച്ചുവീഴുന്നതു കണ്ട്, സ്വന്തം ജീവൻ അപകടത്തിലാണെന്നു കണ്ട് ബറ്റിസ്റ്റയുടെ സൈനികമേധാവികൾ ചർച്ചയ്ക്കു തയ്യാറായി. ഒളിമറവില്ലാത്ത ആഹ്വാനത്തെ അവർ അപലപിച്ചില്ല. ചെറുത്തുനില്പും ആക്രമണവും നടക്കുന്നതിനോടൊപ്പം തന്നെ നുഴഞ്ഞുകയറ്റവും മാനസികസമ്മർദ്ദവും നടന്നാലേ പ്രയോജനമുണ്ടാവൂ. ജനകീയസൈന്യത്തിന്റെ ദേശഭക്തി പരവും വിപ്ലവകരവുമായ ആഹ്വാനങ്ങളോട് ഭരണസൈന്യം പ്രതികരി ക്കണമെങ്കിൽ പരസ്പരബഹുമാനം ആവശ്യമാണ്. ഒരു ഭടൻ തന്നിൽ ഭയമുണർത്തുന്നവരേയെ ബഹുമാനിക്കൂ. സമാധാനത്തെപ്പറ്റി സംവ ദിക്കാം, പക്ഷേ യുദ്ധം നടക്കുമ്പോൾ സമാന്തരമായി മാത്രം. സമാധാന മെന്ന മുദ്രാവാക്യം വിപ്ലവകാരിയിൽ നിന്നകറ്റി മർദ്ദകനെതിരെ തിരിച്ചു വിടാൻ ഈയൊറ്റ മാർഗമേയുള്ളൂ. ഈ ഘട്ടത്തിൽ ഫിഡൽ സമാധാന മെന്ന മുദ്രാവാക്യം മുഴക്കി, ആഭ്യന്തരസമരം അവസാനിപ്പിക്കണമെന്ന ഓരോരുത്തരുടേയും ആഗ്രഹം മുന്നോട്ടു വെച്ചു, സമാധാനത്തിനു മാർഗതടസ്സമായി നില്ക്കുന്നത് ബറ്റിസ്റ്റയും അയാളുടെ ഭരണകൂടവു മാണെന്ന് ചൂണ്ടിക്കാട്ടി. സമാധാനം സ്ഥാപിച്ചെടുക്കാനുള്ള വിപ്ലവ പോരാട്ടം ഊർജ്ജിതപ്പെട്ടു.

ഇനിയൊരു വസ്തുത ജനകീയപോരാട്ടത്തിന് നേതൃത്വം നല്കാൻ ചർച്ചാരാഷ്ട്രീയക്കാരുടെ ഒരു മുന്നണിക്കും കഴിയില്ല. സാങ്കേതികമായ കഴിവുകളുള്ള, കേന്ദ്രീകൃതവും സമാനമായ വർഗതാത്പര്യങ്ങളാൽ ഏകീകരിക്കപ്പെട്ടതുമായ ഒരു നിർവാഹകസമിതിക്കേ അതിനു കഴിയൂ. ചുരുക്കത്തിൽ സായുധവിപ്ലവസമരസമിതിക്കേ അതിനു കഴിയൂ. ഒരു ദേശീയമുന്നണി സ്വാഭാവികമായും വൈവിധ്യമാർന്നതാണ്, രാഷ്ട്രീയ പിടിവലികളുടെ, വാദവിവാദങ്ങളുടെ, അവസാനമില്ലാത്ത ചർച്ചകളുടെ,

താത്കാലിക ഒത്തുതീർപ്പുകളുടെ അങ്കണമാണത്. അപകടം ആസന്ന മാണെന്നു വരികിലേ, അവർക്ക് ഒന്നിച്ചു നില്ക്കാനാവൂ, അങ്ങനെ വന്നാലേ നിലനില്പുള്ളൂ. അതല്ലെങ്കിൽ മറ്റേതെങ്കിലും പൊതുശത്രു വിനെ ചെറുത്തുനില്ക്കാനായി. പക്ഷേ ഈ ചെറുത്തുനില്പും ഓരോ ഘടകകക്ഷിയും പരസ്പരബന്ധമില്ലാതെ, സ്വന്തം വിധത്തിലാണ് പ്രാവർത്തികമാക്കുക. വിജയം നേടിയശേഷം ഘടകകക്ഷികളൊക്കെ സ്വതന്ത്രരാകും, പഴയ പരസ്പരവൈരാഗ്യ വിദ്വേഷങ്ങളും പ്രകടമാകും. എന്തൊക്കെയായാലും യുദ്ധസംബന്ധമായ വിഷയങ്ങളിൽ രാഷ്ട്രീയ മുന്നണിക്ക് പരിമിതമായ നയതന്ത്രച്ചുമതലയല്ലാതെ സൈനികനീക്ക ങ്ങളുടേയും പ്രവർത്തനങ്ങളുടേയും ഉത്തരവാദിത്വം നല്കാനാകില്ല. മുന്നണിയുടെ അധ്യക്ഷന് അല്ലെങ്കിൽ നിർദ്ദേശകർക്ക് അനുരഞ്ജനം നിലനില്ക്കുന്നേടത്തോളം കാലമേ പദവിയിലിരിക്കാനാകൂ. അധികാരം നേടിയെടുക്കാൻ മധ്യസ്ഥർ നേതാക്കളെ സഹായിച്ചെന്നിരിക്കും, പക്ഷേ അതു നിലനിർത്തേണ്ടത് നേതാക്കൾ തന്നെയാണ്, അതായത് ഏതെ ങ്കിലും ഒരു മധ്യസ്ഥൻ തക്കസമയത്ത് നേതൃത്വസ്വഭാവം പ്രകടമാക്കി യെന്നു വരാം, വർഗാതീത ഒത്തുതീർപ്പുകളുടെ നീലാകാശത്തുനിന്ന് ഭൂമിയിലേക്ക്, ദൂഷിതസമൂഹത്തിനു നടുവിലേക്ക്, ഇറങ്ങിവന്ന് ഏതെ ങ്കിലുമൊരു വർഗത്തിന്റെ നേതൃസ്ഥാനത്ത് നിലയുറപ്പിച്ചെന്നും വരാം.

ഈ പ്രക്രിയകളുടെയെല്ലാം ഉദ്ഭവസ്ഥാനം രാഷ്ട്രീയമാണ്. അല്ലാതെ മറ്റെവിടെനിന്ന്? മനോവീര്യത്തിന്റെ അഭാവം കൊണ്ടാണോ? പക്ഷേ വിപ്ലവികളായ കമ്യൂണിസ്റ്റുകാർക്ക് മനോവീര്യമുണ്ട്, ശ്ലാഘനീയമായ മനോവീര്യം. ഇത്തരം പ്രക്രിയകൾ കെടുതികൾ സൃഷ്ടിച്ച രാജ്യങ്ങളിൽ വിപ്ലവികളായ കമ്യൂണിസ്റ്റുകളാണ്, സഖാക്കളാണ് പോരാട്ടത്തിന്റെ ഭാരം പ്രധാനമായും വഹിച്ചത്. മരണവിവരപ്പട്ടിക നമുക്കിവിടെ പരിശോധിക്കാം. മരിച്ചവരിൽ ഏതാണ്ട് മുഴുവൻ പേരും പാർട്ടി അംഗങ്ങളായിരുന്നു. പക്ഷേ ഹാ, കഷ്ടം? ആത്മത്യാഗം രാഷ്ട്രീയവിവാദമല്ല, രക്തസാക്ഷിത്വം ഒന്നിനും ഒരു തെളിവുമല്ല. രക്തസാക്ഷികളുടെ പട്ടിക നീണ്ടുനീണ്ടു പോകുന്നെ ങ്കിൽ, ഓരോ വീരസാഹസികപ്രവൃത്തിയും രക്തസാക്ഷിത്വമായി മാറു ന്നെങ്കിൽ എവിടേയോ എന്തോ പിശകുണ്ടെന്ന് ഉറപ്പ്. വധിക്കപ്പെട്ട, അറസ്റ്റു ചെയ്യപ്പെട്ട രക്തസാക്ഷികൾക്ക് ആദരാഞ്ജലികൾ അർപ്പിക്കുന്നതി നോടൊപ്പം ആ പിശകെന്തെന്നു കണ്ടെത്തേണ്ടതും പാർട്ടിയുടെ ധാർമ്മിക ബാധ്യതയാണ്.

ഇതിന്റെയൊക്കെ അടിത്തട്ട് പഴകിയതും വിശ്വാസയോഗ്യമല്ലാത്തതും പരാജയങ്ങളാൽ ദ്രവിച്ചുപോയതും എന്നിട്ടും മുറുകെ പിടിച്ചുകൊണ്ടി രിക്കുന്നതുമായ രാഷ്ട്രീയാശയങ്ങളാണ്.

1. ദേശീയ ബൂർഷ്വാസിയടക്കം നാലു വർഗങ്ങളുടെ കൂട്ടായ്മ

2.ദേശീയജനാധിപത്യമെന്ന സങ്കല്പം - അതായത് മുതലാളിവർ ഗത്തിന്റെ ഉത്പാദന മാർഗങ്ങളെ, വർഗസമവാക്യങ്ങളെ പൊതുജനം

സാമ്രാജ്യത്വശക്തികളുടെ കൈകടത്തലിൽ നിന്നു മുക്തമാക്കി, സ്വതന്ത്രമാക്കി, നിലനിർത്തും. അതു പിന്നീട് പതുക്കെ സോഷ്യലിസത്തിലേക്കു പരിവർത്തനം ചെയ്യപ്പെടും.

3. കർഷകരോടുള്ള അവജ്ഞ അഥവാ നികൃഷ്ടമനോഭാവം. ഇത്തരം മനോഭാവം കർഷകർക്ക് ഒട്ടും സ്വീകാര്യമല്ലാതാനും. സമകാലീന രാഷ്ട്രീയസംഘടനകളൊന്നും തന്നെ ലാറ്റിനമേരിക്കൻ രാജ്യങ്ങളിലെ ഉത്പാദനമാർഗങ്ങളെപ്പറ്റി പൊതുവെയും ഇന്നു നിലവിലുള്ള മിശ്രരീതികളെപ്പറ്റി പ്രത്യേകിച്ചും അജ്ഞരാണ്. ഏതെങ്കിലും ഒരു രീതി മറ്റുള്ളവയേക്കാളേറെ എന്തുകൊണ്ട് പലതരത്തിൽ മുന്നിട്ടു നില്ക്കുന്നുവെന്നതിനെപ്പറ്റി അടിസ്ഥാനപരമായി വ്യക്തവും നിശ്ചിതവുമായ, വിശകലനം നടത്താത്തവരാണ്. ഇത്തരമൊരു വിശകലനത്തിനു മാത്രമേ സമകാലീന വർഗസമവാക്യങ്ങളിലേക്ക് വെളിച്ചം വീശാനാവൂ. ഈ പോരായ്മകളെക്കുറിച്ച്, അഭാവങ്ങളെക്കുറിച്ച്, പൊതുവെ എല്ലാവരും ബോധവാന്മാരാണ്. എന്നുവെച്ച് സ്ഥിതിഗതികൾ ക്രമപ്പെടുത്താൻ അതു മാത്രം പോരല്ലോ. പ്രയോഗതലത്തിലെ ഭവിഷ്യത്തുക്കളെപ്പറ്റിയാണ് നമ്മുടെ ചിന്ത.

വാളെന്ന നിലയ്ക്ക് തലങ്ങും വിലങ്ങും വീശിയും ലഘുലേഖകളിൽ എഴുതിയും പരിപാടികളിൽ ഉദ്ഘോഷിച്ചും സായുധസമരം എന്ന പദം നിരന്തരം പ്രയോഗത്തിലുണ്ടെന്നതു ശരിതന്നെ. പക്ഷേ പലയിടങ്ങളിലും സായുധസമരത്തിനുള്ള അടിയുറച്ച സന്നദ്ധതയുടേയും സംഹാരാത്മകമായ സമരതന്ത്രങ്ങളുടേയും അഭാവം അനുഭവപ്പെടുന്നു. സമരതന്ത്രങ്ങൾ എന്നതുകൊണ്ട് നാം എന്താണ് ഉദ്ദേശിക്കുന്നത്? പ്രധാനവും അത്രതന്നെ പ്രധാനമല്ലാത്തതുമായ പ്രവൃത്തികളും കടമകളും ഏതാദ്യം, ഏതു പിന്നീട് എന്നു തരം തിരിക്കേണ്ട വിധം. സുഗമമായ പ്രായോഗികവാദം എല്ലാ വിധത്തിലുള്ള സമരമുഖങ്ങളേയും സമന്വയിപ്പിച്ച് മുന്നോട്ടു നയിക്കും. അവയെയൊക്കെ സ്വന്തമായ നിലയ്ക്ക് പരസ്പരധാരണയിലെത്തിച്ചേരാൻ അനുവദിക്കും. പക്ഷേ ഏതെങ്കിലുമൊരു ഘട്ടത്തിൽ, നിഷേധാത്മകമായ എന്തെങ്കിലും നിരസിക്കാനുള്ള സമരതന്ത്രവും നിർവചിക്കേണ്ടിയിരിക്കുന്നു; അതായത് ചില സന്ദർഭങ്ങളിൽ സമാധാനപരമായ ജനകീയസമരങ്ങൾക്കുപരിയായി സായുധസമരത്തിന് മുൻതൂക്കം നല്കണമെന്ന പരാമർശം പലപ്പോഴും എതിർക്കപ്പെട്ടിട്ടുണ്ട്, കാരണം അത്തരമൊരു നീക്കം വിപ്ലവപാർട്ടിയുടെ രാഷ്ട്രീയനേതൃത്വത്തെ സായുധനേതൃത്വത്തിന്റെ അധീനതയിൽ കൊണ്ടുവരുമെന്നും രാഷ്ട്രീയനേതൃത്വത്തിന്റെ ഗതിവിഗതികൾ സായുധസമരതന്ത്രങ്ങളെ ആശ്രയിച്ചിരിക്കുമെന്നും ഉള്ള ആശങ്കയാണ്. പക്ഷേ യാഥാർത്ഥ്യം അതല്ല. എല്ലാ വാഗ്ധോരണികൾക്കു ശേഷവും വീണ്ടും എല്ലാവരും മറക്കുന്നു ഗറില്ലായുദ്ധം രാഷ്ട്രീയമാണ്, അതുകൊണ്ടുതന്നെ രാഷ്ട്രീയപക്ഷത്തിന് സായുധപക്ഷത്തിനെതിരായി നിലകൊള്ളാനാവില്ല.

ടെക്നിസിസം, മിലിറ്ററിസം - ഈ രണ്ടു പദങ്ങൾ ഉപയോഗിക്കുന്നത് ആരാണ്? ഗറില്ലാപോരാട്ടത്തിന്റെ പശ്ചാത്തലത്തിൽ സർവസമരമുഖങ്ങളേയും ഏകോപിപ്പിച്ച് ടെക്നിസിസം, മിലിറ്ററിസം എന്ന രണ്ടു തട്ടുകളിലാക്കാൻ ശ്രമിക്കുന്നവർ സായുധസമരതന്ത്രങ്ങൾക്കെതിരായി രാഷ്ട്രീയനിലപാടിനേയും സായുധനേതൃത്വത്തിനെതിരായി രാഷ്ട്രീയ നേതൃത്വത്തേയും അണിനിരത്തുന്നവർ. അവർ ജീവിക്കുന്നത് ഉറച്ച പരമ്പരാധിഷ്ഠിതമായ ആദർശവാദത്തിൽനിന്നുണ്ടായ രണ്ടുലോകങ്ങളിലായാണ്, ശരിക്കു പറഞ്ഞാൽ ഇരട്ടത്താപ്പിന്റെ ലോകം. അതു വിളിച്ചു പറയാനെന്തിനു മടിക്കണം? രാഷ്ട്രീയം ഒരു വശത്ത്, സായുധസമരം മറുവശത്ത്. ജനകീയസായുധസമരം നാട്ടിൻപുറങ്ങളിൽ പ്രയോഗിച്ചു വരുന്ന ഒരു ടെക്നിക്കാണത്രെ, അത് സൂപ്പർടെക്നിക്കായ രാഷ്ട്രീയ നിലപാടിന്റെ അധീനതയിലാണത്രെ, സൂപ്പർടെക്നിക് ശുദ്ധമായ പ്രത്യയശാസ്ത്രമാണത്രെ, ശുദ്ധമായ രാഷ്ട്രീയം. സ്വർഗം ഭൂമിയെ എന്നപോലെ, ആത്മാവ് ശരീരത്തെയെന്നപോലെ, മസ്തിഷ്കം, അവയവങ്ങളെയെന്നപോലെ, രാഷ്ട്രീയപക്ഷം സായുധപക്ഷത്തെ ഭരിക്കുന്നു. വാക്കിനുശേഷമാണ് പ്രവൃത്തി. സായുധപ്രവർത്തനങ്ങൾക്കു മുമ്പും അവയോടൊപ്പം അവയെ നിയന്ത്രിച്ചുകൊണ്ടും ആകാശവാണിയായി വാക്കിന്റെ വകഭേദങ്ങൾ ഭൂമിയിലേക്കൊഴുകും. പ്രഭാഷണം, അലസ ഭാഷണം, , ജല്പനം...

ഒന്നാമതായി, സമകാലീന ലാറ്റിനമേരിക്കയിൽ യുദ്ധസംബന്ധമായ സാങ്കേതിക പ്രശ്നങ്ങളിൽ നിന്ന് രാഷ്ട്രീയനേതൃത്വത്തിന് ഒഴിഞ്ഞു മാറി നില്ക്കാനാവുമോ? അതുപോലെത്തന്നെ രാഷ്ട്രീയകാഡറുകളൊന്നും തന്നെ മിലിറ്ററി കാഡറുകളല്ലെന്ന കാര്യവും അചിന്തനീയം. ജനകീയസമരത്തിൽ പയറ്റിത്തെളിഞ്ഞ കാഡറുകളാണ് സായുധപക്ഷത്തിന്റെ നേതൃത്വസ്ഥാനത്തെത്തുക. വർത്തമാനഭാവികാലപരിപാടികളനുസരിച്ച് ഇത് അത്യാവശ്യമാണ്. പക്ഷേ രാഷ്ട്രീയ കാഡറുകൾ സ്വന്തം നിലനില്പിനായി ദിനംപ്രതിയെന്നോണം സർവലോക ട്രേഡ് യൂണിയനിസം, ലോകമെമ്പാടുമുള്ള ആയിരത്തിൽപരം ജനാധിപത്യസംഘടനകൾ എന്നിവയെക്കുറിച്ചുള്ള ചർച്ചകളിൽ മുഴുകിക്കഴിയുകയല്ലാതെ സ്വന്തം നാട്ടുകാരുടെ ജനകീയസമരത്തിനെ സംബന്ധിച്ച പ്രശ്നങ്ങളെക്കുറിച്ച് വിശദമായ പഠനത്തിനു മുതിർന്നിട്ടുണ്ടോ? ലാറ്റിനമേരിക്കയിൽ സായുധപ്രവർത്തനങ്ങൾക്ക് അത്യന്തം പ്രാധാന്യമുണ്ട്. കാരണം പൊതുവെ ചൈനയേയോ, മറ്റു ഏഷ്യൻ രാജ്യങ്ങളേയോ പോലല്ല ലാറ്റിനമേരിക്ക. തുടക്കം മുതൽതന്നെ ശാക്തിക സമവാക്യങ്ങളിൽ വിപ്ലവശക്തികളും സമ്പൂർണമർദ്ദകസംവിധാനവും തമ്മിലുള്ള ആനുപാതികമല്ലാത്ത വിടവു നിലനിന്നിരുന്നു, അതു തുടരുന്നു. പിന്നെ ഗ്രാമപ്രദേശങ്ങളിലെ പരിമിതമായ ജനസംഖ്യയും അവരുടെ പട്ടിണിയും ദാരിദ്ര്യവും കാരണം ദ്രുതഗതിയിൽ, വലിയ തോതിൽ പടയാളികളേയോ

പടക്കോപ്പുകളോ പുനഃസംഘടിപ്പിക്കാനാവില്ല. മറിച്ച് തുടക്കം മുതലുള്ള ഈ വിടവ് പരിഹരിക്കാനായി, രാജ്യങ്ങളിലെ പൊതുവെയുള്ള ദാരിദ്ര്യ നില കണക്കിലെടുത്ത് സമരതന്ത്രങ്ങൾ അതിവിദഗ്ധമായ രീതിയിൽ വേണം ആസൂത്രണം ചെയ്യാൻ. അതുകൊണ്ട് കുഴിബോംബുകൾ, സ്ഫോടകവസ്തുക്കൾ, ബസൂക്കകൾ, പുതിയതരം ഓട്ടോമാറ്റിക്ക് ആയുധങ്ങൾ, എന്നിവയ്ക്ക് ഇവിടെ മറ്റൊരിടത്തുമില്ലാത്തവിധം പ്രാധാന്യമുണ്ട്. ഉദാഹരണത്തിന് പതിയിരുന്നുള്ള ആക്രമണങ്ങളിൽ ഓരോ നിമിഷവും അതിസൂക്ഷ്മമായ വിശദാംശങ്ങളും അത്യന്തം വില പ്പെട്ടതാണ്, ആധുനിക ഓട്ടോമാറ്റിക് ആയുധങ്ങൾ, അവയുടെ ഉപയോഗ ക്രമം, ഏകോപിതമായ വെടിവെയ്പ് ഇവയൊക്കെ ഒത്തുചേർന്നാൽ വിപ്ലവപക്ഷത്തുള്ള ആയുധബലക്കുറവിന് കുറച്ചൊക്കെ പരിഹാരമാകും. പരിമിത/നിശ്ചിത നിമിഷങ്ങൾക്കകം വെറും മൂന്നുപേർക്ക് മുപ്പതു ഭടന്മാരെ കയറ്റിക്കൊണ്ടുപോകുന്ന ശത്രുട്രക്കിനെ നശിപ്പിക്കാം. മറിച്ച് പഴയ തോക്കുകളായിരുന്നെങ്കിൽ മുപ്പതു ഗറില്ലകൾ വേണ്ടിവരുമായി രുന്നു. അതേ കാരണംകൊണ്ടുതന്നെ ഏതൊരു ഗറില്ലാസംഘത്തിന്റേയും പ്രഥമ ലക്ഷ്യം ശത്രുവിനെ കൊല്ലുകയല്ല മറിച്ച് അവന്റെ ആയുധങ്ങൾ കൈക്കലാക്കുകയാണ്. ആയുധം പിടിച്ചെടുക്കാൻ വേറെ വഴിയില്ലെങ്കിൽ മാത്രമേ കൊല്ലേണ്ടതുള്ളൂ. ചുരുക്കത്തിൽ വിശദാംശങ്ങളോരോന്നും രാഷ്ട്രീയസായുധ നേതാവിനെ സംബന്ധിച്ചേടത്തോളം നിസ്സാരമല്ല. എല്ലാം വിശദാംശങ്ങൾ, ഓരോന്നും മറ്റൊന്നിനെ ആശ്രയിച്ചിരിക്കുന്നു. അതിന്റെ മേൽനോട്ടം നേതാവിനു തന്നെയായിരിക്കണം.

രണ്ടാമതായി വിപ്ലവകാഡറുകളെ പരിശീലിപ്പിക്കാൻ സായുധ പോരാട്ടമാണ് ഗറില്ലാഅനുഭവങ്ങളില്ലാത്ത രാഷ്ട്രീയപ്രവർത്തനത്തേ ക്കാൾ നിർണായകമെന്ന വസ്തുത തെളിയിക്കപ്പെട്ടതാണ്. ലാറ്റിന മേരിക്കയിലെ ഇന്നത്തെ നേതാക്കന്മാർ ചെറുപ്പമാണ്, ഗറില്ലാപോരാട്ട ത്തിൽ ചേരുന്നതിനുമുമ്പ് ദീർഘകാല രാഷ്ട്രീയാനുഭവം അവർക്കില്ല. രാഷ്ട്രീയ കാഡർ, മിലിറ്ററി കാഡർ, രാഷ്ട്രീയ നേതൃത്വം, മിലിറ്ററി നേതൃത്വം എന്നിങ്ങനെ വേർതിരിച്ചുകാണുന്നത് തികച്ചും അപഹാസ്യ മാണ്. ശുദ്ധമായകലർപ്പില്ലാത്ത രാഷ്ട്രീയക്കാർക്ക് അങ്ങനെത്തന്നെ തുടരണമെന്നുള്ളവർക്ക് ജനകീയസായുധസമരത്തിന് നേതൃത്വം നല്കാനാവില്ല. പക്ഷേ ശുദ്ധമായ, കലർപ്പില്ലാത്ത സായുധർക്ക് അതിനു കഴിയും. ഗറില്ലാദളത്തെ നയിക്കുന്നതിലൂടെ, ആ അനുഭവത്തിന്റെ വെളിച്ചത്തിൽ അവർക്ക് നല്ല രാഷ്ട്രീയക്കാരാകാൻ കഴിയും. ക്യൂബയി ലേയും ഈയടുത്തകാലത്ത് വെനിസ്വേല, ഗ്വാട്ടിമാല എന്നിവിടങ്ങളി ലേയും മറ്റു പല രാജ്യങ്ങളിലേയും അനുഭവങ്ങൾ അതാണ് തെളിയിക്കു ന്നത്; അതായത് സാധാരണക്കാരെ, അവർ പെറ്റി ബൂർഷകളാണെങ്കിലും കർഷകരാണെങ്കിലും ശരി, ഗറില്ലാപോരാട്ടത്തിൽ പങ്കെടുപ്പിച്ച് വളരെ വേഗത്തിൽ പൂർണമായും കാഡറുകളായി വാർത്തെടുക്കാം, അത്രയും

തന്നെ സമയം പരിശീലനക്ക്യാമ്പിൽ ചെലവഴിച്ചാൽ അതേ ഫലം സിദ്ധിക്കില്ല. ഇതിനു കാരണം ഗറില്ലാപോരാട്ടത്തിന്റെ സമ്പൂർണവും സാരവത്തുമായ രാഷ്ട്രീയസ്വഭാവമാണ്. ഇത്തരത്തിലുള്ള അനുഭവപരിചയം പാർട്ടിക്കകത്തോ, ട്രേഡ് യൂണിയൻ സമരങ്ങളിലോ രാജ്യത്തിനകത്തോ പുറത്തോ ഉള്ള പരിശീലനക്യാമ്പുകളിൽ ചിട്ടയോടെ നല്കപ്പെടുന്ന രാഷ്ട്രീയപരിശീലനത്തേക്കാൾ ഇരട്ടിമടങ്ങ് മെച്ചപ്പെട്ടതാണ്, കാരണം അത്തരം പടിപ്പടിയായുള്ള (cursus honorum) അധ്യയനവ്യവസ്ഥയിൽ മിലിറ്ററി പരിശീലനം ഉൾക്കൊള്ളിച്ചിട്ടില്ല (അല്പം ചില വിവരങ്ങളുണ്ടെന്നു മാത്രം), മാത്രമല്ല രാഷ്ട്രീയ പരിശീലനം തന്നെ ഏറ്റവും മുന്തിയതായിരിക്കുമെന്നതിനും ഉറപ്പില്ല. ഉദാഹരണത്തിന് ക്യൂബയുടെ കാര്യമെടുക്കാം. വിപ്ലവസൈന്യവും ഒളിപ്പോർ പ്രസ്ഥാനവും ഒത്തുചേർന്ന് മുൻനിരയിലെ വിപ്ലവകാഡറുകളേയും ഗറില്ലാപ്രവർത്തകരുടെ ന്യൂക്ലിയസിനേയും സൃഷ്ടിച്ചെടുത്തു. ഇന്നും വിപ്ലവികൾ ഈ സംഘടനയുടെ മുൻനിരയിൽ നിന്നുകൊണ്ട് വിപ്ലവത്തിനകത്തെ, രൂഢമൂലമായ കമ്യൂണിസ്റ്റ് സ്വഭാവത്തെ സംരക്ഷിക്കുന്നു. രാഷ്ട്രീയക്കാർ മിലിറ്ററിയെന്നു മുദ്രകുത്തിയവരുടെ അതിവിചിത്രമായ ഭാഗധേയം.

എന്നിരുന്നാലും ചില രാജ്യങ്ങളിൽ രാഷ്ട്രീയക്കാർ സ്വന്തവും രാജ്യത്തിന്റെ മൊത്തവുമായ അനുഭവം വിസ്മരിക്കുന്നു. മിലിറ്ററിക്കാർ, രാഷ്ട്രീയക്കാർ എന്ന വ്യത്യാസം നിലനിർത്തുന്നു, ലാറ്റിനമേരിക്കയുടെ കാര്യത്തിൽ ഇത് തികച്ചും അസംബന്ധമാണ്. മിക്ക സമകാലീന പ്രവർത്തനങ്ങളിലും ഈ വ്യത്യാസം നിഴലിക്കുന്നു. ഉദാഹരണത്തിന്

- ഒരു പാർട്ടി നേതൃത്വം ഗറില്ലാദളത്തിലെ ഒട്ടനേകം അംഗങ്ങളെ (കാഡറുകളേയും യോദ്ധാക്കളേയും) വിദേശത്തേക്ക് രാഷ്ട്രീയ പരിശീലനത്തിനായി അയയ്ക്കുന്നു.
- മറ്റൊരു പാർട്ടിനേതൃത്വം നഗരത്തിൽ നിന്ന് നേരിട്ട് ഇറക്കുമതി ചെയ്ത രാഷ്ട്രീയകോമിസ്സാറുകൾ, മിലിറ്ററി കാഡറുകളെ അടക്കിനിർത്തി അവരുടെ രാഷ്ട്രീയബോധവത്കരണം തടയുകയോ അതിന് കടിഞ്ഞാണിടുകയോ ചെയ്യുന്നു. അങ്ങനെ ബദൽ മിലിറ്ററി നേതൃത്വസംവിധാനമില്ലെങ്കിലും രണ്ടു തരം കാഡറുകൾ എന്ന വിത്ത് ഗറില്ലാഅംഗങ്ങളുടെ മനസ്സിൽ വിതയ്ക്കപ്പെടുന്നു. രാഷ്ട്രീയ സൈനിക വിഷയങ്ങളിൽ സമചിത്തത പാലിക്കുന്ന ജനപ്രിയനേതാക്കൾ സ്വാഭാവികമായി ഉയർന്നു വരുന്നതിന് ഇതു വിലങ്ങുതടിയാവുന്നു. ഈ സമീപനം ക്യൂബൻ യുദ്ധകാലത്ത് ഫിഡൽ കൈക്കൊണ്ട 'സൈനികവിദഗ്ധരെ രാഷ്ട്രീയച്ചുമതലയും ഏല്പിക്കുക' എന്നതിൽനിന്ന് തികച്ചും വിപരീതമാണ്; ആപൽസാധ്യതകളുണ്ടായിരുന്നെങ്കിലും അതിനുതക്ക മെച്ചങ്ങളുമുണ്ടായിരുന്നു. റൗൾ കാസ്ട്രോ, ചെ ഗുവേരാ, കമിലോ സിയെഫ്യൂഗോസ് എന്നിങ്ങനെ

നിരവധി മിലിറ്ററി ഓഫീസർമാരാണ് ഇന്ന് തൊഴിലാളികർഷക വിപ്ലവത്തിന്റെ നേതൃത്വനിരയിൽ.

എന്നിരുന്നാലും ഒരു വസ്തുത മറച്ചുപിടിക്കരുത്. ഈ രീതിയിൽ, അതായത് ഭ്രൂണാവസ്ഥയിലുള്ള സൈന്യത്തെ പുറത്തു നിന്നു കൊണ്ട് നിയന്ത്രിക്കുക, സംഘടനയ്ക്കകത്ത് രണ്ടുതരം വിഭാഗങ്ങൾ നിലനിർത്തുക, സജീവപ്രവർത്തകരെ ഗറില്ലകളിൽ നിന്നകറ്റി, മറ്റെവിടേക്കെങ്കിലും രാഷ്ട്രീയപരിശീലനത്തിനായി അയയ്ക്കുക, എന്നിങ്ങനെ പ്രവർത്തിച്ചു പോരുന്ന നേതാക്കന്മാരുടെ പാർട്ടികളുടേയും സംഘടനകളുടേയും അടിത്തറ രാഷ്ട്രീയസൈനികവിഭാഗങ്ങൾ വ്യത്യസ്തമാണെന്ന സംഘടനാ സിദ്ധാന്തങ്ങളാണ്. ഇതാണത്രെ, മാർക്സിസ്റ്റ് തിയറിയുടെ അന്തഃസത്ത. ഇതുമാത്രമല്ല, അന്താരാഷ്ട്രതലത്തിലെ അനുഭവങ്ങളും ദീർഘകാലമായി ചൈനയിലും വിയറ്റ്നാമിലും നടന്നു വരുന്ന ജനകീയസമരങ്ങളും അടിത്തറയുടെ ഭാഗമാണ്. ഒരുവേള അവർ സിദ്ധാന്തങ്ങൾ വേണ്ട രീതിയിൽ പ്രയോജനപ്പെടുത്തിയില്ല എന്നു വരരുതോ? അതിനു സിദ്ധാന്തങ്ങളെ പഴി ചാരാനാവില്ലല്ലോ. അങ്ങനെയാണെങ്കിൽ രാഷ്ട്രീയ സിദ്ധാന്തങ്ങളെ ഒരു പ്രത്യേക സംഘടനാസംവിധാനമായോ, ക്ഷണികമായ ഉൾപാർട്ടി സ്ഥിതിഗതികളായോ നാം തെറ്റിദ്ധരിക്കുകയല്ലേ? അതിനർത്ഥം, അധികാരം കൈയടക്കു മുമ്പുള്ള ഘട്ടത്തിൽ പാർട്ടിയാണ് വിശേഷപ്പെട്ടതെന്നും ജനകീയസൈന്യത്തേക്കാൾ പാർട്ടിക്കാണ് സർവോപരി പ്രാധാന്യമെന്നുമുള്ള മഹാസിദ്ധാന്തത്തെ, പ്രയോഗത്തിൽ പാളിപ്പോയി എന്ന ഒഴികഴിവു പറഞ്ഞ് നാം തള്ളിക്കളയുകയല്ലേ? അഥവാ ആ സിദ്ധാന്തത്തിന് എല്ലാ അക്ഷാംശങ്ങളിലും സാധുതയില്ലെന്നാണോ? നമുക്ക് ഈ പ്രശ്നത്തിന്റെ വേരിലേക്കിറങ്ങാം.

വർത്തമാനകാലത്തിനുള്ള മുഖ്യപാഠം

1. പാർട്ടിയും ജനകീയസൈന്യത്തിന്റെ ഭ്രൂണമായ ഗറില്ലാദളവും ഇവ രണ്ടിൽ ഏതിനെയാണ് ആദ്യം ശക്തിപ്പെടുത്തേണ്ടത്? ഈ രണ്ടിൽ ഏറ്റവും നിർണായകമായ കണ്ണി ഏതാണ്? ഏതിനു വേണ്ടിയാണ് മുഖ്യമായും യത്നിക്കേണ്ടത്?

ഇന്ന്, ഗറില്ലാദളങ്ങൾ നിലനില്ക്കുന്ന ലാറ്റിനമേരിക്കൻ രാജ്യങ്ങളിലെ മുൻനിരക്കാരായ വിപ്ലവകാരികളെ ഭിന്നിപ്പിക്കുന്ന ചോദ്യങ്ങളാണിവ.

നാളെ മറ്റു രാജ്യങ്ങളിലെ വിപ്ലവകാരികൾക്കും ഇവയെ നേരിടേണ്ടി വരും.

ഇന്ന് ഇവയൊരു ദുർഘടസന്ധിയുടെ പ്രത്യക്ഷഭാവമാണ്.

മാർക്സിസത്തിന്റെ ചരിത്രത്തിലും ചരിത്രത്തിൽ പൊതുവായും ഈ ചോദ്യങ്ങൾക്ക് വഴക്കമായ മറുപടിയാണ് നല്കപ്പെട്ടിട്ടുള്ളത്. ഇത്തരം ചോദ്യങ്ങൾ ഉന്നയിക്കുന്നതു തന്നെ പാർട്ടിനിന്ദയാണെന്ന ധ്വനിയിലൂടെ പരിവർത്തനവിധേയമല്ലാത്ത ഉത്തരം അതായത് ആദ്യം പാർട്ടിയെയാണ് ബലപ്പെടുത്തേണ്ടത്, കാരണം അതാണ് ജനകീയസൈന്യത്തിന് രൂപവും മാർഗദർശനവും നല്കുന്ന ന്യൂക്ലിയസ്. അധ്വാനിക്കുന്ന വർഗത്തിന്റെ പാർട്ടിക്കു മാത്രമേ യഥാതഥമായ ജനകീയസൈന്യം സംഘടിപ്പിക്കാനാകൂ. ശാസ്ത്രീയാടിസ്ഥാനത്തിലുള്ള രാഷ്ട്രീയധാര ഉറപ്പുവരുത്താനാകൂ. തൊഴിലാളികളുടെ താത്പര്യങ്ങൾക്കായി അധികാരം നേടിയെടുക്കാനാകൂ.

'തിയററ്റിക്കൽ ഓർത്തഡോക്സി' ഒരു സൈന്യത്തെ ഉന്മൂലനം ചെയ്യുന്ന കാര്യമല്ല, മറിച്ച് സാമൂഹികവ്യവസ്ഥ ഒന്നടങ്കം മാറ്റിയെടുക്കുന്നതിനായി രാഷ്ട്രീയാധികാരം പിടിച്ചെടുക്കുന്ന കാര്യമാണ്. ബൂർഷ്വാ ഭരണസംവിധാനത്തിന് അതിന്റേതായ ഇതരഘടകങ്ങളുമുണ്ട് (രാഷ്ട്രീയം, നീതിന്യായം, ഭരണഘടന... എന്നിങ്ങനെ). ഇവയെ മർദ്ദനോപാധികളുമായി കൂട്ടിക്കുഴയ്ക്കരുത്. നിലവിലുള്ള രാഷ്ട്രീയശക്തിയെ ചൂഷിതരുടെ ജനകീയ സർവാധിപത്യമായി രൂപാന്തരപ്പെടുത്തുന്ന കാര്യമാണെങ്കിൽ

അതിന്റെ ചുമതല ചൂഷിതവർഗത്തിന്റെ പ്രതിനിധികൾക്കും അവർക്കു നേതൃത്വം നല്കുന്ന തൊഴിലാളി വർഗത്തിനുമാണ്. അവരാണ് ഈ രാഷ്ട്രീയസമരത്തെ സായുധസമരത്തോടൊപ്പം ആഭ്യന്തരവിപ്ലവസമരത്തിലേക്ക് നയിക്കേണ്ടത്. ഒരു വർഗം പ്രതിനിധീകരിക്കപ്പെടുന്നത് ഒരു പാർട്ടിയിലൂടേയാണ്. മിലിറ്ററി സംവിധാനത്തിലൂടേയല്ല. പ്രോലിറ്റേറിയറ്റിനെ പ്രതിനിധീകരിക്കുന്നത് ആ വർഗത്തിന്റെ ആശയാദർശങ്ങളായ മാർക്സിസം ലെനിനിസം പ്രകടിപ്പിക്കുന്ന പാർട്ടിയാണ്. ഈ പാർട്ടിയുടെ നേതൃത്വത്തിനു മാത്രമേ ശാസ്ത്രീയമായ രീതിയിൽ വർഗതാത്പര്യങ്ങൾ സംരക്ഷിക്കാനാകൂ.

സമഗ്രസാമൂഹികവ്യവസ്ഥയിൽ ഇടപെടുകയാണെന്നു വരികിൽ സമൂഹത്തെക്കുറിച്ചും വിവിധതലങ്ങളിലായുള്ള അതിന്റെ സങ്കീർണതയെക്കുറിച്ചും വികസനത്തെക്കുറിച്ചും ശാസ്ത്രീയമായ അറിവ് ഉണ്ടായിരിക്കേണ്ടത് അത്യാവശ്യമാണ്. ആഗോളാടിസ്ഥാനത്തിൽ സമഗ്രമായ രീതിയിൽ സമരം ചെയ്യുന്നതിന് ഇതൊരു മുൻനിബന്ധനയാണ്. ബൂർഷ്വാ സമൂഹത്തിനെതിരായി ജനകീയശക്തികൾ നയിക്കുന്ന സമഗ്രസമരമുറകളിൽ ഒന്നുമാത്രമാണെന്നതിനാൽ സായുധസമരത്തിന് അതിന്റേതായ പരിവട്ടത്തിൽ പരിമിതമായ പ്രസക്തിയേയുള്ളൂ. തൊഴിലാളി പാർട്ടിക്കു മാത്രമേ ശാസ്ത്രീയാടിസ്ഥാനത്തിൽ നിലവിലുള്ള സാഹചര്യങ്ങളും സമൂഹഘടനയും വേണ്ടപോലെ മനസ്സിലാക്കി സമയോചിതമായരീതിയിൽ മുദ്രാവാക്യങ്ങളും ലക്ഷ്യങ്ങളും സഖ്യങ്ങളും തീരുമാനിക്കാനാകൂ. ചുരുക്കത്തിൽ പാർട്ടിയാണ് പ്രസ്ഥാനത്തിന്റെ രാഷ്ട്രീയ ഉള്ളടക്കവും ലക്ഷ്യങ്ങളും തീരുമാനിക്കുന്നത്. പാർട്ടിക്ക് സൗകര്യംപോലെ എടുത്തുപയോഗിക്കാവുന്ന വെറുമൊരു ഉപകരണം മാത്രമാണ് ജനകീയ സൈന്യം. ജനകീയസൈന്യമാണ് പാർട്ടി എന്നു ധരിക്കുന്നത്, ഉപകരണമാണ്, അല്ലെങ്കിൽ മാർഗമാണ് ലക്ഷ്യമെന്ന് എന്നു പറയുമ്പോലെയാണ്: ടെക്നോക്രസിക്കു ശരിക്കും സംഭവിക്കാവുന്ന ആശയക്കുഴപ്പം അതുകൊണ്ടാണല്ലോ ടെക്നിസം, മിലിറ്ററിസം എന്ന വകഭേദങ്ങൾ.

'ഹിസ്റ്റോറിക്കൽ ഓർത്തഡോക്സി' രാഷ്ട്രീയ നേതൃത്വവും മിലിറ്ററി ഉപകരണവും എന്ന രീതിയിലുള്ള വിഭജനവും ആദ്യത്തേതിന് രണ്ടാമത്തേതിനുമേൽ അനിഷേധ്യമായ മേൽക്കോയ്മയും ഈ തത്ത്വങ്ങൾ പ്രാവർത്തികമാക്കപ്പെട്ടത് നമ്മുടെ ഇതിഹാസത്തിലെ വിജയകരമായ വിപ്ലവസമരങ്ങളിലാണ്. ഒക്റ്റോബർ 1917ൽ ബോൾഷെവിക് റെഡ്ഗാർഡുകൾ, പാർട്ടിമിലിറ്ററി കമ്മിറ്റിയുടെ അധീനതയിലായിരുന്നു. മിലിറ്ററി കമ്മിറ്റിയോ കേന്ദ്രകമ്മിറ്റിയുടെ നിർദ്ദേശങ്ങൾ അക്ഷരംപ്രതി പാലിച്ചു. ഇത് നിർണായകമായ ഉദാഹരണമല്ലെന്നു വേണമെങ്കിൽ പറയാം, കാരണം ഇവിടെ നഗരത്തൊഴിലാളികളുടെ പ്രക്ഷോഭമാണ് വിഷയം, അല്ലാതെ ജനകീയസമരമല്ല. അങ്ങനെയാണെങ്കിൽ നമുക്ക് ഗ്രാമങ്ങളിൽ നിന്നു തുടങ്ങി ദീർഘകാലം ജനകീയസമരം നടത്തിയ സോഷ്യലിസ്റ്റ്

രാജ്യങ്ങളുടെ ഉദാഹരണമെടുക്കാം. ചൈനയിലും വിയറ്റ്നാമിലുമാണ് ഈ താഴ്ത്തിക്കെട്ടൽ വളരെ സ്പഷ്ടമായി കാണപ്പെടുന്നത്. നമുക്കറിയാം, ചൈനയിൽ തോക്കിൻകുഴലിലൂടെ രാഷ്ട്രീയം (മാവോത് സേ തുങ്) എന്ന തത്ത്വം യഥാർത്ഥത്തിൽ ജാഗരൂകമായ പാർട്ടി നേതൃത്വത്തിന്റെ ചൊല്പടിക്കു നില്ക്കുന്ന മിലിറ്ററിയെയാണ് സൂചിപ്പിക്കുന്നത്. വിയറ്റ് നാമിന്റെ കാര്യത്തിൽ ജിയാപ് ഇങ്ങനെ എഴുതുന്നു

"പാർട്ടിനേതൃത്വത്തെ നിരന്തരമായും നിർബന്ധമായും ശക്തിപ്പെടുത്തുക എന്നത് പ്രഥമവും അടിസ്ഥാനപരവുമായ ആവശ്യമായതുകൊണ്ടാണ് സൈന്യം സംഘടിപ്പിച്ച് അതിനെ പാർട്ടിനേതൃത്വത്തിന്റെ അധീനതയിൽ നിർത്തിയത്. പാർട്ടിയാണ് സൈന്യത്തിന്റെ സ്ഥാപകൻ, സംഘാടകൻ, ഉദ്ബോധകൻ. പാർട്ടിയുടെ അനന്യമായ നേതൃത്വത്തിനു മാത്രമേ സൈന്യത്തിന് തക്കതായ മാർഗനിർദ്ദേശം നല്കാനാവൂ: വർഗ സംഹാരത്തിന്, രാഷ്ട്രീയദിശാബോധം നിലനിർത്താൻ, വിപ്ലവപ്രവൃത്തികൾ നിറവേറ്റാൻ.[24]"

ഈ തത്ത്വം പ്രായോഗികതലത്തിൽ പ്രകടമാവുന്നത് വിയറ്റ്നാം വിമോചനസേനയ്ക്കകത്തെ രാഷ്ട്രീയകൊമിസ്സാർപാർട്ടികമ്മിറ്റി സമ്പ്രദായത്തിലാണ്. കൊമിസ്സാറുകൾ വെറും രാഷ്ട്രീയസേവകരല്ല, മറിച്ച് ശരിയായ അർത്ഥത്തിൽത്തന്നെ മിലിറ്ററി യൂണിറ്റുകളുടെ നേതാക്കന്മാരാണ്. അധികാരപരിധിയുടെ കാര്യത്തിൽ യൂണിറ്റ് കമാൻഡർമാർ പാർട്ടി കമ്മിറ്റിയുടെ ഉത്തരവാദിത്വത്തിലാണ്. പാർട്ടികമ്മിറ്റിയാണ് കൂട്ടുനേതൃത്വത്തിന്റേയും ഒറ്റയ്ക്കൊറ്റയ്ക്കുള്ള ഉത്തരവാദിത്വത്തിന്റേയും അടിസ്ഥാനത്തിൽ ഓരോ പടവിലുള്ളവർക്കും സെല്ലുകൾക്കും നിർദ്ദേശങ്ങൾ നല്കുന്നത്. ജിയാപ് പറയുന്നുണ്ട്: "സെല്ലു ദുർബലമാണെങ്കിൽ കമ്പനി മൊത്തം ദുർബലം."

ചൈനയിൽ ഏഴോ ഒമ്പതോ അംഗങ്ങളുള്ള പാർട്ടികമ്മിറ്റി പ്രവർത്തിച്ചു പോരുന്നത് റെജിമെന്റ് തലത്തിലാണ്. റജിമെന്റ് കമാൻഡറുടെ പദവി പൊളിറ്റിക്കൽ കൊമിസ്സാറിന്റേതിനു തുല്യമാണ്. പാർട്ടികമ്മിറ്റി താഴേയുള്ള വിഭാഗങ്ങളെ നിയന്ത്രിക്കുന്നു. ബറ്റാലിയനുകൾക്കും കമ്പനികൾക്കും പാർട്ടി കമ്മിറ്റികൾ ഇല്ല. പക്ഷേ അവയ്ക്ക് പൊളിറ്റിക്കൽ കൊമിസ്സാറുകളുണ്ട്, അവരാണ് സൈനികരെ വിവിധ കമ്പനി സ്ക്വാഡുകളിലേക്കു പറഞ്ഞയയ്ക്കുന്നത്. തലപ്പത്തും താഴത്തും ഇതേ നിയമംതന്നെ. ബൂർഷ്വാസൈന്യത്തിലെന്ന പോലെ ജനറൽ സ്റ്റാഫ് നാലോ അഞ്ചോ സേവനവിഭാഗങ്ങളായി തരം തിരിക്കപ്പെടുന്നില്ല. വെറും രണ്ടു വിഭാഗങ്ങൾ മാത്രം ഒന്ന് നടത്തിപ്പു വിഭാഗം(ലോജിസ്റ്റിക്സ്) മറ്റത് രാഷ്ട്രീയസൈനിക വിഭാഗം. രണ്ടിനും തുല്യസ്ഥാനം.

24. Guerre du people, armee du people, p123

ചുരുക്കിപ്പറയുകയാകും നല്ലത് എന്നതിനാൽ രാഷ്ട്രീയസൈനിക വിഭാഗങ്ങൾ എന്നതിന് പകരമായി പേരുകളുപയോഗിക്കാം. ചൈനയിൽ ആഭ്യന്തരവിപ്ലവക്കാലത്തും ലോംഗ്മാർച്ച് കാലത്തും മാവോസേതുങ് ചുതെഹ് ജോടി; വിയറ്റ്നാമിൽ ഫ്രഞ്ചുകാർക്കെതിരായുള്ള യുദ്ധകാലത്ത് ഹോചിമിൻ ജിയാപ് ജോടി; ഒരു വേള, മറ്റൊരു ജോടി പേരു കൂടി കൂട്ടിച്ചേർക്കാമായിരിക്കും സോവിയറ്റ് യൂണിയനിൽ സാമ്രാജ്യത്വചേരികൾ ഇടപെട്ടു നടത്തിയ യുദ്ധകാലത്ത് ലെനിൻട്രോട്സ്കി.

ക്യൂബയിൽ മിലിറ്ററി (ഓപറേഷണൽ) പൊളിറ്റിക്കൽ നേതൃത്വം എല്ലായ്പോഴും ഒരൊറ്റ വ്യക്തിയിൽ നിക്ഷിപ്തമായിരുന്നു: ഫിഡൽ കാസ്ട്രോയിൽ. ഇതു വെറും സാന്ദർഭികവശാൽ സംഭവിച്ചതാണോ? ഇതിന് മറ്റൊരു വിധ പ്രാധാന്യവുമില്ലെന്നാണോ? അതോ ചരിത്രപരമായിത്തന്നെ വ്യത്യസ്തമായ സാഹചര്യത്തിന്റെ സൂചനയാണോ? ഇത് ഒരൊറ്റപ്പെട്ട സംഭവമാണോ അതോ അടിസ്ഥാനപരമായ മറ്റെന്തിന്റേയോ നാന്ദിയാണോ? സമകാലീന ലാറ്റിനമേരിക്കൻ അനുഭവങ്ങളിലേക്ക് ഇത് വെളിച്ചം വീശുന്നുണ്ടോ? കാലോചിതമായി ഈ അനുഭവത്തെ നാം ഗണിച്ചെടുക്കേണ്ടതുണ്ട്, ഇന്നുവരേക്കും സ്വീകാര്യമായിരുന്ന ആദർശങ്ങളുമായി പൊരുത്തപ്പെടുന്നില്ല എന്ന കാരണത്താൽ ഇപ്പോൾ രൂപപ്പെട്ടു വരുന്ന ചരിത്രത്തെ പഴിക്കാൻ നാം ധൃതികൂട്ടരുത്. ഫിഡൽ കാസ്ട്രോ ഈയിടെ പറയുകയുണ്ടായി:

ഞാൻ നിന്ദിക്കുന്നുവത്രെ. മാർക്സിസം ലെനിനിസം ക്യാമ്പിൽ ഞാനൊരു പാർട്ടി നിന്ദകനാണത്രെ. വിചിത്രം തന്നെ. നായ്ക്കളേയും പൂച്ചകളേയുംപോലെ കടിപിടി കൂടുന്ന, വിപ്ലവസത്യം സ്വായത്തമാക്കാനായി മാർക്സിസ്റ്റ് എന്ന് അവകാശപ്പെടുന്ന സംഘടനകൾ നമ്മെ കുറ്റപ്പെടുത്തുന്നു. ക്യൂബൻ സമവാക്യങ്ങൾ നാം യാന്ത്രികമായി നടപ്പിലാക്കുകയാണെന്ന്. പാർട്ടിയുടെ റോൾ എന്താണെന്നറിയാതെ അവർ നമ്മെ ഭർത്സിക്കുന്നു, മാർക്സിസം ലെനിനിസം ക്യാമ്പിലെ പാർട്ടി നിന്ദകരാണ് നാമെന്ന് അധിക്ഷേപിക്കുന്നു.

സത്യത്തിൽ ലാറ്റിനമേരിക്കയിൽ യാന്ത്രികമായി സമവാക്യങ്ങൾ നടപ്പിലാക്കാൻ ശ്രമിക്കുന്നവർ ഇതേ മാർക്സിസ്റ്റുകളാണ്. കാരണം കള്ളൻ തന്നെയാണല്ലോ ഏറ്റവുമാദ്യം കള്ളൻ, കള്ളൻ എന്നു വിളിച്ചു കൂവുക. തന്നെ പാർട്ടി നിന്ദകൻ, അഹംഭാവി, പെറ്റി ബൂർഷ്വാ, എന്നൊക്കെ വിശേഷിപ്പിക്കുന്നതിനെപ്പറ്റി ഫിഡലിന്റെ പ്രതികരണം എന്താണ്? അദ്ദേഹത്തിന്റെ ഏതു സ്ഫോടനാത്മകമായ സന്ദേശമാണ് ലാറ്റിനമേരിക്കയിലേയും യൂറോപ്യൻ ഏഷ്യൻ സോഷ്യലിസ്റ്റ് രാജ്യങ്ങളിലേയും തലസ്ഥാനനഗരികളിലെ ജനങ്ങളെ, ടെലിപ്പതിയിലൂടെ വിപ്ലവപോരാട്ടം നടത്താനാഗ്രഹിക്കുന്നവരെ, തത്ത്വദീക്ഷയില്ലാത്തവരെ ക്യൂബൻ വിപ്ലവത്തിനെതിരെ സംഘം ചേർന്നു ശബ്ദമുയർത്തുവാൻ പ്രേരിപ്പിക്കുന്നത്?

"ലാറ്റിനമേരിക്കയിൽ ആരാണ് വിപ്ലവം നടത്തിയെടുക്കുക? ആര്? പാർട്ടി ഒപ്പമുണ്ടെങ്കിലും ഇല്ലെങ്കിലും ശരി ജനങ്ങൾ, വിപ്ലവകാരികൾ അതു നടത്തിയെടുക്കും." (ഫിഡൽ)

ഫിഡൽ കാസ്ട്രോ പറയുന്നതിതാണ് നേതൃസംഘടനയില്ലാതെ വിപ്ലവമില്ല, ശരി തന്നെ. പക്ഷേ ആ നേതൃസംഘടന മാർക്സിസ്റ്റ് ലെനിനിസ്റ്റ് പാർട്ടി തന്നെ ആവണമെന്നില്ല. വിപ്ലവം നടത്തിയെടുക്കാൻ ആഗ്രഹിക്കുന്നവർക്ക് മറ്റു പാർട്ടികളിൽ നിന്നകന്ന് സ്വതന്ത്രമായി സ്വയം നേതൃസംഘടനയാകാനുള്ള അവകാശവും ചുമതലയുമുണ്ട്.

ഇത്തരം വസ്തുതകൾ, നിലവിലുള്ള പഴക്കവഴക്കങ്ങളെ വിരോധിക്കുന്ന ഇത്തരം വസ്തുതകൾ ഉറക്കെ വിളിച്ചു പറയാൻ ധൈര്യം വേണം. അങ്ങനെ വരുമ്പോൾ നേതൃസംഘടന = മാർക്സിസിറ്റ് ലെനിനിസ്റ്റ് പാർട്ടി എന്നൊരു ഭൗതികസമവാക്യം ഇല്ല, മറിച്ച് ഒരു കൃത്യനിർവഹണവും ചരിത്രപരമായി നേതൃസംഘടനയുടെ ചുമതല ഒരു സംഘടനാരൂപവും മാർക്സിസ്റ്റ ലെനിനിസ്റ്റ പാർട്ടി പോലെ തമ്മിലുള്ള വിവാദാസ്പദമായേക്കാവുന്ന സംയോജനങ്ങളേയുള്ളൂ. ഈ സംയോജനങ്ങൾ പൂർവചരിത്രത്തിൽ നിന്ന് ഉദ്ഭൂതമാകുന്നു. അതിനെ ആശ്രയിച്ചിരിക്കുന്നു. പാർട്ടികൾ നിലനില്ക്കുന്നത് ഈ ഭൂമിയിലാണ്, കർശനമായ, ഭൗമികവൈരുധ്യങ്ങൾക്ക് അവ വിധേയവുമാണ്. ജനിച്ചെങ്കിൽ, അവ മരിക്കണം, പുതിയ രൂപങ്ങളിൽ പുനർജനിക്കണം. ഈ പുനർജന്മം എപ്രകാരമാണ് ഉണ്ടാവുന്നത്? ചരിത്രപ്രധാനമായ നേതൃസംഘടനയ്ക്ക് എന്തു രൂപത്തിലാണ് പുനഃപ്രത്യക്ഷമാകാൻ കഴിയുക?

നമുക്ക് ചിട്ടയോടെ മുന്നോട്ടു നീങ്ങാം. ആദ്യത്തെ ചോദ്യം നിലവിലുള്ള സാഹചര്യങ്ങളിൽ പാർട്ടി കൂടെയുണ്ടെങ്കിലും ഇല്ലെങ്കിലും വിപ്ലവം വരുമെന്ന് നമുക്കെങ്ങനെ ചിന്തിക്കാനോ പറയാനോ കഴിയും? ഈ ചോദ്യം ചോദിക്കുന്നത് ഉപയോഗശൂന്യവും മൃതവുമായ വൈരവൈരാഗ്യങ്ങളെ പുനരുജ്ജീവിപ്പിക്കാനല്ല (അങ്ങനെ ചെയ്താൽ അതിന്റെ നേട്ടം മുഴുവനും സർവത്ര പ്രതിവിപ്ലവത്തിനായിരിക്കും) മറിച്ച് രണ്ടാമത്തെ ചോദ്യം ഇതിനെ ആശ്രയിച്ചിരിക്കുന്നു എന്നതുകൊണ്ടാണ്.

രണ്ടാമത്തെ ചോദ്യം ചരിത്രപ്രാധാന്യമുള്ള സമരമുഖം ഏതു രൂപത്തിലാവും പ്രകടമാവുക?

എന്താണ് എന്നത് എന്തായിരുന്നു എന്നതിനെ ആശ്രയിച്ചിരിക്കും, എന്താവും എന്നത് എന്താണ് എന്നതിനേയും. പാർട്ടികളുടെ ഇന്നത്തെ സ്ഥിതിയെക്കുറിച്ചുള്ള ചോദ്യം ചരിത്രത്തിന്റെ ചോദ്യമാണ്. അതിന്റെ ഉത്തരത്തിനായി ഭൂതകാലത്തിലേക്കു നോക്കേണ്ടി വരും.

ഒരു പാർട്ടിയിൽ അതു ജന്മമെടുക്കുന്ന സാഹചര്യങ്ങളുടെ, വളർച്ചയുടെ, അതു പ്രതിനിധീകരിക്കുന്ന വർഗത്തിന്റെ, വർഗസഖ്യങ്ങളുടെ, ദൈനംദിനസാമൂഹികജീവിതത്തിന്റെ... അങ്ങനെ എല്ലാത്തിന്റേയും മുദ്രകൾ പതിഞ്ഞിരിക്കും. ഏതു തരം ചരിത്രപരമായ സാഹചര്യങ്ങളാണ്

പാർട്ടിഗറില്ലാ ബന്ധത്തെ പരമ്പരാഗതമായ സമവാക്യങ്ങളിലൂടെ നിർവചിക്കാൻ മറ്റു രണ്ടുദാഹരണങ്ങളെ ചൈനയേയും വിയറ്റ്നാമിനേയും അനുവദിച്ചതെന്നു നോക്കാം.

1. ചൈനീസ് വിയറ്റ്നാമീസ് പാർട്ടികൾ തുടക്കം മുതൽക്കുതന്നെ വിപ്ലവാധികാരം സ്ഥാപിച്ചെടുക്കുന്നതിൽ വ്യാപൃതരായിരുന്നു. പാർട്ടിഗറില്ലാ ബന്ധം സൈദ്ധാന്തികമായിരുന്നില്ല, മറിച്ച് ആദ്യദശകളിൽത്തന്നെ പ്രയോഗതലത്തിൽ, അതിദാരുണമാംവിധം പ്രകടമാക്കപ്പെട്ടിരുന്നു. സൺയാത്സെന്നിന്റെ ബൂർഷ്വാ വിപ്ലവം മൂർച്ഛിക്കുന്ന അവസരത്തിൽ 1921ലാണ് ചൈനീസ് പാർട്ടി രൂപം കൊണ്ടത്. കൂമിന്താങ്ങുമായുള്ള സഖ്യം കൊണ്ടാണ് ബൂർഷ്വാ വിപ്ലവത്തിൽ പങ്കെടുത്തത്. തുടക്കം മുതൽതന്നെ പാർട്ടിക്ക് സോവിയറ്റ് യൂണിയനിൽ നിന്നു നേരിട്ടു സഹായം ലഭിച്ചു, ആദ്യം ജോഫും പിന്നീട് ബൊറോഡിനും സൈനിക ഉപദേഷ്ടാക്കളായെത്തി. ബൊറോഡിൻ, എത്തിയ ഉടൻതന്നെ ചൈനീസ് കമ്മ്യൂണിസ്റ്റ് ഉദ്യോഗസ്ഥർക്ക് പരിശീലനം നല്കാനായി വാംപോവയി മിലിറ്ററി അക്കാദമി സ്ഥാപിച്ചു. ഈ നടപടി ചൈനീസ് പാർട്ടിയെ സൈനികകാര്യങ്ങളുടെ പ്രാധാന്യത്തെക്കുറിച്ച് ബോധവത്കരിച്ചു എന്ന് 1938ൽ മാവോത് സേ തുങ് പറഞ്ഞു. സ്ഥാപിച്ച് മൂന്നു വർഷത്തിനു ശേഷം ആദ്യത്തെ ആഭ്യന്തരവിപ്ലവയുദ്ധത്തിലും (1924), നഗരപ്രക്ഷോഭങ്ങളിലും തങ്ങൾ നേതൃത്വം വഹിച്ച കാൻടൺ പണിമുടക്കിലും പാർട്ടിക്ക് അതിദാരുണമായ തിരിച്ചടികൾ ഏറ്റുവാങ്ങേണ്ടി വന്നു. ഈ അനുഭവങ്ങൾ ഉൾക്കൊണ്ട് മാവോയുടെ നേതൃത്വത്തിൽ സ്വയം വിമർശനാത്മകമായ തിരിച്ചറിവിലൂടെ പാർട്ടി രൂപാന്തരപ്പെട്ടു. കടകവിരുദ്ധമായ നിലപാടു സ്വീകരിക്കാൻ പ്രേരിതരാക്കി. അതായത് കൂമിന്താങ്ങുമായുള്ള ബന്ധം പൊട്ടിച്ചെറിയാനും ഗ്രാമപ്രദേശങ്ങളിലേക്കു പിൻവാങ്ങാനുമുള്ള തീരുമാനം; ഈ തീരുമാനം മൂന്നാം ഇന്റർനാഷണലിന്റെ ഉപദേശങ്ങൾക്കു വിരുദ്ധമായിരുന്നു.

   വിയറ്റ്നാമീസ് പാർട്ടി നിലവിൽ വന്നത് 1930ലാണ്. ഉടൻതന്നെ പിന്നാക്കപ്രദേശങ്ങളിൽ കർഷകപ്രക്ഷോഭങ്ങൾ സംഘടിപ്പിച്ചു പക്ഷേ അവയൊക്കെ ഉടൻതന്നെ അടിച്ചമർത്തപ്പെട്ടു, രണ്ടുവർഷത്തിനു ശേഷം ഹോചിമിന്നിന്റെ നേതൃത്വത്തിൽ, ആദ്യത്തെ കാര്യപരിപാടിയിൽ പാർട്ടി സ്വന്തം നിലപാടു നിർവചിച്ചു. ജിയാപ് ഇങ്ങനെ എഴുതി, "സ്വാതന്ത്ര്യം നേടിയെടുക്കാനുള്ള ഏകമാർഗം സായുധസമരമാണ്. നമ്മുടെ പാർട്ടി നിലവിൽവന്നത് വിയറ്റ്നാമീസ് വിമോചനസമരം ശിഖരത്തിലെത്തിനില്ക്കുമ്പോഴാണ്. തുടക്കം മുതൽ തന്നെ അത് കർഷകരെ സംഘടിപ്പിച്ചു, നയിച്ചു, ആയുധമേന്താനും അധികാരം സ്ഥാപിക്കാനും പ്രേരിപ്പിച്ചു. അങ്ങനെ ആദ്യഘട്ടങ്ങളിൽത്തന്നെ വിപ്ലവശക്തിയുടേയും സായുധപോരാട്ടത്തിന്റേയും പ്രശ്നങ്ങളെക്കുറിച്ച് അവർ ബോധവാന്മാരായിരുന്നു. ചുരുക്കത്തിൽ ഈ പാർട്ടികൾ നിലവിൽ വന്ന് ഏതാനും വർഷങ്ങൾക്കകംതന്നെ നേതൃസംഘടനകളായി

സ്വയം രൂപാന്തരപ്പെട്ടു. ഓരോന്നിനും സാർവലോകസാമൂഹികവ്യവസ്ഥ കളിൽ നിന്നു ഭിന്നമായി സ്വന്തമായ രഷ്ട്രീയനിലപാടുണ്ടായിരുന്നു, ഓരോന്നും പൊതുജനങ്ങളുമായി മുറുകെ ഇണക്കപ്പെട്ടിരുന്നു.

2. പിന്നീടുള്ള വികസനഘട്ടത്തിൽ അന്താരാഷ്ട്രീയ വൈരുധ്യങ്ങൾ ഈ പാർട്ടികളെ വൈദേശിക സാമ്രാജ്യത്വത്തിനെതിരായുള്ള ജനകീയ പ്രതിരോധത്തിന്റെ തലപ്പത്തു കൊണ്ടുചെന്നെത്തിച്ചു, ഏതാനും വർഷങ്ങൾക്കു മുമ്പ് ബോൾഷെവിക് പാർട്ടിക്കു സംഭവിച്ചതുപോലെ. ചൈനയിൽ 1937ലെ ജാപ്പനീസ് ആക്രമണത്തിനെതിരായി. വിയറ്റ് നാമിൽ ജാപ്പാനെതിരായി 1939ലും ഫ്രഞ്ച് കോളോണിയൽ ശക്തി ക്കെതിരായി 1945ലും. ഫ്യൂഡൽ വിരുദ്ധപ്രക്ഷോഭം അങ്ങനെ സാമ്രാജ്യത്വവിരുദ്ധ പ്രക്ഷോഭമായി മാറി. രണ്ടാമത്തേത് ആദ്യത്തേ തിന് ആക്കം കൂട്ടി. വർഗസമരം ദേശസ്നേഹത്തിന്റെ സമരമായി മാറി. സോഷ്യലിസം നടപ്പിലാക്കുകയെന്നത് ദേശസ്വാതന്ത്ര്യം പുനഃ സ്ഥാപിക്കലായി. രണ്ടും കൂട്ടിയിണക്കപ്പെട്ടു. വിദേശികൾക്കെ തിരായുള്ള ജനകീയസമരത്തെ മുന്നോട്ടു നയിച്ച ഈ പാർട്ടികൾ സ്വദേശത്തിന്റെ പതാകയേന്തുന്നവരായി നിലയുറപ്പിച്ചു. അവരതിന്റെ അഖണ്ഡഭാഗമായിത്തീർന്നു.

3. ഇതേ വിമോചനസമരത്തിന്റെ സാഹചര്യങ്ങൾ തന്നെ വിദ്യാർത്ഥി കളും തൊഴിലാളികൾക്കിടയിലെ ഉന്നതരും അടങ്ങിയ മറ്റു ചില പാർട്ടി കളെ ഗ്രാമങ്ങളിലേക്കു പിൻവാങ്ങാനും അവിടെ നിലയുറപ്പിച്ച് അധിനി വേശശക്തികൾക്കെതിരെ ഗറില്ലാപോരാട്ടം നടത്താനും നിർബന്ധി തരാക്കി. അവർ പിന്നീട് കർഷകത്തൊഴിലാളികളും ചെറുകിട കൃഷി ക്കാരുമായി ലയിച്ചു ചേർന്നു. അങ്ങനെ തൊഴിലാളിവർഗപാർട്ടിയുടെ നേതൃത്വത്തിൽ കർഷകസൈന്യം ചുവപ്പുസേനയും (റെഡ് ആർമി) വിമോചനസേനയും (വിയറ്റ്മിൻ) ആയി രൂപാന്തപ്പെട്ടു. പ്രയോഗതല ത്തിൽത്തന്നെ അവർ നേതൃസംഘടനയും ഭൂരിപക്ഷപാർട്ടിയുമായുള്ള സഖ്യം ഉണ്ടാക്കിയെടുത്തു; അതായത് തൊഴിലാളികർഷക സഖ്യം. ഇവിടെ കമ്മ്യൂണിസ്റ്റ് പാർട്ടി, ഈ സഖ്യത്തിന്റെ ഫലവും അതിന്റെ പ്രേരകശക്തിയുമായിത്തീർന്നു. പാർട്ടിയുടെ നേതാക്കൾ, പരമ്പരാഗത മായ രീതിയിൽ പദവി നല്കപ്പെട്ടവരോ ഏതെങ്കിലും കൃത്രിമകൂട്ടായ്മ നാമനിർദ്ദേശം ചെയ്തവരോ ആയിരുന്നില്ല; മറിച്ച് കഠിനസമരങ്ങളി ലൂടെ വാർത്തെടുക്കപ്പെട്ടവരായിരുന്നു. പരീക്ഷണങ്ങളിലൂടെ പതം വന്നവരായിരുന്നു. വിജയത്തിലേക്കു നയിച്ചവരായിരുന്നു. കാര്യനിർ വഹണം നിർവാഹകരെ രൂപപ്പെടുത്തിയെടുക്കുന്നു. പക്ഷേ വിരോധാ ഭാസമെന്നു പറയട്ടെ "ചരിത്രപുരുഷന്മാർ മാത്രമേ ചരിത്രം സൃഷ്ടി ക്കുന്നുള്ളൂ."

വിശദാംശങ്ങളിലേക്കു കടക്കേണ്ടതില്ല, ചരിത്രപരമായ സാഹചര്യ ങ്ങൾ ലാറ്റിനമേരിക്കൻ കമ്മ്യൂണിസ്റ്റ് പാർട്ടികളിൽ ഭൂരിഭാഗത്തിനേയും

ഇതേവിധത്തിൽ വേരൂന്നി വളരാൻ അനുവദിച്ചിട്ടില്ല. ഈ പാർട്ടികൾ രൂപമെടുത്തവിധം, വളർച്ച, ചൂഷിതവർഗങ്ങളുമായുള്ള അവരുടെ ബന്ധം ഇവയൊക്കെത്തന്നെ തുലോം വ്യത്യസ്തമാണ്. ഓരോന്നിന്നും അതതിന്റേതായ ചരിത്രമുണ്ടായിരിക്കും, പക്ഷേ ചൈനീസ്‌വിയറ്റ്നാമീസ് പാർട്ടികളെപ്പോലെ അധികാരം നേടിയെടുത്ത ഒരു ചരിത്രം തങ്ങൾക്കില്ലെന്ന കാര്യത്തിൽ ലാറ്റിനമേരിക്കൻ പാർട്ടികൾ സമനിലക്കാരാണ്; കാരണം അവരുടെ രാജ്യങ്ങളിൽ ഔപചാരികമായ രാഷ്ട്രീയസ്വാതന്ത്ര്യം ഉണ്ടെന്നതിനാൽ ദേശീയവിമോചനസമരം നയിക്കാനുള്ള അവസരമൊന്നും അവർക്കു ലഭിച്ചിട്ടില്ല; അതുകൊണ്ടുതന്നെ ചരിത്രപരമായ സാഹചര്യങ്ങളിൽ പങ്കാളികളായി ഒരു തൊഴിലാളികർഷകസഖ്യം, പരസ്പരബന്ധമുള്ള പരിമിതികളുടേയും പരാധീനതകളുടേയും സമ്മിശ്രരൂപം മെനഞ്ഞെടുക്കാൻ അവർക്കായിട്ടില്ല.

ഇത്തരമൊരു ചരിത്രം സ്വാഭാവികമായും സാഹചര്യങ്ങൾക്കനുസൃതമായി പ്രത്യേകഘടനയുള്ള നിർദ്ദേശകസമിതികൾക്കും പാർട്ടികൾക്കും രൂപം കൊടുക്കും, അവയെ വളർത്തിയെടുക്കും. ക്യൂബൻ വിപ്ലവവും അത് നടപ്പിലാക്കിയ പ്രക്രിയകളും ലാറ്റിനമേരിക്കയിൽ ഉടനീളം പഴയ വീക്ഷണങ്ങളെ പാടേ തകിടം മറിച്ചിരിക്കുന്നു. സായുധവിപ്ലവസമരം അഥവാ അതിനുള്ള തയ്യാറെടുപ്പുകൾ എവിടെയൊക്കെ നടക്കുന്നുണ്ടോ, അവിടെയൊക്കെ സമാധാനകാലപരിപാടികൾ അപ്പാടെ ഉടച്ചുവാർക്കേണ്ടിയിരിക്കുന്നു. യുദ്ധം രാഷ്ട്രീയത്തിന്റെ അടുത്തപടിയാണ്, പക്ഷേ ക്രമപ്രകാരമുള്ള ചിട്ടകളും മുറകളും വേണം. സായുധവിപ്ലവനേതൃത്വം കെല്പുള്ളതാവണമെങ്കിൽ, കരുത്തുറ്റതാവണമെങ്കിൽ അതിന് പുതിയൊരു ശൈലിയിലുള്ള നേതൃത്വം വേണം, പുതിയൊരു സംഘടനാരൂപം വേണം. നേതാക്കളും വിപ്ലവകാരികളും പ്രയോഗതലത്തിലും പ്രത്യയശാസ്ത്രപരമായും പുതിയൊരു രീതിയിൽ പ്രതികരിക്കണം.

പുതിയതരം നേതൃത്വം: ഗറില്ലാസമരം പുറമേ നിന്നല്ല, മറിച്ച് അകത്തുനിന്നാണ് ആസൂത്രണം ചെയ്യേണ്ടതെന്നതെന്നും അതിന്റെ സകല ഉത്തരവാദിത്വവും ഗറില്ലാനേതൃത്വം വഹിക്കണമെന്നുമുള്ള വസ്തുത സ്ഥിരീകരിച്ചു കഴിഞ്ഞു. അത്തരമൊരു സമരരൂപം നടപ്പിലാവുമ്പോൾ സംഘടനയിലെ ഭൂരിപക്ഷം നേതാക്കളും നഗരങ്ങൾ വിട്ട് ഗറില്ലാസൈന്യത്തോടൊപ്പം ചേരണം. ഇതൊരു സുരക്ഷാനടപടിയാണ്, നേതാക്കളുടെ സുരക്ഷ ഇതുവഴി ഉറപ്പാക്കാം. ലാറ്റിനമേരിക്കൻ പാർട്ടികളിലൊന്ന് ഈ തീരുമാനം എടുത്തു കഴിഞ്ഞിരിക്കുന്നു. ഇതേ പാർട്ടി തന്നെ പഴയ നേതാക്കൾക്കു പകരം യുദ്ധത്തിൽ നേരിട്ടോ, നഗരങ്ങളിലെ ഒളിയുദ്ധങ്ങളിലോ പങ്കെടുക്കുന്ന യുവനേതാക്കളെ ഉൾക്കൊള്ളിച്ചുകൊണ്ട്, കേന്ദ്രകമ്മിറ്റിയെ പുതുക്കിപ്പണിതിരിക്കുന്നു. അങ്ങനെ പാർട്ടിയുടെ പുനർഘടനയോടൊപ്പം തന്നെ അതിന് പുത്തനുണർവും കൈവന്നിരിക്കുന്നു.

ലാറ്റിനമേരിക്കയിൽ സായുധസമരം സർവ്വസാധാരണമാകുന്ന ഇടങ്ങളിലെല്ലാം ജീവശാസ്ത്രവും പ്രത്യയശാസ്ത്രവും തമ്മിൽ അടുത്ത ബന്ധമുണ്ട്. ഈ ബന്ധം എത്രതന്നെ അസംബന്ധമോ ആശ്ചര്യജനകമോ ആയിരുന്നാലും അത്യന്തം നിർണായകവുമാണ്. നഗരവാസം ശീലമായ, മറ്റു വിധത്തിലുള്ള സാഹചര്യങ്ങളും ലക്ഷ്യങ്ങളും രൂപപ്പെടുത്തിയ ഒരു മുതിർന്ന വ്യക്തിക്ക് മലനിരകളിലെ വാസവുമായോ, നഗരങ്ങളിലെ ഒളിത്താവളപ്രവർത്തനങ്ങളുമായോ പൊരുത്തപ്പെടാനാവില്ല. മൂല്യബോധം അടിയുറച്ച വിശ്വാസം എന്നതിൽക്കവിഞ്ഞ് ശാരീരികാരോഗ്യവും ഗറില്ലാപോരാട്ടം നടത്തുന്നതിന് വേണ്ട അടിസ്ഥാന യോഗ്യതകളിലൊന്നാണ്. ഇവ രണ്ടും ഒപ്പത്തിനൊപ്പം വേണം. സമഗ്രവും കുറ്റമറ്റതുമായ മാർക്സിസ്റ്റ് ബോധവത്കരണം ഉണ്ടായിരിക്കണമെന്നത് ഒഴിവാക്കാനാവാത്ത നിബന്ധനയേയല്ല. മുമ്പെപ്പോഴോ മിലിറ്ററി പരിശീലനം ലഭിച്ചിട്ടുണ്ടെന്നും മിലിറ്ററി പാടവം തെളിയിച്ചിട്ടുണ്ടെന്നുമുള്ള വസ്തുതകൾ മാത്രം പോരാ, വയസ്സു മുതിർന്നയാളെ ഗറില്ലാ ജീവിതത്തിലേക്കാനയിക്കാൻ; പ്രത്യേകിച്ച് പ്രസ്ഥാനത്തിന്റെ ആദ്യഘട്ടങ്ങളിൽ. മറ്റെല്ലാ ഗുണമേന്മകൾക്കുമുപരി കായികശക്തിയാണ് വേണ്ടത്, അതായിരിക്കണം മുൻവ്യവസ്ഥ. സൈദ്ധാന്തികമായി വളരെ പരിമിതമായ ആകർഷണീയത മാത്രമുള്ള, അതിനിസ്സാരമായ കാര്യം. പക്ഷേ സായുധസമരത്തിൽ കായികശക്തിയുടെ ആവശ്യകതയെപ്പറ്റി പ്രത്യയശാസ്ത്രത്തിന് ഒരു ചുക്കും അറിയില്ല.

ഒരു പുതിയ സംഘടന: ചരിത്രദൗത്യനിർവഹണത്തിന് അനുയോജ്യമായി പാർട്ടിയെ കൂടുതൽ ഫലവത്തായ, സജീവനിർദ്ദേശക സമിതിയായി പുനഃസംഘടിപ്പിക്കേണ്ടതിനായി ദേശീയതലത്തിലും, ജില്ലാതലത്തിലും പ്രാദേശികതലത്തിലും തദ്ദേശീയതലത്തിലും നിലവിലുള്ള സംഖ്യാതീതമായ സമിതികൾ, സെക്രട്ടേറിയറ്റുകൾ, കോൺഗ്രസ്സുകൾ, പ്ലീനറി സെഷനുകൾ, സമ്മേളനങ്ങൾ, മറ്റു പലതരം യോഗങ്ങൾ എന്നിവയ്ക്കൊക്കെ പൂർണവിരാമമിടേണ്ടിവരും. അടിയന്തരാവസ്ഥയേയും സുസംഘടിതശത്രുസൈന്യത്തേയും നേരിടേണ്ടി വരുന്ന സാഹചര്യങ്ങളിൽ ഇത്തരം യാന്ത്രികഘടകങ്ങളൊക്കെ പ്രസ്ഥാനപ്രവർത്തനത്തെ ഒന്നുകിൽ ഒന്നടങ്കം മരവിപ്പിക്കും അതല്ലെങ്കിൽ മഹാവിപത്തിലേക്കു നയിക്കും. അമിതചർച്ചയെന്ന ദുശ്ശീലമാണ് എല്ലാത്തിന്റേയും കാരണമെന്ന് ഫിഡൽ പറഞ്ഞത് ഇതേക്കുറിച്ചാണ്; കേന്ദ്രീകൃത നിർവാഹക സമിതിയേയും രേഖീയമായ പ്രക്രിയകളേയും അവ തടസ്സപ്പെടുത്തുന്നു, അടവുനയങ്ങളിൽ താഴെക്കിടയിലുള്ള ഗ്രൂപ്പുകൾക്ക്, അവരുടെ മിലിറ്ററി പ്രവർത്തനങ്ങൾക്ക് ആവശ്യമായ സ്വതന്ത്ര്യം തടസ്സപ്പെടുന്നു.

ഇത്തരത്തിൽ സംഘടന അഴിച്ചുപണിയുന്നതിന് താൽക്കാലികമായി ഉൾപാർട്ടി ജനാധിപത്യവും അതുറപ്പു വരുത്തുന്ന കേന്ദ്രീകൃതജനാധിപത്യവും റദ്ദാക്കണം. അംഗങ്ങൾ എന്നത്തെക്കാളുമേറെ സന്നദ്ധരും

സ്ഥിതചിത്തരും ആയിരിക്കുന്ന അവസ്ഥയിൽ വേണം പാർട്ടി അച്ചടക്കം മിലിറ്ററി അച്ചടക്കമായി രൂപാന്തരപ്പെടുത്തുന്നത്. തുടക്കത്തിൽ സ്ഥിതി ഗതികൾ വിശ്ലേഷണം ചെയ്തശേഷം, പാർട്ടി ലൈൻ എന്തെന്നു നിർവചിക്കാനും ജനറൽ സ്റ്റാഫിനെ തെരഞ്ഞെടുക്കാനും പ്രയോജന പ്പെടുത്തിയശേഷം, കേന്ദ്രീകൃതജനാധിപത്യം റദ്ദാക്കി പാർട്ടിലൈൻ നടപ്പിൽ വരുത്തണം. താഴെക്കിടയിലുള്ള വിഭാഗങ്ങൾ അവരുടെ സ്വന്തം വഴിതെരഞ്ഞെടുത്ത് നേതൃത്വവുമായുള്ള സമ്പർക്കം കഴിയുന്നത്ര പരിമിതപ്പെടുത്തും, ഇത് ഒളിപ്പോർ പ്രവർത്തനങ്ങളുടെ പരമ്പരാഗത മായ സ്വഭാവമാണ്. പാർട്ടിലൈനിന് അനുസൃതമായി തങ്ങൾക്ക് ലഭിച്ച പ്രവർത്തനസ്വാതന്ത്ര്യം അവർ പരമാവധി ഉപയോഗിക്കും.

പുതിയ ആദർശവിചിന്തനങ്ങൾ

യുദ്ധം വസ്തുനിഷ്ഠമായ അവസ്ഥയിലെത്തുമ്പോൾ ചില പെരു മാറ്റരീതികൾ തീർത്തും അനൗചിത്യപരമായിത്തീരുന്നു.

ശത്രുവർഗങ്ങൾ തമ്മിലോ അതോ ഒരു ബൂർഷ്വാവർഗത്തിനകത്തെ വിവിധശ്രേണികൾ തമ്മിലോ നിലനില്ക്കുന്ന വൈരുധ്യങ്ങളെ അടി സ്ഥാനപ്പെടുത്തിയുള്ള രാഷ്ട്രീയ നിലപാടുകൾ; തത്ഫലമായി ഒന്നോ അതിലധികമോ ബൂർഷ്വാ പാർട്ടികളുമായി സഖ്യങ്ങളുണ്ടാക്കാനുള്ള അമിതാവേശം, രാഷ്ട്രീയമായ വിലപേശലുകൾ, തെരഞ്ഞെടുപ്പു കൗശല ങ്ങൾ, ഇവയിൽ നിന്നൊക്കെ ഇത്രയും കാലം ലാഭം കൊയ്തത് ഭരണ പക്ഷമാണ്. എന്നാലിന്ന് അന്തഃസത്തയായ വിപ്ലവമൂല്യങ്ങളേയും താത് പര്യങ്ങളേയും കണക്കിലെടുക്കാതെ എന്തുവില കൊടുത്തും ബഹു പാർട്ടികൂട്ടായ്മ നിലനിർത്തുക എന്നത് വിപ്ലവമൂല്യങ്ങളേക്കാൾ വിശുദ്ധ മായ പാർട്ടി ലക്ഷ്യമായി മാറിയിരിക്കുന്നു. ഭൂതകാല പാരമ്പര്യം, ഉപ രോധാക്രാന്തം, അതോടൊപ്പം അവിശ്വാസം, അഹങ്കാരം, അയവില്ലായ്മ, അപസ്മാരം. ഇതൊഴിവാക്കണം.

ബറ്റിസ്റ്റക്കെതിരായ പോരാട്ടത്തിൽ പാർട്ടിസഖാക്കളെ അഭി സംബോധനചെയ്തുകൊണ്ട് ചെഗുവേരയുടെ നിശിതമായ വാക്കുകൾ ഇങ്ങനെ: “മർദ്ദനമുറകളും ജയിൽവാസവും നിശ്ശബ്ദം സഹിക്കാൻ കഴിവുള്ള കാഡറുകളെ നിങ്ങൾക്ക് വളർത്തിയെടുക്കാനായെന്നുവരും, പക്ഷേ മെഷീൻഗൺ ഫാക്റ്ററി പിടിച്ചെടുക്കാൻ നിങ്ങൾക്കാവില്ല. ഈ വിമർശനം ഒരുവിധത്തിലും കാഡറുകളുടെ ധൈര്യത്തെ വിലയിരുത്തു കയല്ല, മറിച്ച് ഒരു രാഷ്ട്രീയമായ വിലയിരുത്തലാണ്. ഭീരുത്വത്തിനു പകരം സാഹസികത എന്നോ, ഒരു പ്രത്യയശാസ്ത്രത്തിനു പകരം മറ്റൊന്ന് എന്നോ അല്ലേയല്ല, മറിച്ച് സാഹസികതയുടെ ഒരു രൂപത്തിനു പകരം മറ്റൊന്ന് എന്നാണ്. ഇന്നോളം മനസാ വരിച്ച ഒരു പ്രവർത്തനരീതിക്ക് പകരം മറ്റൊന്ന് എന്നാണ്. അതായത് ഒരു പോരാളി സ്വന്തം പ്രത്യയ ശാസ്ത്രത്തിന്റെ ഭവിഷ്യത്തുക്കളെ അംഗീകരിക്കുക എന്നാണ്,

തത്ഫലമായി വേറിട്ട പ്രവൃത്തികളും വേറിട്ട മാനസികപ്രതികരണ ങ്ങളും വേണ്ടിവരുമെന്നാണ്.[25]

ഇനി നമുക്ക് രണ്ടാമത്തെ ചോദ്യം ഉയർത്താം.

ഈ പോരായ്മകളെ എങ്ങനെ അതിജീവിക്കാനാകും? ഏതു സാഹ ചര്യങ്ങളിലാണ് പാർട്ടി, ഗറില്ലാപോരാട്ടമടക്കം പൂർണ നേതൃനിർവഹണം ഏറ്റെടുക്കേണ്ടത്? സ്വയം രാഷ്ട്രീയബോധവത്കരണം നടത്തിയിട്ടോ, അതോ ചരിത്രപരമായ മറ്റെന്തെങ്കിലും ബോധവത്കരണരീതികൾ വേണ്ടിവരുമോ? ഭാവിയെപ്പറ്റിയുള്ള ഈ ചോദ്യങ്ങൾക്കുള്ള ഉത്തരങ്ങൾ ക്കായി ഭൂതകാലത്തിലേക്കല്ല, വർത്തമാനകാലത്തിലേക്കാണ് ദൃഷ്ടി ഊന്നേണ്ടത്. ചുരുക്കത്തിൽ ചോദ്യം ഇങ്ങനെയായിരിക്കണം:

2. നേതൃസംഘടന എങ്ങനെയാണ് രൂപം കൊള്ളുന്നത്? നിലവിലുള്ള ലാറ്റിനമേരിക്കൻ സാഹചര്യങ്ങൾ കണക്കിലെടുക്കുമ്പോൾ, പാർട്ടിക്ക് ജനകീയസേന രൂപീകരിക്കാനാകുമോ അതോ ജനകീയസൈന്യ മാണോ നേതൃസംഘടനയ്ക്ക് രൂപം നല്കേണ്ടത്? ഏത് ഏതിന്റെ ന്യൂക്ലിയസ്സാണ്?

   മുപ്പതു നാല്പതുകൊല്ലം മുമ്പ് മിക്ക ലാറ്റിനമേരിക്കൻ കമ്മ്യൂണിസ്റ്റ് പാർട്ടികളുടേയും ആരംഭചുവടുകൾ പിഴച്ചു, അവരുടെ നിയന്ത്രണ ങ്ങൾക്കതീതമായ കാരണങ്ങളാൽ. അത്തരമൊരു ആരംഭപാളിച്ച അതിസങ്കീർണമായ പ്രത്യാഘാതങ്ങളുമുണ്ടാക്കി. പക്ഷേ പാർട്ടികൾ വർഗസമരത്തിനുള്ള ഉപകരണങ്ങൾ എന്നതിൽക്കവിഞ്ഞ് മറ്റൊന്നു മല്ല. ഉപകരണങ്ങൾ ഉപയോഗശൂന്യമായെങ്കിൽ വർഗസമരത്തിന് പൂർണവിരാമമിടണോ, അതോ പുതിയ ഉപകരണങ്ങൾ വാർത്തെ ടുക്കണോ?[26] തികച്ചും ബാലിശമായ ചോദ്യം: ആർക്കും ആദ്യത്തെ തരത്തിലൊരു തീരുമാനം എടുക്കാനാകില്ല. പ്രത്യേകിച്ച് സമകാലീന

---

25. സ്പഷ്ടമായിട്ടുതന്നെ പറയാം. വിപ്ലവകാരിയാകാൻ പാർട്ടിയിൽ ചേർന്നാൽ മതിയെന്ന ധാരണയ്ക്ക് കാലഹരണം സംഭവിച്ചിരിക്കുന്നു. മറിച്ച് വിപ്ലവകാരി യാകാൻ പാർട്ടിവിരുദ്ധനായാൽ മതിയെന്ന വിദ്വേഷപരവും അന്ധവും നിർ ജീവവുമായ ധാരണയ്ക്കും അറുതി വരേണ്ടിയിരിക്കുന്നു. ഈ രണ്ടു നില പാടുകളും അടിസ്ഥാനപരമായി ഒന്നു തന്നേയാണ്. ഒരേ നാണയത്തിന്റെ ഇരുവശങ്ങൾ. പാർട്ടിയില്ലാതെ വിപ്ലവമില്ല എന്ന പിടിവാശിയുടെ പ്രതിഫലന മാണ് പാർട്ടിയോടൊപ്പം വിപ്ലവമില്ല എന്ന നിലപാടും. രണ്ടും അകർമണ്യത യാണ് (quietism). വർത്തമാനകാല ലാറ്റിനമേരിക്കയിൽ വിപ്ലവകാരിയെന്ന നിർ വചനത്തിന് പാർട്ടിയുമായി ഔപചാരികബന്ധം, അത് അനുകൂലമോ, പ്രതി കൂലമോ ആയിക്കൊള്ളട്ടെ, പ്രസക്തമല്ല. ഒരു വിപ്ലവകാരിയുടെ മൂല്യം, പാർട്ടി യുടേതെന്നപോലെ, വ്യക്തിയുടേയും പ്രവൃത്തിയെ ആസ്പദിച്ചിരിക്കുന്നു.

26. ഗുരുതരമായ അധികാരവടംവലി ഇല്ലാത്തതിനാൽ രാഷ്ട്രീയസംഘടനകൾ ക്കിടയിൽ ഒരു പിരിമുറുക്കവും ഇല്ലാത്ത രാജ്യങ്ങൾക്ക് ഈ വിവരണം ബാധകമല്ല.

ലാറ്റിനമേരിക്കയിൽ. വർഗസമരത്തെ അല്പകാലത്തേക്ക് തടുക്കാനായേക്കും ക്ഷയിപ്പിക്കാനോ, വഴിതിരിച്ചു വിടാനോ ശ്രമിക്കാം, പക്ഷേ ഉന്മൂലനം ചെയ്യാനാകില്ല. ജനങ്ങൾ ലഭ്യമായതെന്തും ശേഖരിച്ച് സ്വന്തമായ നിലയിൽ നേതൃസംഘടനയുണ്ടാക്കും. വിപ്ലവകാരികളുടെ ചുമതല ഈ വികസനപ്രക്രിയയെ ത്വരിതപ്പെടുത്തുകയാണ്. ആട്ടെ, വികസനം എന്നതുകൊണ്ട് എന്താണ് നാം കൃത്യമായി ഉദ്ദേശിക്കുന്നത്?

അങ്ങിങ്ങായി വിചിത്രമായ തിരിച്ചടികൾക്ക് നാമിന്ന് സാക്ഷ്യം വഹിക്കുന്നു. ചെ ഗുവേര ഇങ്ങനെ എഴുതി, “ഗറില്ലാ പ്രസ്ഥാനം ഒരു ലക്ഷ്യമല്ല, അതിസാഹസികമായ ഉദ്യമവുമല്ല; രാഷ്ട്രീയാധികാരം കൈക്കലാക്കുക എന്ന ലക്ഷ്യത്തിലെത്താനുള്ള മാർഗം മാത്രമാണത്.”

പക്ഷേ, ഹാ കഷ്ടം? നാം കാണുന്നതോ ഗറില്ലാശക്തി മറ്റനേകം സേവനങ്ങൾ നിറവേറ്റുന്നതാണ്. ബൂർഷ്വാ സർക്കാറിനുമേൽ സമ്മർദ്ദം ചെലുത്താനുള്ള ഉപാധി. രാഷ്ട്രീയ കുതിരക്കച്ചവടത്തിലെ ഒരു ഘടകം; ആവശ്യത്തിനെടുത്തുപയോഗിക്കാവുന്ന തുരുപ്പുശീട്ട്. ഇത്തരം ഉദ്ദേശ്യങ്ങളോടേയാണ് ചില നേതാക്കന്മാർ മിലിറ്ററി ഘടകത്തെ വിനിയോഗിക്കുന്നത്. വിപ്ലവപ്രസ്ഥാനം റിഫോമിസ്റ്റ് ലാഭങ്ങൾക്കായി പ്രയോജനപ്പെടുത്തപ്പെടുന്നു. പിന്നീട് ഒരു ഘട്ടത്തിനു ശേഷം, ഗറില്ലകൾ സ്വയം പിന്മാറുന്നു. ബാഹ്യനേതൃത്വം അടിച്ചേല്പിച്ച ലക്ഷ്യങ്ങൾ നിരാകരിച്ച്, സ്വന്തം രാഷ്ട്രീയനേതൃത്വം സ്വയം ഏറ്റെടുക്കുന്നു. വൈരുധ്യങ്ങൾക്ക് പരിഹാരം കണ്ടെത്താനും അവയുമായി പൊരുത്തപ്പെട്ട്, സൈന്യത്തെ വികസിപ്പിക്കാനുമായി ആ ഒരൊറ്റ മാർഗമേ അവരുടെ മുന്നിൽ ഉള്ളൂ. ഒരു വസ്തുത പ്രത്യേകം ശ്രദ്ധിക്കേണ്ടതുണ്ട്: ഒരിടത്തും ഗറില്ലകൾ പുതിയൊരു പാർട്ടി രൂപീകരിക്കാൻ ശ്രമിച്ചതേയില്ല. മറിച്ച് സ്വന്തം അണികൾക്കിടയിലുള്ള പാർട്ടിസൈദ്ധാന്തിക വിഭാഗീയതകൾ തുടച്ചുമാറ്റാനാണ് ശ്രമിച്ചത്. ഏകോപനത്തിനുള്ള ഉപാധികൾ യുദ്ധവും അടിയന്തിരമായ രാഷ്ട്രീയോദ്ദേശ്യങ്ങളുമായിരുന്നു. ഗറില്ലാപ്രസ്ഥാനം തുടങ്ങുന്നതുതന്നെ ആസന്നവും അടിയന്തരവുമായ സൈനികപ്രവൃത്തികളെ (അത് രാഷ്ട്രീയപ്രവൃത്തിയായി മാറിക്കഴിഞ്ഞിരിക്കുന്നു) കേന്ദ്രീകരിച്ച് അണികൾക്കിടയിൽ ഐക്യം സ്ഥാപിച്ചുകൊണ്ടാണ്; പാർട്ടിരഹിത ഘടകങ്ങളുടെ ഐക്യം, ഗറില്ലാഅണികൾ പ്രതിനിധീകരിക്കുന്ന എല്ലാ പാർട്ടികളുടേയും ഐക്യം. ഗറില്ലാസംഘത്തിൽ, സായുധ വിമോചനസമരത്തിൽ പങ്കാളികളാകുക എന്നതാണ് ഏറ്റവും നിർണായകമായ രാഷ്ട്രീയ തീരുമാനം. അങ്ങനെ ഈ ചെറിയ സൈന്യം എല്ലാ പാർട്ടികളേയും ഉൾക്കൊണ്ട് എല്ലാ തലത്തിലും(റാങ്ക് അൻഡ് ഫൈൽ) ഐക്യം സ്ഥാപിച്ചെടുക്കുന്നു, വളരുന്നു, ആദ്യവിജയങ്ങൾ

കൈവരിക്കുന്നു. ക്രമേണ ജനകീയസൈന്യം അതിന്റേതായ പാർട്ടി രൂപീകരിക്കും, അതാവും താത്ത്വികമായി ഉപകരണം: ചുരുക്കത്തിൽ പാർട്ടിയും സൈന്യവും ഒന്നുതന്നെ.

ക്യൂബൻ വിപ്ലവത്തിനും ഇതേ പ്രതിസന്ധി നേരിടേണ്ടി വന്നിട്ടില്ലേ? പലരേയും വിസ്മയിപ്പിച്ച വസ്തുതയാണിത്. സാധാരണനിലയിൽ പാർട്ടി അധികാരം പിടിച്ചെടുക്കാനുള്ള ഉപകരണമാണ്, പക്ഷേ ക്യൂബയിൽ അധികാരം കൈയടക്കിയ ശേഷം മാത്രമാണ് പാർട്ടി രൂപീകരിക്കപ്പെട്ടതെന്ന്? പക്ഷേ അല്ല അങ്ങനെയല്ല, പാർട്ടി ഭ്രൂണാവസ്ഥയിലുണ്ടായിരുന്നു, വിപ്ലവസേനയുടെ രൂപത്തിൽ. 1959ന്റെ തുടക്കത്തിൽത്തന്നെ, സൈന്യത്തിന്റെ കമാൻഡർ ഇൻ ചീഫ് ഫിഡൽ പാർട്ടിയുടേയും നേതാവായി അനൗദ്യോഗികമായിട്ടാണെങ്കിലും അംഗീകരിക്കപ്പെട്ടിരുന്നു. പാർട്ടിനേതാക്കളെ യുദ്ധസന്നദ്ധരായ സൈനികവേഷത്തിൽ കണ്ട് ഒരു വിദേശി പത്രപ്രവർത്തകൻ അദ്ഭുതം കൂറുകകൂടിചെയ്തു; അയാൾ ധരിച്ചുവശായത് സൈനികവേഷവും പിസ്റ്റളുകളുമൊക്കെ നാട്ടിൻപുറങ്ങളിലെ വിപ്ലവകഥകളിലേ കാണൂ എന്നാണ്, അതു വെറും മായക്കാഴ്ചകളാണെന്നാണ്. പാവം അയാൾ കണ്ടത് മായികവേഷങ്ങളായിരുന്നില്ല. വിപ്ലവ ചരിത്രമായിരുന്നു; ഉറപ്പായും ലാറ്റിനമേരിക്കയുടെ ഭാവിചരിത്രം അയാളുടെ കൺമുന്നിൽ പ്രത്യക്ഷീഭവിക്കുകയായിരുന്നു. ഒന്നു രണ്ടു വർഷത്തെ സാമൂഹികപരിശീലത്തിനുശേഷം സോഷ്യലിസം എന്ന പദം വിപ്ലവത്തിനും ഉപയോഗിച്ചുതുടങ്ങിയപോലെ, പാർട്ടി എന്ന പദവും നിലവിൽ വന്നത് പട്ടാളയൂണിഫോമണിഞ്ഞ പ്രോലിറ്റേറിയൻ പാർട്ടി നിലവിൽ വന്ന് മൂന്നു വർഷത്തിനുശേഷമാണ്. ക്യൂബയിൽ പാർട്ടിയായിരുന്നില്ല, ജനകീയസൈന്യത്തിന്റെ ന്യൂക്ലിയസ്, മറിച്ച് വിയറ്റ്നാമിൽ അങ്ങനെയായിരുന്നു എന്ന് ജിയാപ്പ് അഭിപ്രായപ്പെടുന്നു; ക്യൂബയിൽ വിപ്ലവസൈന്യമായിരുന്നു പാർട്ടിക്ക് ജന്മം കൊടുത്ത ന്യൂക്ലിയസ്, പാർട്ടിയെ മുന്നോട്ടു നയിച്ച ന്യൂക്ലിയസ്. 26 ജൂലൈ 1953ന് മോൺകാഡയിൽ വെച്ച് ആദ്യത്തെ പാർട്ടിനേതാക്കളുണ്ടായി. പാർട്ടിക്കും വിപ്ലവത്തിനും ഒരേ പ്രായം, രണ്ടിനും 26 ജൂലൈ 1967ന് പതിന്നാലു വയസ്സു തികയും. മോൺകാഡാ വിപ്ലവസൈന്യത്തിന്റെ ന്യൂക്ലിയസായിരുന്നു, അതുതന്നെയാണ് പാർട്ടിയുടേയും ന്യൂക്ലിയസായത്. എത്രയോ മുമ്പുതന്നെ രാഷ്ട്രീയസൈനികനേതൃത്വം ഉണ്ടാക്കിയെടുത്ത ഈ ന്യൂക്ലിയസിനു ചുറ്റുമായി, മറ്റു രാഷ്ട്രീയകക്ഷികൾ ഒത്തുകൂടുകയും താദാത്മ്യം പ്രാപിക്കുകയും ചെയ്തതോടെ ഇന്നത്തെ ക്യൂബൻ കമ്മ്യൂണിസ്റ്റ് പാർട്ടി നിലവിൽവന്നു; ഈ പാർട്ടിയുടെ അടിസ്ഥാനവും ശിഖരവും ഇന്നും ഗറില്ലാസൈന്യത്തിലെ സഖാക്കൾ തന്നെയാണ്.

ലാറ്റിനമേരിക്കൻ വിപ്ലവവും അതിന്റെ നേതൃത്വസ്ഥാനം വഹിക്കുന്ന ക്യൂബൻ വിപ്ലവും സാർവദേശീയവിപ്ലവപ്രസ്ഥാനത്തിനും മാർക്സിസം ലെനിനിസത്തിനും നിർണായകമായ സംഭാവനകൾ നല്കിയിട്ടുണ്ട്.

ചില പ്രത്യേകസാഹചര്യങ്ങളിൽ, രാഷ്ട്രീയപക്ഷവും സൈനികപക്ഷവും വിഭിന്നമല്ല, മറിച്ച് ജൈവപരമായി ജനകീയസൈന്യമെന്ന അഖണ്ഡവും ഗറില്ലാദളം അതിന്റെ ന്യൂക്ലിയസുമാണ്. നേതൃസംഘടന ഗറില്ലാ ഫോകോയുടെ രൂപം തന്നെയാണ്. ഗറില്ലാദളം പാർട്ടിയുടെ ഭ്രൂണവും.

മതിഭ്രാന്തിയുളവാക്കുന്ന ഈ നവീനതത്ത്വം ക്യൂബൻ വിപ്ലവമാണ് അവതരിപ്പിച്ചത്.

ഇത് വലിയൊരു സംഭാവനയാണ്. ഇതിനെ വേണമെങ്കിൽ അനന്യമായ സ്ഥിതിവിശേഷമെന്ന് വ്യാഖ്യാനിക്കാം. പ്രത്യേകസാഹചര്യങ്ങളുടെ സങ്കലനംകൊണ്ട് ഉരുത്തിരിഞ്ഞതാണ്, മറ്റു പ്രാധാന്യങ്ങളൊന്നുമില്ലെന്നു വരുത്താം. നേരേ മറിച്ച് അടുത്തകാലത്ത് ഈ വൻകരയിൽ, സായുധപ്രക്ഷോഭങ്ങളുടെ മുൻനിരയിൽ നില്ക്കുന്ന ചില രാജ്യങ്ങളിലുണ്ടായ സംഭവവികാസങ്ങൾ ഇതിനെ ഊട്ടിയുറപ്പിക്കുകയും പുഷ്ടിപ്പെടുത്തുകയും ചെയ്യുന്നു. അതെ, പുഷ്ടിപ്പെടുത്തുന്നു, കാരണം ക്യൂബൻ വിപ്ലവസൈന്യത്തിന്റെ ആദർശസിദ്ധാന്തങ്ങൾ മാർക്സിസ്റ്റ് ചിന്തകളായിരുന്നില്ല, എന്നാൽ പുതിയ ഗറില്ലാകമാൻഡിന്റേത് സ്പഷ്ടമായും അങ്ങനെയാണ്, അവ ലക്ഷ്യം വെക്കുന്ന വിപ്ലവം സുവ്യക്തമായും സോഷ്യലിസ്റ്റും പ്രോലിറ്റേറിയനുമാണ്. അവരുടെ വിചാരധാര അത്യന്തം വ്യക്തവും അവരുടെ ഉദ്ദേശ്യം അചഞ്ചലവുമായതുകൊണ്ടു മാത്രമാണ് ഒരു ഘട്ടത്തിൽ അവ നിലവിലുള്ള നേതൃസംഘടനകളിൽ നിന്ന് വേർപെട്ട്, സ്വന്തമായി മെനഞ്ഞെടുത്ത പുതിയ രാഷ്ട്രീയസൈദ്ധാന്തികസംഘടനാ വീക്ഷണങ്ങൾ ഏതൊരു കരാറിന്റേയും അടിസ്ഥാനമായിരിക്കണമെന്നു നീക്കുപോക്കില്ലാത്ത രീതിയിൽ പ്രഖ്യാപിക്കുകയോ (ഗ്വാട്ടിമാലയിലെന്നപോലെ) അടിച്ചേല്പിക്കുകയോ (വെനിസ്വേല) ചെയ്തത്. ചുരുക്കത്തിൽ രണ്ടു ഉദാഹരണങ്ങളിലും പഴയ രാഷ്ട്രീയപ്പാർട്ടികളുമായുള്ള ജൈവിക ആശ്രിതത്വം അവസാനിപ്പിക്കുകയും ദുർബലമായ രാഷ്ട്രീയനേതൃനിരകളെ മാറ്റുകയും വേണമായിരുന്നു. മറ്റൊരു വിധത്തിൽ പറഞ്ഞാൽ ക്യൂബൻ വിപ്ലവത്തിന്റെ തുടക്കബിന്ദുവിലേക്ക് അവർക്ക് എത്തിച്ചേരണമായിരുന്നു.

അങ്ങനെ മാർക്സിസ്റ്റ് പ്രത്യയശാസ്ത്രവും വിപ്ലവപ്രസ്ഥാനവും തമ്മിൽ പതിറ്റാണ്ടുകളായി നിലനിന്ന വിച്ഛേദനത്തിന്റെ അന്ത്യം കുറിക്കപ്പെട്ടു. പ്രത്യക്ഷത്തിൽ ഈ അനുരഞ്ജനം താത്കാലികവും ദുർബലവും ആണെന്നു തോന്നിയാലും സ്വന്തമായ രാഷ്ട്രീയ

നേതൃത്വമുള്ള ഗറില്ലാപ്രസ്ഥാനത്തിലാണ് ഇതിന്റെ സാക്ഷാത്കാരം. മരണം ആയിരമിരട്ടി യഥാർത്ഥവും വിജയം വിപ്ലവികൾക്കു മാത്രം സ്വപ്നം കാണാനാവുന്ന മിഥ്യയും ആയിരിക്കെ മരണം അല്ലെങ്കിൽ വിജയം എന്നുദ്ഘോഷിക്കുന്ന, അതിലുപരി മറുമാർഗമില്ലാത്ത ഒരു പിടിയാളുകൾ.[27] ഇവർ മരിച്ചുവീണാൽ പകരക്കാരെത്തും. സാഹസികോദ്യമങ്ങൾ നടത്തിയേ തീരൂ. സിദ്ധാന്തവും പ്രയോഗവും തമ്മിലുള്ള ഏകോപനം അനിവാര്യതയല്ല, സംഘർഷമാണ്. ഒരു സംഘർഷവും മുൻകൂട്ടി ജയിക്കാനാവില്ല. ഈ ഏകോപനം ഇവിടെ നടത്തിയെടുക്കാനായില്ലെങ്കിൽ എവിടേയും നടത്തിയെടുക്കാനാവില്ല.

സമഗ്രമായ രാഷ്ട്രീയസമരമാണ് യഥാർത്ഥത്തിൽ ഗറില്ലാദളം ലക്ഷ്യം വെക്കുന്നതെങ്കിൽ, അടിസ്ഥാനപരമായി അധികാരതലത്തിലോ നിർവഹണതലത്തിലോ ഇരട്ടത്താപ്പുനയം ദളത്തിന് അധികകാലത്തേക്കു സഹിക്കാനാവില്ല. ഏകീകരണാശയത്തെ ചെ ഗുവേര കൊണ്ടുചെന്നെത്തിക്കുന്നതോ, ലാറ്റിനമേരിക്കയിലെ വിപ്ലവസംരംഭങ്ങളുടെ സായുധരാഷ്ട്രീയ നേതൃത്വങ്ങൾ ഒരൊറ്റ വ്യക്തിയിൽ നിക്ഷിപ്തമായിരിക്കണമെന്ന പരാമർശത്തിലാണ്.[27] പക്ഷേ അത് ഫിഡലിനെപ്പോലുള്ള ഒരു വ്യക്തിയായാലും സംഘടിതനേതൃത്വമായാലും ശ്രദ്ധിക്കേണ്ട കാര്യം സായുധരാഷ്ട്രീയ നേതൃത്വം ഏകജാതീയം (homogeneous) ആയിരിക്കണമെന്നാണ്. സൈനിക ഓഫീസർമാക്ക് ജനകീയസമരത്തിലൂടെ രാഷ്ട്രീയനേതാക്കളാകാം, (ലൂയി ടുർസിയോസ് ജീവിച്ചിരുന്നെങ്കിലെന്നപോലെ); വിപ്ലവകാരികളായ രാഷ്ട്രീയനേതാക്കൾക്ക് സൈനിക നേതാക്കളാകാം, യുദ്ധം ചെയ്തുകൊണ്ട് യുദ്ധമെന്ന കല അഭ്യസിക്കാം (ഡഗ്ലസ് ബ്രാവോയെപ്പോലെ). എന്തുതന്നെയായാലും അവർക്കതിനു കഴിയണം.

രാഷ്ട്രീയനേതൃത്വമില്ലെന്നു വരികിൽ, ഒരു ഗറില്ലാദളത്തിന് സൈനികതലത്തിൽ വളർന്നു വികസിക്കാനാവില്ല. സ്വന്തം നിലപാട് രൂപപ്പെടുത്തി എടുക്കാത്തിടത്തോളംകാലം, സമ്മർദ്ദഗ്രൂപ്പോ രാഷ്ട്രീയവ്യതിയാനങ്ങൾ സൃഷ്ടിക്കാനുള്ള വെറുംഉപകരണമോ ആയിരിക്കുന്നേടത്തോളം കാലം, ഗറില്ലാദളം വെറുതെ സമയം പാഴാക്കുകയാണ്, ദളത്തിന്റെ പ്രവർത്തനങ്ങൾ ഭാഗികമായി വിജയകരമാണെങ്കിൽക്കൂടി. ദളത്തിനെങ്ങനെ മുൻകൈ എടുക്കാനാവും? എന്തടിസ്ഥാനത്തിലാണ് മനോവീര്യം വളർത്തിയെടുക്കേണ്ടത്? ജനാഭിലാഷങ്ങളും ജനശക്തിയും വളർത്തിയെടുക്കാനുള്ള ത്വരകമായി പ്രവർത്തിക്കാൻ അനുവദിച്ചാൽ, തന്നിമിത്തം ദളം നിയാമകശക്തിയാവുമെന്നു നാം ആശങ്കപ്പെടുന്നുവോ? ഇതൊരു പൊതുജനസമരമായതുകൊണ്ടുതന്നെ ഏറ്റവും സമൂലമായതുകൊണ്ടുതന്നെ ഗറില്ലാസമരം സൈനികതലത്തിൽ വിജയിക്കണമെങ്കിൽ, ഭൂരിഭാഗം ചൂഷിതവർഗത്തേയും

27. Guerre de guerilla: Une method Che Guevara

രാഷ്ട്രീയതലത്തിൽ തന്നിലേക്കാകർഷിച്ചടുപ്പിക്കണം. ജനങ്ങളുടെ സജീവവും സംഘടിതവുമായ പങ്കാളിത്തമില്ലാതെ വിജയം അസാധ്യമാണ്; കാരണം രാജ്യത്താകമാനം പടർന്നുപിടിക്കുന്ന നഗരവ്യാപകമായ പൊതുപണിമുടക്കുകളും പൊതു പ്രക്ഷോഭണങ്ങളുമാണ് ഭരണകൂടത്തിന് മരണാഘാതമാവുന്നതും അതിന്റെ അന്തിമ കുതന്ത്രങ്ങളെ അവസാനനിമിഷത്തിലെ ഭരണകൂടമാറ്റങ്ങൾ, പുതിയൊരു മിലിറ്ററി ഭരണം, തെരഞ്ഞെടുപ്പുകൾ അമ്പേ പരാജയപ്പെടുത്തുന്നതും. പക്ഷേ ആ ബിന്ദുവിലേക്കെത്താനായി മലനാടൻ ഗറില്ലാ ശക്തികൾ ക്ഷമയോടെ ദീർഘകാലപ്രവർത്തനത്തിലൂടെ സകലവിധ സമരമുറകളേയും ഏകോപിപ്പിക്കേണ്ടതില്ലേ?, സായുധവിഭാഗത്തിന്റേയും വിപ്ലവകാരികളുടേയും പ്രവർത്തനങ്ങൾ ഏകോപിപ്പിക്കേണ്ടതില്ലേ? ഗ്രാമപ്രാന്തങ്ങളിലെ ഗറില്ലകളുടെ പിന്നണി അട്ടിമറി പ്രവർത്തനങ്ങളെ മുഖ്യ ഗറില്ലാദളത്തിന്റെ പ്രവർത്തനങ്ങളുമായി ഏകോപിപ്പിക്കേണ്ടതില്ലേ? സായുധസമരത്തിനപ്പുറം രാജ്യത്തെ ദൈനംദിന ജനജീവിതത്തിൽ അതിനേക്കാളും വലിയൊരു പങ്ക് നിർവഹിക്കാൻ ശ്രമിക്കേണ്ടതില്ലേ? അതുകൊണ്ടാണ് ഗറില്ലാദളവിന്യാസത്തിൽ റേഡിയോ ട്രാൻസ്മിറ്ററിന് ഇത്രയും വലിയ പ്രാധാന്യം. റേഡിയോയിലൂടെ ഹെഡ്ക്വാട്ടേഴ്സിന് പ്രവർത്തനമണ്ഡലത്തിനു പുറമെ താമസിക്കുന്ന ജനങ്ങളുമായി നിത്യേന സമ്പർക്കം പുലർത്താം. അങ്ങനെ രാഷ്ട്രീയനിർദ്ദേശങ്ങളും ദിശാബോധനവും ജനങ്ങളിലേക്കെത്തിക്കാം. വിജയങ്ങളുടെ എണ്ണം പെരുകുന്നതോടെ അതും പ്രതിധ്വനിച്ചുകൊണ്ടേയിരിക്കും. ക്യൂബയിലെ റേഡിയോ റെബൽഡെ പ്രക്ഷേപണം ആരംഭിച്ചത് 1958ലാണ്. ഫിഡൽ അത് കൂടെക്കൂടെ പ്രയോജനപ്പെടുത്തി, വിപ്ലവപ്രസ്ഥാനത്തിൽ വിപ്ലവ സൈന്യത്തിന്റെ പങ്ക് ഊന്നിപ്പറഞ്ഞു. കത്തോലിക്കരും കമ്മ്യൂണിസ്റ്റുകാരുമടക്കം എല്ലാവരും മലനിരകളിലേക്കു നോക്കിയാണ് റേഡിയോ ട്യൂൺ ചെയ്തത്. വിശ്വാസ്യമായ വിവരങ്ങളറിയാൻ, എന്തു ചെയ്യണമെന്നറിയാൻ, എവിടെയാണ് പ്രവർത്തനമെന്നറിയാൻ റേഡിയോ റെബൽഡെ. ഒളിപ്രവർത്തനങ്ങളൊക്കെ പരസ്യമായിത്തന്നെയാവാമെന്നു വന്നു. വിപ്ലവപ്രവർത്തനങ്ങളും പ്രഖ്യാപിതലക്ഷ്യങ്ങളും ജനങ്ങളെ സ്വേച്ഛയാ സമൂലമായ പരിവർത്തനങ്ങൾക്കു തയ്യാറാക്കി. ബറ്റിസ്റ്റയുടെ പലായനത്തിനുശേഷം ഫിഡൽ റേഡിയോയിലൂടെ പ്രക്ഷേപണം നടത്തി തലസ്ഥാനനഗരിയിൽ ഭരണകൂടഅട്ടിമറി നടത്താനുള്ള തീരുമാനം ഉപേക്ഷിച്ചെന്ന്; അങ്ങനെ മിനിട്ടുകൾകൊണ്ട് ഭരണപക്ഷത്തിന്റെ തുരുപ്പുചീട്ട് ഫിഡൽ അസാധുവാക്കി, പരിപൂർണവിജയം അരക്കിട്ടുറപ്പിച്ചു. വിജയത്തിനു മുമ്പ്തന്നെ റേഡിയോ വഴി സൈനികവിന്യാസവിവരങ്ങൾ പ്രക്ഷേപണം ചെയ്യുന്നതിനുമേൽ സർക്കാർ ഏർപ്പെടുത്തിയ നിയന്ത്രണങ്ങളൊക്കെ വിപ്ലവ

റേഡിയോ ലംഘിച്ചിരുന്നു. സമാനമായ നിയന്ത്രണങ്ങൾ യുദ്ധനിരതരായ എല്ലാ രാജ്യങ്ങളിലും നിലവിലുണ്ട്. റേഡിയോവഴിയാണ്, ഗറില്ലകൾ സത്യത്തിന്റെ വാതിൽപ്പാളികൾ വലിച്ചു തുറന്ന്, പൊതുജനങ്ങൾക്ക് ഒന്നടങ്കം അകത്തേക്ക് പ്രവേശനം നല്കിയത്. വിപ്ലവ റേഡിയോ നേരും നെറിയും പാലിക്കുന്നവരായതുകൊണ്ട്, തെറ്റായ ഒരു വാർത്തയും പ്രക്ഷേപണം ചെയ്യില്ലെന്ന, പരാജയത്തെ മറച്ചുവെക്കുകയോ വിജയത്തെ ഊതിവീർപ്പിക്കുകയോ ചെയ്യില്ലെന്ന ദൃഢവിശ്വാസം ജനങ്ങൾക്ക് ഉണ്ടായിരുന്നു. ചുരുക്കത്തിൽ ഗറില്ലാ പ്രസ്ഥാനത്തിന്റെ ഗുണനിലവാരത്തിൽ റേഡിയോ വളരെയേറെ മാറ്റങ്ങളുണ്ടാക്കി. അതുകൊണ്ടാണ് ഇന്ന് ഗറില്ലാപ്രസ്ഥാനത്തിനെതിരെ ഒളിച്ചും തെളിച്ചും തടസ്സമുന്നയിക്കുന്നവർ പോലും ഈ പ്രചാരണ മാധ്യമത്തെ ആശ്രയിക്കുന്നത്.

അതിനാൽ ഒരു ഭീമാകാര യന്ത്രത്തെ ചലിപ്പിക്കാൻ മറ്റൊരു ചെറിയ യന്ത്രം ആവശ്യമാണ്, ചെറിയ യന്ത്രമെന്ന പ്രേരകമില്ലെന്നു വരികിൽ ഭീമാകാരയന്ത്രം നിശ്ചേഷ്ടമാണ്, അഥവാ അതിനു വളരെ പരിമിതമായ ചലനമേ ഉണ്ടായിരിക്കൂ. അതേവിധം പൊതുജനസഞ്ചയത്തെ ചലിപ്പിക്കാൻ ഗറില്ലാദളം ആവശ്യമാണ്, ഇക്കാര്യം, അതായത് ജനങ്ങളുടെ വഴികാട്ടിയും വ്യാഖ്യാതാവും ഗറില്ലാദളം മാത്രമാണെന്ന്, ഗറില്ലാദളമില്ലെങ്കിൽ ജനശക്തി ചിന്നിച്ചിതറുകയും ദുർബലപ്പെടുകയും ചെയ്യുമെന്ന് ജനങ്ങളെ ബോധ്യപ്പെടുത്തേണ്ടതുണ്ട്. ഈ ബോധം ഉണർത്തിയെടുക്കാനായി ഗറില്ലകൾ സകലവിധ രാഷ്ട്രീയമിലിറ്ററി പ്രവർത്തനങ്ങളുടേയും ഭാരവാഹിത്വം ഏറ്റെടുക്കണം. ജനകീയസമരം നടത്താനുദ്ദേശിക്കുന്ന ലാറ്റിനമേരിക്കൻ ഗറില്ലാ പ്രസ്ഥാനം ഒരു വ്യവസ്ഥാപിത സൈന്യമായി മാറണം, അവസാനംവരെ പൊരുതണം, സൈനികനീക്കങ്ങളും സ്ഥാനനിർണയവും നടത്തി, മിലിറ്ററി കമാൻഡ് എന്ന ചുമതല കൂടി വഹിക്കുന്ന അനിഷേധ്യ രാഷ്ട്രീയ നേതൃസംഘടനയായിത്തീരണം.

ഈ ധാർഷ്ട്യം നിറഞ്ഞ ഈ നിന്ദാവചനം എങ്ങനെ ന്യായീകരിക്കാനാവും? രാഷ്ട്രീയഉത്തരവാദിത്വം തങ്ങൾക്ക് സ്വന്തമെന്ന്, തങ്ങൾക്കുമാത്രം സ്വന്തമെന്ന് ഗറില്ലാദളത്തിന് എങ്ങനെ അവകാശപ്പെടാനാകും?

ഉത്തരം ഇതാണ്: സോഷ്യലിസത്തിൽ വിശ്വസിക്കുന്ന, അധികാരം കൈയേറ്റ് ഭരണം നടത്തേണ്ട വർഗങ്ങൾ തമ്മിലുള്ള സഖ്യം, തൊഴിലാളികളും കർഷകരും തമ്മിലുള്ള സഖ്യം. ഈ നിർണായകമായ വർഗസഖ്യം ഗറില്ലാദളത്തിനു മാത്രമേ നേടിയെടുക്കാനാകൂ. ഈ സഖ്യത്തിന്റെ പ്രയോഗതലത്തിലുള്ള ഉറപ്പാണ്, സാക്ഷാത്കാരമാണ് ഗറില്ലാസൈന്യം. രാഷ്ട്രീയാധികാരത്തിന്റെ സവിശേഷാവകാശങ്ങൾ കൈയാളുമ്പോൾ, ഗറില്ലാപട്ടാളം വർഗപരമായ അന്തഃസത്തയോടാണ്

പ്രതികരിക്കുന്നത്, വരാനിരിക്കുന്ന അപകടങ്ങളെ മുൻകൂട്ടി കാണുകയാണ്. വിജയത്തിനുശേഷം ജനകീയശക്തി ദുഷിച്ചുപോകില്ലെന്ന് ഉറപ്പു വരുത്താൻ അതിനേ കഴിയൂ. വികസനപർവത്തിൽത്തന്നെ രാഷ്ട്രീയാധികാരം കൈയാളുന്നില്ലെങ്കിൽപ്പിന്നെ യുദ്ധവിജയത്തിനുശേഷം അപ്രകാരം ചെയ്യുക ദുഷ്കരമായിത്തീരും. എല്ലാവിധ സാമ്രാജ്യത്വ സഹായസംവിധാനങ്ങളുമായി ബൂർഷ്വാസി ഈ അവസരം മുതലെടുക്കുകയും ചെയ്യും. രാജ്യത്തിനകത്തെ സൈന്യവും രാജ്യത്തിനു പുറത്തുള്ള സർക്കാറും തമ്മിൽ ഇന്നലെ നടന്ന വിച്ഛേദമാണ് അൾജീറിയയെ ഇന്നത്തെ ദുരവസ്ഥയിലേക്കെത്തിച്ചതെന്നത് നമുക്കു ദൃഷ്ടാന്തമാണ്. മാർക്സിസ്റ്റ് നേതൃസംഘടയില്ലെന്നുവരികിൽ രാഷ്ട്രീയസൈനികാധികാരങ്ങൾ വേർപെടുത്തുന്നതുകൊണ്ടുള്ള ആപത്തുകൾ വിവരിക്കാൻ ഇതിനേക്കാൾ മെച്ചപ്പെട്ട ഉദാഹരണമില്ല. വിപ്ലവാത്മകമായ ആഭ്യന്തരകലഹങ്ങളാണ് നവസമൂഹത്തിലെ ചരിത്രപരമായ സംവിധാനങ്ങളെ ശക്തിപ്പെടുത്തുന്നത്. ലെനിൻ തന്റെ അവസാനരേഖകളിൽ ഇങ്ങനെ എഴുതി ആഭ്യന്തരയുദ്ധം തൊഴിലാളിവർഗത്തേയും കർഷകരേയും വിളക്കിച്ചേർത്തു, ഇത് അജയ്യമായ ശക്തി ഉറപ്പാക്കുന്നു.[28]

മലനിരകളിൽ തൊഴിലാളികളും കർഷകരും ബുദ്ധിജീവികളും ആദ്യമായി സമ്മേളിക്കുന്നു. അവരുടെ ഏകീകരണം തുടക്കത്തിൽ സുഗമമല്ല. ഓരോ വർഗത്തിനകത്തും ഉപവർഗങ്ങളുള്ളതുപോലെ ഒരേ സംഘടനയ്ക്കകത്തും വിഭാഗങ്ങളുണ്ടാകാം. കർഷകർ, അവർ റെഡ് ഇന്ത്യൻ കർഷകരാണെങ്കിൽ പ്രത്യേകിച്ചും, ഒരുകെട്ടായി, സ്വന്തം ഭാഷ സംസാരിച്ച് ഒതുങ്ങിമാറി നില്ക്കും. മറ്റുള്ളവർ അതായത് എഴുതാനും വായിക്കാനും അറിയാവുന്നവർ അവരുടേതായ സംഘം ഉണ്ടാക്കും. അവിശ്വാസം, ഭയം, പഴക്കവഴക്കങ്ങൾ, ഇവയൊക്കെ അക്ഷീണമായ രാഷ്ട്രീയബോധനത്തിലൂടെ മാത്രമേ തുടച്ചു മാറ്റാനാവൂ, അതിന് നേതാക്കന്മാർ ദൃഷ്ടാന്തമായിരിക്കണം. ഇവർക്കൊക്കെ പരസ്പരം പഠിച്ചെടുക്കാനായി പലതുമുണ്ട്, വിഭിന്നതകളിൽ നിന്നാണ് തുടക്കമെങ്കിലും എല്ലാവരും ഒരേ വിധത്തിലുള്ള ജീവിതചര്യകൾ സ്വീകരിക്കണമെന്നതിനാൽ, എല്ലാവരും ഒരേ സംരംഭത്തിലെ പ്രവർത്തകരാകയാൽ, അവർ പതുക്കെ പതുക്കെ പരസ്പരം ഇണങ്ങിച്ചേരും. പങ്കാളിത്തജീവിതം, തോളോടുതോൾ ചേർന്നുള്ള ചെറുത്തുനില്പുകൾ, ഒന്നിച്ചനുഭവിക്കേണ്ടിവരുന്ന ക്ലേശങ്ങൾ, എല്ലാംകൂടി സരളവും ശക്തവുമായ സൗഹൃദ

28. 1922 ഡിസംബറിലെ റഷ്യൻ സോവിയറ്റിന്റെ പത്താം കോൺഗ്രസിൽ ലെനിൻ നടത്താനിരുന്ന പ്രഭാഷണത്തിന്റെ കരടു പകർപ്പ്. ഊന്നലുകൾ ലെനിന്റെ വക...

വലയത്തിൽ അവരെ ഇണക്കിച്ചേർക്കുന്നു. മാത്രവുമല്ല ഗറില്ലാ ജീവിതത്തിന്റെ പ്രഥമ നിയമം ആരും ഒറ്റയ്ക്കു രക്ഷപ്പെടുന്നില്ല എന്ന താണ്. സംഘത്തിന്റെ താത്പര്യമാണ് ഓരോരുത്തരുടേയും താത് പര്യം, മറിച്ചും അങ്ങനെത്തന്നെ. അതിജീവനവും വിജയവും എന്നാൽ എല്ലാവരും ചേർന്ന് എന്നാണ് വിവക്ഷ. മുന്നോട്ടുനീങ്ങുന്ന അണിയിൽ ഒരൊറ്റയാൾ പിന്നിലായിപ്പോയാൽ, അത് അണിയുടെ മൊത്തം വേഗതയേയും സുരക്ഷയേയും ബാധിക്കും. ശത്രു പിറകി ലുണ്ട്. സഖാവിനെ ഉപേക്ഷിച്ചുപോരാനോ, താവളത്തിലെത്തി ക്കാനോ സാധ്യവുമല്ല. അങ്ങനെ വരുമ്പോൾ ഓരോരുത്തനും ഈ ചുമട് പങ്കിട്ടെടുക്കണം, തോൾസഞ്ചിയോ, വെടിക്കോപ്പു നിറച്ച സഞ്ചിയോ ഏറ്റുവാങ്ങണം, പരിക്കേറ്റവനെ ലക്ഷ്യസ്ഥാനം എത്തും വരെ സഹായിക്കണം. ഇത്തരം സന്ദർഭങ്ങളിൽ വർഗഅഹന്തയ്ക്ക് ഏറെക്കാലം നിലനില്ക്കാനാവില്ല. പെറ്റിബൂർഷ്വാ മനഃസ്ഥിതിയും വർഗബോധവും വേനൽസൂര്യനിൽ മഞ്ഞുകട്ടയെന്നപോലെ ഉരുകി പ്പോകും. അത്തരം, പരസ്പരവിശ്വാസം, സഖ്യം വേറെ എവിടെ, ഏതു പരിസ്ഥിതിയിലാണ് ഉടലെടുക്കുക? അതേ വാദമുഖമു പയോഗിച്ച്, ഗറില്ലാദളത്തിന് സ്വീകരിക്കാനായി ജനകീയലൈൻ മാത്ര മാണുള്ളത്. ജനങ്ങളുടെ പിന്തുണയോടുകൂടി, അവരുമായുള്ള ദൈനംദിന സമ്പർക്കത്തിലൂടെ മാത്രമേ ഗറില്ലാദളത്തിന് ജീവിക്കാ നാവൂ. ഉദ്യോഗസ്ഥശ്രേണികളുടെ ദുർബലഹൃദയം ഇവിടെ തികച്ചും അപ്രസക്തം. ഭാവി സോഷ്യലിസ്റ്റ് നേതാവിനും കാഡറിനും ലഭി ക്കാവുന്ന ഏറ്റവും മെച്ചപ്പെട്ട പരിശീലനമല്ലേ ഇത്. വിപ്ലവകാരി കളാണ് ആഭ്യന്തരവിപ്ലവം സൃഷ്ടിക്കുന്നത്, ശരിതന്നെ, പക്ഷേ കുറച്ചുകൂടി വിപുലമായ അർത്ഥത്തിൽ, ആഭ്യന്തരവിപ്ലവമാണ് വിപ്ലവ കാരികളെ രൂപപ്പെടുത്തുന്നത്.

ലെനിൻ ഇങ്ങനെ എഴുതി "ആഭ്യന്തരസമരം ബോധവത്കരി ക്കുകയും പാകപ്പെടുത്തുകയും ചെയ്തു. ഡെന്കിനും മറ്റുള്ളവരും വളരെ നല്ല അധ്യാപകരായി, അവർ നന്നായി പഠിപ്പിച്ചു നമ്മുടെ ഏറ്റവും മെച്ചപ്പെട്ട വിപ്ലവകാരികളെല്ലാം സൈനികസേവനം അനുഷ്ഠിച്ചവരാണ്."[28]

മാർക്സിസം ലെനിനിസം പഠിപ്പിക്കാൻ ഏറ്റവും പറ്റിയ അധ്യാപകൻ ശത്രുവാണ്, ജനകീയസമരത്തിൽ മുഖാമുഖം നില്ക്കുന്ന ശത്രു. പഠിത്തവും പരിശീലനവുമൊക്കെ വേണം, പക്ഷേ അത്യന്താപേ ക്ഷിതമല്ല. അക്കാദമികളിൽ പരിശീലനം ലഭിച്ച കാഡറുകളാരുമില്ല. വിപ്ലവകാഡറുകളെ, സമരമുഖത്തെ അനുഭവപാഠങ്ങളിൽ നിന്നകറ്റി പ്രത്യയശാസ്ത്രപാഠശാലകളിൽ പരിശീലിപ്പിച്ചെടുക്കാമെന്ന അവകാശവാദം ശരിയല്ല. അങ്ങനെ ചിന്തിക്കുന്നത് നിഷ്കളങ്കത യെന്ന് പശ്ചിമയൂറോപ്പിൽ ന്യായീകരിക്കാനായെന്നുവരും. മറ്റിട ങ്ങളിൽ അക്ഷന്തവ്യമായ അസംബന്ധമെന്നും.

രാഷ്ട്രീയനേതൃത്വം കൈയടക്കാനുള്ള ഗറില്ലാദളത്തിന്റെ പ്രയത്നം അഥവാ പ്രതിബദ്ധത കുറെക്കൂടി വ്യക്തമായി വെളിപ്പെടുന്നത് അവർ ആദ്യത്തെ സ്വതന്ത്രമേഖല രൂപീകരിക്കുമ്പോഴാണ്. ഭാവി വിപ്ലവ മുറകൾ അവരവിടെ പരീക്ഷിക്കുന്നു (ഓറിയന്റിലെ രണ്ടാം മുന്നണിയിലെന്നപോലെ). കാർഷിക പരിഷ്കരണങ്ങൾ, കാർഷികസമ്മേളനങ്ങൾ, നികുതിചുമത്തലും ഈടാക്കലും വിപ്ലവക്കോടതികൾ, സാമൂഹികജീവിതത്തിൽ നിയമസമാധാനം... സ്വതന്ത്രമേഖല ഭാവി രാഷ്ട്രത്തിന്റെ പ്രാഗ്രൂപമാണ്, മാതൃകയാണ്. അവിടത്തെ ഭാരവാഹികൾ ഭാവിയിൽ രാഷ്ട്രത്തിന്റെ ഭരണനിർവാഹകരും. ഇത്തരം സോഷ്യലിസ്റ്റ് റിഹേഴ്സലുകൾ ജനപ്രിയ സൈന്യത്തിനല്ലാതെ മറ്റാർക്കാണ് നടത്തിയെടുക്കാനാവുക?

തൊഴിലാളികർഷക സഖ്യത്തെ ഇണക്കിച്ചേർക്കുന്ന കണ്ണി, മിക്കപ്പോഴും ബൂർഷ്വാവർഗവിപ്ലവകാരികളാണെന്ന് കണ്ടെത്തിയിട്ടുണ്ട്. ഗറില്ലാ കമാൻഡിലെ ഭൂരിഭാഗവും ഇത്തരക്കാരാണുതാനും. ഇന്ന് സാമൂഹികവർഗങ്ങളിലെ ധ്രുവീകരണം കാരണം ഈ പ്രവണത കുറഞ്ഞുതുടങ്ങിയിട്ടുണ്ടെങ്കിലും തീർത്തും ഇല്ലാതായിട്ടില്ല.

വളരെ പരിമിതമായ കാലയളവിലാണെങ്കിൽ കൂടി കോളണിവാഴ്ചയ്ക്കടിമപ്പെട്ട രാജ്യങ്ങളിൽ കണ്ടുവരുന്ന സമാനബദലുകൾ എന്ന നിയമമാണിത്. ഒന്നുകിൽ തൊഴിലാളികളികളുടെ എണ്ണം തീരെ കുറവ്, അതല്ലെങ്കിൽ റിഫോമിസ്റ്റ് ട്രേഡ് യൂണിയൻ ആഭിജാത്യം അവരെ സ്വാധീനിച്ചിരിക്കുന്നു, ഒറ്റപ്പെട്ടുപോയ, അവമാനിക്കപ്പെട്ട കർഷകവർഗം ഇവരൊക്കെ ബൂർഷ്വാവർഗത്തിന്റെ നേതൃത്വം അംഗീകരിക്കാൻ സന്നദ്ധരാണ്. ചൂഷിതവർഗത്തെ ബോധവത്കരിക്കുകയും കർമ്മനിരതരാക്കുകയും ചെയ്യുന്ന യത്നത്തിന്റെ തത്കാല നേതൃത്വം ബൂർഷ്വാവിപ്ലവകാരികളിൽ നിക്ഷിപ്തമാകുന്നു.[29] എന്നാൽ ഈ ചരിത്രപ്രധാനമായ നേതൃത്വപദവി ഏറ്റെടുക്കാനായി, ചുമതലകൾ നിറവേറ്റാനായി, താത്കാലികപദവിയെ എന്നെന്നേക്കുമായി, അനധികൃതമായി തട്ടിയെടുക്കാതിരിക്കാനായി കബ്രാളിന്റെ ഭാഷയിൽ പറഞ്ഞാൽ "പുരോഗമനവാദികളായ പെറ്റി ബൂർഷ്വകളെന്ന ഈ വർഗം ഒന്നടങ്കം മാനസികമായി ആത്മഹത്യചെയ്ത് വിപ്ലവത്തൊഴിലാളികളായി പുനർജനിക്കണം. ജനസാമാന്യങ്ങളുടെ മനസ്സിൽ ഏറ്റവും ആഴത്തിൽ വേരൂന്നിയ

29. ഫിഡൽ കാസ്ട്രോ ഫ്രാങ്ക് പയസിനെഴുതിയ അവസാനത്തെ കത്ത് (21 ജൂലൈ 1957). ഇതേ വിസ്മയം ഇന്ന് ടുസിയോസ്, ഡഗാലസ് ബ്രാവോ, കാമിലോ ടോറെസ് എന്നിങ്ങനെ പലരുടെ കത്തുകളിലും കാണാം. എന്നു വെച്ച് കർഷക പിന്തുണ നേടുക എളുപ്പമാണെന്നല്ല, മറിച്ച് അതു നേടിയെടുക്കാനായാൽ അദ്ഭുതം സംഭവിക്കുമെന്നാണ്. സിയേറയിൽ 8 മാസം ചെലവിട്ടശേഷം, ഒട്ടനവധി കർഷകരുടെ ചതിക്കുഴികളിൽ നിന്ന് രക്ഷപ്പെടാനായശേഷമാണ് ഫിഡൽ ഈ കത്തെഴുതിയത്

ഉൽക്കർഷേച്ഛുക്കളുമായി അവർ താദാത്മ്യം പ്രാപിക്കണം." ഈ മാനസിക ആത്മഹത്യയ്ക്ക് ഏറ്റവും അനുകൂലമായ സമയവും സ്ഥലവും ഗറില്ലകളോടൊപ്പം കഴിയുമ്പോഴാണ്. ഗറില്ലാ പ്രവർത്തനങ്ങളിൽ നിരതരാവുമ്പോഴാണ്. ഇത്തരം ദൗത്യങ്ങളിലേർപ്പെടുമ്പോൾ നഗരങ്ങളിൽ നിന്നുള്ള ചെറിയ ദളങ്ങൾ ആദ്യമായി ഗ്രാമീണദളങ്ങളുമായി ദൈനംദിന സമ്പർക്കം പുലർത്തുന്നു. അല്പാല്പമായി ഗ്രാമീണജീവിതവുമായി പൊരുത്തപ്പെടാൻ നിർബന്ധിതരാകുന്നു, ജനങ്ങളുടെ ഉൽക്കർഷേച്ഛകളെ പൂർണമായും ഉൾക്കൊള്ളാൻ തുടങ്ങുന്നു. രാഷ്ട്രീയ വാഗ്ധോരണി മാറ്റിവെച്ച് ഈ ഉൽക്കർഷേച്ഛകളെ പ്രസ്ഥാനത്തിന്റെ കാര്യപരിപാടിയായി അംഗീകരിക്കുന്നു. ഗറില്ലാസൈന്യത്തിലല്ലാതെ വേറെ എവിടെയാണ് ഇത്തരത്തിൽ പുറന്തൊലി ഉരിച്ചുകളഞ്ഞ് പുതിയൊരു ജന്മം നേടാനാവുക?

ഇവിടെയാണ് രാഷ്ട്രീയ പ്രവർത്തനങ്ങൾക്ക് അകക്കാമ്പുണ്ടാകുന്നത്. വിപ്ലവാദർശങ്ങൾ സമവാക്യങ്ങളുടെ ഇരുണ്ട നിഴലുകളിൽനിന്ന് പുറത്തേക്കു വന്ന് പകൽവെളിച്ചത്തിൽ മൂർത്തരൂപം പ്രാപിക്കുന്നു. ഈ വേഷപ്പകർച്ച അത്യദ്ഭുതകരമാണ്, ഈ പ്രതിഭാസം നേരിട്ടനുഭവിച്ചവർക്ക് അതു വിവരിക്കാൻ വാക്കുകളില്ല, ആശ്ചര്യക്കുറികളേയുള്ളൂ.

> പുനരുദ്ധരിക്കപ്പെട്ട ചേതന, സംഘടിതമായ ഉൽക്കൃഷ്ടത നേടിയെടുക്കാനുള്ള വെമ്പൽ, മെച്ചപ്പെട്ട ഭാവിയെക്കുറിച്ചുള്ള ബോധം, ഇവയൊക്കെ പുഷ്പിച്ചു നില്ക്കുന്നു, ഇനിയും ഫലപ്രാപ്തിയെത്തുകയേ വേണ്ടു. ഇവയൊക്കെ നമ്മളെത്രയോ തവണ കേട്ടതാണ്. കേവലം വാക്കുകളുടെ രുചി, നാമവയുടെ സുന്ദരമായ വിവക്ഷകൾ അതേപടി സ്വീകരിച്ചു, പക്ഷേ ഇന്ന് നാം സ്വന്തം ജീവിതത്തിലൂടെ എല്ലാ അർത്ഥത്തിലും അനുഭവിച്ചറിയുന്നു, ഈ അനുഭവം അനന്യസാധാരണമാണ്. ഈ മലമ്പ്രദേശത്ത്, നമ്മുടെ ഈ കൊച്ചു ലോകത്ത് ഇത് അവിശ്വസനീയമാം വിധം വളർന്നു വികസിക്കുന്നത് നാം കണ്ടിട്ടുള്ളതാണ്. പൊതുവെ അവ്യക്തമായും അവ്യവസ്ഥിതമായും ഉപയോഗിച്ചു പോരുന്ന ജനങ്ങൾ എന്ന പദത്തിന് ഇവിടെ ജീവിതം, എന്നാണ് വിവക്ഷ, അത്യാശ്ചര്യകരവും അത്യുജ്ജ്വലവുമായ യാഥാർത്ഥ്യം. ഇപ്പോഴെനിക്ക് നല്ല ബോധ്യമുണ്ട് ജനങ്ങൾ ആരാണെന്ന്, നമുക്കു ചുറ്റിലുമുള്ള സർവവ്യാപിയായ അജയ്യമായ ശക്തിയിൽ ഞാനവരെ കാണുന്നു, മുപ്പതോ നാല്പതോ പേരടങ്ങുന്ന ദളങ്ങൾ, കൈവിളക്കുകൾ തെളിച്ചുകൊണ്ട് മുന്നോട്ടു നീങ്ങുന്നവർ, അർധരാത്രി രണ്ടോ മൂന്നോ മണിക്ക് കുന്നുകളിറങ്ങിപ്പോകുന്നവർ, മുപ്പതുകിലോ ഭാരം വരുന്ന സഞ്ചികൾ മുതുകത്തേന്തി നമുക്കു ഭക്ഷണവുമായെത്തുന്നവർ, ഇവരിലൊക്കെ ഞാനവരെ കാണുന്നു. ആരാണവരെ ഇത്രയും ചിട്ടയോടെ, വിസ്മയകരമാംവിധം സംഘടിപ്പിച്ചത്? അവർക്കെവിടെ

> നിന്നാണ് ഇത്രയും ശക്തി, ധൈര്യം, നിശിതബുദ്ധി, ത്യാഗമനോഭാവം സംഭരിക്കാനായത്? ആർക്കുമതറിയില്ല. അതു രഹസ്യമാണ്. അവർ സ്വയമേവ സംഘടിച്ചവരാണ്. ഭാരം ചുമക്കുന്ന മൃഗങ്ങൾ ക്ഷീണിച്ച് മുന്നോട്ടുപോവാനാവാതെ നിലംപതിക്കുമ്പോൾ നാലു ദിക്കുകളിൽ നിന്നും പാഞ്ഞെത്തി അവർ സാധനസാമഗ്രികൾ ചുമന്നുകൊണ്ടുപോകുന്നു. ബലംപ്രയോഗിച്ച് അവരെ കീഴടക്കാനാവില്ല. കൊല്ലണമെന്നുണ്ടെങ്കിൽ എല്ലാവരേയും കൊല്ലേണ്ടിവരും, അവസാനത്തെ കർഷകനെ വരെ കൊല്ലേണ്ടിവരും, അത് സാധ്യവുമല്ല. സ്വേച്ഛാധിപതികൾക്ക് അതു ചെയ്യാനാവില്ല. ജനങ്ങൾക്കത് നന്നായറിയാം, അതുകൊണ്ട് സ്വന്തം ശക്തിയെപ്പറ്റിയുള്ള അവരുടെ അവബോധം ദിനംപ്രതി വർധിക്കുകയാണ്.[29]

ഈ ഘടകങ്ങളെല്ലാം ഏകോപിച്ചു പ്രവർത്തിക്കുമ്പോൾ അനന്യസാധാരണമായ ഒരു സംഘടന രൂപം കൊള്ളുന്നു, ചില ഫോട്ടോഗ്രാഫുകൾ അതിനെ അതിമനോഹരമായി ചിത്രീകരിക്കുകയും ചെയ്യുന്നുണ്ട്. പക്ഷേ ശുദ്ധവിഡ്ഢിത്തം കാരണം നമ്മൾ ആകൃഷ്ടരായിപ്പോകുന്നതോ. അംഗങ്ങളുടെ വേഷവിധാനത്തിൽ, അവരുടെ നീട്ടി വളർത്തിയ താടിരോമങ്ങളിൽ. ഇവർ നമ്മുടെ കാലഘട്ടത്തിലെ വിപ്ലവവീരന്മാരാണ്, രക്തസാക്ഷികളല്ല. ഭാരവാഹികളല്ല, സേനാനികളാണ്. ഇവർ ഒരു സംവിധാനത്തിന്റേയും സൃഷ്ടികളല്ല, അതിന്റെ ഉടമകളുമല്ല. ഈ ഘട്ടത്തിൽ അവർ സ്വയം ഉപകരണങ്ങളാണ്. സാഹസികർ പ്രത്യേകിച്ച് പിൻവാങ്ങേണ്ടിവരുമ്പോൾ.., തങ്ങളെപ്പോലെ സ്വന്തം ഭാരസഞ്ചികൾ ചുമക്കുന്ന, ചുടേറ്റു വിണ്ടുകീറിയ പാദങ്ങളും ദാഹംകൊണ്ട് വരണ്ടുപൊട്ടുന്ന തൊണ്ടയുമായി തങ്ങളോടൊപ്പം സമരം ചെയ്യുന്ന ദൃഢചിത്തരും ഉത്തരവാദിത്വമുള്ളവരുമായ നേതാക്കളിൽനിന്ന് അവരോരുത്തരും ഈ സായുധ വർഗസമരത്തിന്റെ ലക്ഷ്യവും അർത്ഥവും നന്നായി മനസ്സിലാക്കിയവരാണ്. റൂസ്സോയെപ്പോലെ ഈ ദൃശ്യം കണ്ട് സുഖലോലുപരുടെ ചുണ്ടുകളിൽ ചിരി പരന്നെന്നു വരും. ഒരു കാര്യം ഇവിടെ എടുത്തു പറയേണ്ടതില്ല. പ്രകൃതിസ്നേഹമോ, ഉല്ലാസപ്രണയമോ അല്ല, ഗറില്ലകളെ ഈ മലനിരകളിലെത്തിച്ചത്. മറിച്ച് ചരിത്രപരമായ ഒരാവശ്യം മുന്നിട്ടാണ് അവരിവിടെ എത്തിയത്. അധികാരം പിടിച്ചെടുക്കുകയും നിലനിർത്തുകയും ചെയ്യേണ്ടത് നഗരങ്ങളിലാണ്, പക്ഷേ ചൂഷിതരെ അവിടേക്ക് നയിക്കുന്ന പാത കടന്നുപോകുന്നത് ഗ്രാമപ്രദേശങ്ങളിലൂടേയാണ്. യുദ്ധത്തിനും മിലിറ്ററിക്കും വേണ്ട അച്ചടക്കവ്യവസ്ഥകളുടെ കർശന നിഷ്കർഷകൾ സോഷ്യൽ കോൺട്രാക്റ്റിന് അജ്ഞാതമാണെന്ന വസ്തുത നാം ഇവിടെ സ്മരിക്കേണ്ടതുണ്ടോ? സാധാരണ വ്യവസ്ഥാപിത മിലിറ്ററിയേക്കാൾ ഗറില്ലാസൈന്യത്തിനാണ് ഈ നിഷ്കർഷത കൂടുതൽ അർത്ഥവത്താകുന്നത്. ഇന്ന് പല സംഘടനകളും നേതൃദളമാകുന്നതിനുമുമ്പു

തന്നെ സ്വയം പിൻവാങ്ങുകയോ, ഉന്മൂലനം ചെയ്യപ്പെടുകയോ ചെയ്തിരിക്കുന്നു. ഇത്തരമൊരു സമരസംരംഭത്തിൽ, തപ്പിത്തടഞ്ഞ് ആദ്യചുവടുകൾ പിച്ചവെച്ചു നടക്കുന്ന പ്രസ്ഥാനത്തിന് ആപൽക്കരമായ ഘട്ടങ്ങൾ താണ്ടേണ്ടി വരും, പരാജയങ്ങൾ സർവസാധാരണവുമാണ്. വെനിസ്വേല, ഗ്വാട്ടിമാല, കൊളംബിയ എന്നിവിടങ്ങളിൽ പ്രവർത്തിച്ചുപോരുന്ന മറ്റു മുഖ്യദളങ്ങളുടെ ചരിത്രം തെളിയിക്കുന്നത്, അവയൊക്കെ ലാറ്റിനമേരിക്കാകമാനം സുപ്രധാനങ്ങളാണെന്നാണ്, ഉറച്ച കാൽവെയ്പുകളോടെ മുന്നോട്ടു നീങ്ങുന്നുവെന്നാണ്. ഈ രാജ്യങ്ങളിലാണ് ഇന്ന് ചരിത്രം മുന്നോട്ടു പോകുന്നത്. നാളെ മറ്റു രാജ്യങ്ങളും അവരോടൊപ്പം ചേരും. അവരെ മറികടന്ന് നേതൃത്വമേറ്റെടുത്ത് മുന്നോട്ടുപോയെന്നുമിരിക്കും.

ഒരു കാര്യം ശ്രദ്ധിച്ചിട്ടുണ്ടോ, ഈ ഗറില്ലാദളങ്ങൾക്കൊന്നും തന്നെ ഒരു രാഷ്ട്രീയ കോമിസ്സാർ ഇല്ല, അതിന്റെ ആവശ്യവും അവർക്കനുഭവപ്പെട്ടിട്ടില്ല. ഭൂരിഭാഗം സൈനികരും കമ്മ്യൂണിസ്റ്റ് റാങ്കിൽ നിന്നു വന്നവരാണ്. ലാറ്റിനമേരിക്കൻ യാഥാർത്ഥ്യങ്ങൾക്കു നിരക്കാത്ത രാഷ്ട്രീയ കൊമിസ്സാറുകളെ, രാഷ്ട്രീയപണ്ഡിതരെ ഉൾക്കൊള്ളാത്ത ആദ്യത്തെ സോഷ്യലിസ്റ്റ് ഗറില്ലാ സേനകളാണിവ.

നാം ഇപ്പറഞ്ഞതൊക്കെ അർത്ഥവത്താണെങ്കിൽ രാഷ്ട്രീയപണ്ഡിതരുടെ അഭാവം മറ്റൊരു അഭാവത്തെക്കൂടി അംഗീകരിക്കുന്നുണ്ട്, മിലിറ്ററി വിദഗ്ധരുടെ അഭാവം. ജനകീയസൈന്യം സ്വന്തം രാഷ്ട്രീയാധികാരം സ്വയം കൈയാളുന്നു. ഗറില്ലകൾ അവിഭക്തരീതിയിൽ രണ്ടു റോളുകളും കൈകാര്യം ചെയ്യുന്നു. ഗറില്ലാ കമാൻഡർമാരാണ് രാഷ്ട്രീയപണ്ഡിതർ, രാഷ്ട്രീയപണ്ഡിതരാണ് ഗറില്ലാ കമാൻഡർമാർ.

ചുരുക്കിപ്പറയാം. ഈ സ്ഥിതിഗതികളുടെ സൈദ്ധാന്തികവും ചരിത്രപരവുമായ നൂതനത്വം മനസ്സിലാക്കുന്നില്ലെങ്കിൽ, സായുധസമരത്തിന്റെ കേന്ദ്രസ്ഥാനത്ത് അത്യന്തം ആപൽക്കരമായ പിഴവുകൾക്ക് അതു വഴിതെളിക്കും. ഗറില്ലാദളത്തോടൊപ്പം വളർന്നു വലുതാകുന്ന പുതിയ പാർട്ടിയേക്കാൾ നിലവിലുള്ള പാർട്ടി വിഭിന്നവും വിശേഷപ്പെട്ടതുമാണെന്ന ധാരണ ന്യായമായും രണ്ടുതരം സമീപനങ്ങൾക്കു രൂപം നല്കും.

1. ഗറില്ലാദളം പാർട്ടിക്കു കീഴ്പെട്ടു നില്ക്കണം. രാഷ്ട്രീയ കോമിസ്സാർ (പണ്ഡിതർ) എന്ന വ്യവസ്ഥ ഈ കീഴ്പെടലിന്റെ പരിണാമമാണ്. ഇതിന്റെയർത്ഥം ഗറില്ലാദളത്തിന് സ്വന്തം കാലിൽ നില്ക്കാനാവില്ലെന്നും പുറമെനിന്ന് ആരെങ്കിലും അതിനെ സദാ നിയന്ത്രിക്കണമെന്നുമാണ്. അതായത് നിലവിലുള്ള വിപ്ലവനേതാക്കളിലൊരാൾ ഗറില്ലാദളത്തിന് വിപ്ലവവീര്യം പകർന്നുകൊടുക്കുമെന്നാണ് പാർട്ടി അനുമാനിക്കുന്നത്. ഈ പരികല്പന യാഥാർത്ഥ്യവുമായി ഒട്ടും പൊരുത്തമുള്ളതല്ല.
2. ഗറില്ലാ ദളം പാർട്ടിയുടെ തനിപകർപ്പായിരിക്കണം. മറ്റൊരു വിധത്തിൽ പറഞ്ഞാൽ ജനകീയസൈന്യം രൂപീകരിക്കേണ്ടത് പരമ്പരാഗതമായ

പാർട്ടി മാതൃകയിലാണ്. ഈ സമീപനം കാര്യനിർവഹണത്തെക്കാളേറെ സംഘടനാചിട്ടവട്ടങ്ങൾക്ക് പ്രാധാന്യം നല്കിവരുന്നത് നാം കണ്ടു കഴിഞ്ഞതാണ്; അതിനു കാരണം സംഘടനയ്ക്ക് കാര്യക്ഷമമായ നിർവഹണം നടത്താനാകും എന്ന അനുമാനം തന്നെ. ഇതിന്റെ പ്രതിഫലനം സൈനികരുടെ സമ്മേളനങ്ങളിലും കാണാം. ഈ സമ്മേളനങ്ങൾ പാർട്ടി മീറ്റിങ്ങുകളുടെ തനി പകർപ്പാണ്. സാമൂഹിക ജനാധിപത്യത്തിൽ പാർലമെന്റ് എന്നപോലെ ഗറില്ലാദളത്തിലും ജനാധിപത്യം കൊണ്ടുവരാനുള്ള പുറപ്പാടാണ് ഈ ജനാധിപത്യ ശൈലി. ഇതുവെറും പ്രഹസനം, പോപ് ആർട്ടും പോപ്പുലർ ആർട്ടും പോലെ. തികച്ചും അന്യവും അപരിചിതവുമായ ഒരു ശൈലിയെ വേരോടെ പിഴുതെടുത്ത് പറിച്ചുനടുംപോലെ ഇത് അത്യാപൽക്കരമായ ഏച്ചുകൂട്ടലാണ്. സ്വാഭാവികമായും ഗറില്ലാസൈനികർക്കിടയിലും രാഷ്ട്രീയസൈദ്ധാന്തിക വിവാദങ്ങളും ചർച്ചകളും പ്രോത്സാഹിപ്പിക്കപ്പെടേണ്ടതാണ്, അതിനായുള്ള യോഗങ്ങൾ ഒരുക്കിക്കൊടുക്കേണ്ടതാണ്. പക്ഷേ ചില തീരുമാനങ്ങൾ കമാൻഡിന്റേതു മാത്രമായിരിക്കണം, പ്രത്യേകിച്ച് സൈനികവും അച്ചടക്കപരവുമായ വിഷയങ്ങളിൽ വ്യക്തവും യുക്തിയുക്തവുമായ നിർണയങ്ങളെടുക്കുന്നത് കമാൻഡറായിരിക്കണം. തൊട്ടതിനും പിടിച്ചതിനുമൊക്കെ യോഗം കൂടിയാൽ സൈനികർക്ക് മിലിറ്ററി കമാൻഡിലുള്ള വിശ്വാസം മാത്രമല്ല ആത്മവിശ്വാസവും നഷ്ടപ്പെടും. അച്ചടക്കത്തിൽ അശ്രദ്ധ പറ്റും. സൈനികർക്കിടയിൽ അഭിപ്രായവ്യത്യാസവും സ്വരച്ചേർച്ചയില്ലായ്മയും വ്യാപകമാകും. ബലികഴിക്കേണ്ടിവരുന്നത് സൈനിക സന്നദ്ധതയും സഫലതയുമാണ്. സ്പെയിനിൽ യുദ്ധം മൂർധന്യത്തിലെത്തിയ ഘട്ടങ്ങളിൽ പലപ്പോഴും റിപബ്ലിക്കൻ സൈനികർ ഔദ്യോഗികകല്പനകൾ ചർച്ചയ്ക്കു വെച്ചു. ആക്രമിക്കാനോ പിൻവാങ്ങാനോ ഉള്ള നിർണായകകല്പനകൾ നടപ്പാക്കിയില്ല; ശത്രുവിന്റെ ആക്രമണമേറ്റുവാങ്ങിക്കൊണ്ട് അടവുനയങ്ങളെപ്പറ്റിയുള്ള ചർച്ചായോഗങ്ങൾ സംഘടിപ്പിച്ചു. ഇവയുടെയൊക്കെ പരിണതഫലങ്ങളെന്തായിരുന്നെന്ന് യുദ്ധാനന്തരവിവരണങ്ങളിൽ നിന്ന് നാം നല്ലതുപോലെ മനസ്സിലാക്കുന്നു. ക്യൂബയിൽ ഈ ശൈലി യുദ്ധത്തിന്റെ ആദ്യഘട്ടത്തിൽ ഇടയ്ക്കിടെ സ്വീകരിക്കപ്പെട്ടിരുന്നു, പക്ഷേ അത് വല്ലാത്ത ആശയക്കുഴപ്പത്തിനും സൈനികപലായനങ്ങൾക്കും കാരണമായി. ഒരു പരസ്യവിചാരണസമയത്ത് ഒരുയർന്ന സൈനികോദ്യോഗസ്ഥന്റെ ജീവനു വരെ അപകടം സംഭവിച്ചേക്കാമെന്ന നിലയിലെത്തി, കാരണം അബദ്ധത്തിൽ അദ്ദേഹത്തിന്റെ കൈത്തോക്കിൽ നിന്നുയർന്ന വെടി ഒരു സഖാവിന്റെ ജീവനെടുത്തു. അത്തരം പലേ അനുഭവങ്ങളും ഉദ്ധരിക്കാം.

പുതിയ സാഹചര്യങ്ങളിൽ പുതിയ സമീപനങ്ങൾ ആവശ്യമായി വരുന്നു. അതിനാൽ പുതിയ സാഹചര്യങ്ങൾക്ക് അനുയോജ്യമല്ലാത്ത

വിപ്ലവത്തിൽ വിപ്ലവം?

പഴയ രീതികൾ പഴക്കവഴക്കമെന്ന നിലയ്ക്കോ അബദ്ധവശാലോ അതേപടി കൈകൊള്ളുന്നതിനെതിരായി വളരെ കരുതലോടെയായിരിക്കണം.

ഇത്തരം അനിശ്ചിതാവസ്ഥ ഇനി നമുക്ക് പരിഹരിക്കാം. കാലാന്തരത്തിൽ ലാറ്റിനമേരിക്കയിലെ ചില പ്രാന്തങ്ങളിൽ ജനകീയ സൈന്യവും നേതൃപാർട്ടിയും എന്ന ദ്വന്ദത്തിൽ ഏതെങ്കിലുമൊന്നിനെ തെരഞ്ഞെടുക്കുക എന്ന പ്രശ്നം ഉദിക്കുകയേയില്ല. പക്ഷേ ഇന്നിപ്പോൾ, ഈ നിമിഷം, ചരിത്രത്തിൽ ഊന്നിനില്ക്കുന്ന പടിപടിയായുള്ള കർത്തവ്യങ്ങൾ (order of tasks) ചെയ്തുതീർക്കേണ്ടതുണ്ട്. ജനകീയസൈന്യമാണ് ജനകീയപാർട്ടിയുടെ ന്യൂക്ലിയസ്, മറിച്ചല്ല. ഗറില്ലാശക്തിയാണ് രാഷ്ട്രീയനേതൃത്വത്തിന്റെ ഭ്രൂണാവസ്ഥ, ഗറില്ലാശക്തിയുടെ വികസനത്തിലൂടെയാണ് യഥാർത്ഥ പാർട്ടി രൂപം കൊള്ളുന്നത്.

അതുകൊണ്ട് രാഷ്ട്രീയനേതൃത്വനിര ഉടലെടുക്കണമെങ്കിൽ ഗറില്ലാദളം ആദ്യം രൂപപ്പെടേണ്ടതുണ്ട്.

അതുകൊണ്ട്, വർത്തമാനഘട്ടത്തിൽ മുഖ്യഊന്നൽ നല്കേണ്ടത് ഗറില്ലായുദ്ധം സംഘടിപ്പിക്കുന്നതിലാവണം, അല്ലാതെ നിലവിലുള്ള പാർട്ടികളെ ശക്തിപ്പെടുത്തുന്നതിലോ, പുതിയ പാർട്ടികൾ രൂപീകരിക്കുന്നതിലോ ആവരുത്.

അതുകൊണ്ട് ഇന്ന് വിപ്ലവപ്രവർത്തനം ഒന്നാംകിട രാഷ്ട്രീയ പ്രവർത്തനമാണ്.

ചില വരുംവരായ്കകൾ

അതുകൊണ്ടാണ് പുതിയൊരു പ്രവർത്തനരേഖയുടെ ആവശ്യകത.

അതുകൊണ്ടാണ് ചരിത്രപ്രധാനമായ ഈ ചുമതല സ്വയമേറ്റെടുക്കാൻ ക്യൂബൻ വിപ്ലവം ഒരിക്കലും ആശങ്ക പ്രകടിപ്പിക്കാതിരുന്നത്.

ക്യൂബൻ വിപ്ലവത്തിന്റെ ഉപജ്ഞാതാവും നേതാവുമായ കാസ്ട്രോയുടെ പ്രവർത്തനശൈലിയുടെ വരുംവരായ്കകൾ അന്താരാഷ്ട്രീയ തലത്തിൽ സഖാവ് ചെ ഗുവേര പിന്നീടൊരിക്കൽകൂടി സ്ഥിരീകരിക്കുകയാണ് വിപ്ലവപ്രവത്തനങ്ങൾ പുനരാരംഭിച്ചുകൊണ്ട്.

ചെ ഗുവേര പുനഃപ്രത്യക്ഷപ്പെടുന്നത് ഗറില്ലാസമരദളത്തിന്റെ സൈനികനേതാവായി മാത്രമല്ല, ദളത്തിന്റെ അനിഷേധ്യ രാഷ്ട്രീയ സൈനിക നേതാവുകൂടി ആയിട്ടാണെന്ന് ഉറപ്പിച്ചു പറയുന്നതിൽ തരിമ്പും ഭയപ്പെടേണ്ടതില്ല.

ക്യൂബ, ലാറ്റിനമേരിക്കയ്ക്ക് നല്കിയ ഈ സംഭാവനയുടെ അനന്തര ഫലങ്ങളെപ്പറ്റി ഇന്ന് ആർക്കുവേണമെങ്കിലും പൊതുവായൊരു രൂപരേഖ വരച്ചെടുക്കാം.

1. ഭാവിയിൽ രാഷ്ട്രീയ ഫോകോകളല്ല മിലിറ്ററി ഫോകോകൾ, രൂപീകരിക്കുക എന്നതാണ് വളരെ നിർണായകം. വെറുമൊരു വ്യത്യാസമെന്നതില്പരം ഈ നടപടി പ്രായോഗിക ഭവിഷ്യത്തുക്കളെ സംബന്ധിച്ചേടത്തോളം ഏറെ പ്രാധാന്യമർഹിക്കുന്നതാണ്. മിലിറ്ററി ഫോകോകൾക്കും, രാഷട്രീയഫോകോകൾക്കുമിടയിൽ തിടുക്കമേറിയ, തിടുക്കം കുറഞ്ഞ, ഏറ്റവും നിർണായകം, അത്രയ്ക്കു നിർണായകമല്ലാത്തത് എന്ന വ്യത്യാസങ്ങൾ മാത്രമല്ല ഉള്ളത്, ഈ വ്യത്യാസം എല്ലാവരും അംഗീകരിക്കണം എന്നതാണ്. ആദ്യം രാഷ്ട്രീയമുന്നണി രൂപീകരിച്ചശേഷമാവട്ടെ സായുധമുന്നണി രൂപീകരിക്കൽ എന്നു വിശ്വസിക്കുന്ന മാർക്സിസ്റ്റ് ലെനിനിസ്റ്റ് പക്ഷക്കാരായാലും ശരി, ക്ലാസ്സിക്കൽ നിയമം പിൻപറ്റുന്ന ദേശീയവാദികളായാലും ശരി ഏവരും ഈ വ്യത്യാസം അംഗീകരിക്കേണ്ടതുണ്ട്.

ഇതൊരു വ്യത്യാസം മാത്രമല്ല, പുതിയൊരു വൈരുധ്യാത്മക പ്രവർത്തനം കൂടിയാണ്. പ്രായോഗികമായി പറയുകയാണെങ്കിൽ, മിലിറ്ററി ഫോകോയിൽ നിന്നു വേണം രാഷ്ട്രീയപ്രവർത്തനം തുടങ്ങാൻ. അതായത് സായുധരാഷ്ട്രീയ പ്രസ്ഥാനത്തിന്റെ സ്വാഭാവികമായ വികസനം. വളരെ വിരളമായ അവസരങ്ങളിലേ കലർപ്പില്ലാത്ത ശുദ്ധമായ രാഷ്ട്രീയപ്രസ്ഥാനത്തിൽ നിന്ന് മിലിറ്ററിഫോകോ രൂപം കൊള്ളൂ. ബൂർഷ്വകളെ അവരുടേതായ തട്ടകങ്ങളിൽ ഉന്മൂലനം ചെയ്യാറില്ല. സായുധസമരത്തിന് അനുയോജ്യമായ സാഹചര്യങ്ങൾ നിലനില്ക്കുന്ന രാജ്യങ്ങളിൽ ഒരു മിലിറ്ററി ഫോകോയിൽ നിന്ന് രാഷ്ട്രീയഫോകോയിലേക്കുള്ള മാറ്റം സാധ്യമായെന്നിരിക്കും, പക്ഷേ മറുദിശയിലേക്കുള്ള യാത്ര തീർത്തും അസാധ്യമാണ്.

അതുകൊണ്ടാണ് പലപ്പോഴും ആവർത്തിക്കപ്പെടുന്ന കടംകഥ: ഒരു പുതിയ വിപ്ലവസംഘടന രംഗത്തെത്തുന്നു. അത് നിയമസാധുത തേടുന്നു, പിന്നെ കുറച്ചുകാലത്തേക്ക് പൊതുരാഷ്ട്രീയത്തിൽ പങ്കു ചേരുന്നു, എല്ലാം പേരു നേടാനും സ്വന്തം സ്ഥാനമുറപ്പിക്കാനും അങ്ങനെ സായുധസമരത്തിനാവശ്യമായ സാഹചര്യങ്ങൾ നിർമിച്ചെടുക്കാനും. പക്ഷേ ഹാ! കഷ്ടം? രാഷ്ട്രീയജീവിതത്തിന്റെ പ്രവർത്തനരംഗത്തേക്ക് പ്രവേശിക്കുന്നതോടെ ചിട്ടവട്ടങ്ങൾ സംഘടനയിലേക്ക് ഊർന്നിറങ്ങുന്നു, പതിയെപ്പതിയെ ചിട്ടവട്ടങ്ങൾ സംഘടനയെ അപ്പാടെ വിഴുങ്ങിക്കളയുന്നു. സംഘടനയിലേക്ക് ഏതാനും അംഗങ്ങളെ, ഏതാനും സജീവപ്രവത്തകരെ ചേർക്കുന്നു, പ്രഥമസമ്മേളനം നടത്തുന്നു, ഒരു പത്രവും ഒട്ടനേകം ബുള്ളറ്റിനുകളും പ്രസിദ്ധീകരിക്കുന്നു, പിന്നെ തുടങ്ങുകയായി നൂറുകണക്കിന് വാർഷിക യോഗങ്ങൾ, ഒരായിരം റാലികൾ, ആദ്യത്തെ അന്താരാഷ്ട്രീയ സമ്പർക്കങ്ങൾ, വിദേശത്തേക്ക് പ്രതിനിധികളെ അയയ്ക്കൽ, (പിന്നല്ലേ, എത്രയെത്ര അന്താരാഷ്ട്രീയ സമ്മേളനങ്ങളാണ് നടക്കുന്നതെന്നോ?), മറ്റു സംഘടനകളിലേക്ക് സ്ഥിരം പ്രതിനിധികളെ നിർദ്ദേശിക്കണം, പൊതുജനസമ്പർക്കം നിലനിർത്തണം... ബാലൻസ് ഷീറ്റ് എപ്പോഴും സകാരമായിരിക്കണം നിർവാഹകർ കാര്യനിർവഹണം, പ്രിന്റിംഗ് പ്രസ്പ്രിന്റിംഗ്, പ്രതിനിധികൾ യാത്ര; അന്താരാഷ്ട്രസഖ്യങ്ങൾ വളർന്നു വികസിക്കും. നേതാക്കന്മാർക്കാണെങ്കിൽ എന്തൊരു ജോലിത്തിരക്ക്, ചുരുക്കത്തിൽ പാർട്ടിയന്ത്രം പ്രവർത്തനനിരതമാണ്. അതിനു നല്ല ചെലവും വരുന്നുണ്ട്. അതിനെ വേണ്ടപോലെ നോക്കി വളർത്തണം. പിന്നല്ലേ, സംഘടന അങ്ങു ശക്തിപ്പെടുകയല്ലേ?

അങ്ങനെ സായുധസമരത്തിനുള്ള സാധ്യതകൾ കുറയുന്നു, ആദ്യം ഏതാനും മാസങ്ങൾക്കപ്പുറം എന്നു നീട്ടി വെക്കുന്നു, പിന്നെ മാസങ്ങൾ വർഷങ്ങളായി മാറുന്നു. സമയം അതിന്റേതായ

അവസ്ഥാന്തരങ്ങളുമായി മുന്നോട്ടുപോകുന്നു. പ്രക്ഷോഭം തുടങ്ങുന്നതുതന്നെ ഏതാണ്ട് അനൈതിക പ്രവണതയാണെന്ന്, സദാ അപക്വമായ സാഹസമാണെന്ന നിലപാട് ഊർജിതമാകുന്നു. ശരിയാണ്, അക്ഷമരും അസ്വസ്ഥരും വിശദീകരണം ആവശ്യപ്പെടുന്നവരുമായ വിപ്ലവകാരികളെ ശാന്തരാക്കേണ്ടതുണ്ട്. അതിനെന്താ, മിലിറ്ററി കാഡറുകൾക്കായി ഒരു ചെറിയ വാർഷികസമ്മേളനം വിളിച്ചുകൂട്ടാം. ഇക്കാര്യം ഉന്നതനേതൃത്വമാണ് കൈകാര്യം ചെയ്യുന്നത്, പക്ഷേ സജീവപ്രവർത്തകർക്കെല്ലാം ഇക്കാര്യത്തെക്കുറിച്ചറിയാം. വിപ്ലവമുഹൂർത്തമെത്തിയിട്ടില്ല, അവിചാരിതമായ എന്തെല്ലാം പ്രശ്നങ്ങൾ. സൈനികർ ഒരു കാര്യം മനസ്സിലാക്കണം, പെട്ടെന്നൊരു ദിവസം സായുധസമരത്തിനിറങ്ങുന്നത് സംഘടനയുടെ ഐക്യത്തെ, കെട്ടുറപ്പിനെ നശിപ്പിക്കും, സംഘടനയുടെ നിയമസാധുത ചോദ്യം ചെയ്യപ്പെടും. അതിന്റെയൊക്കെ പരിണതഫലം അനുഭവിക്കേണ്ടിവരുന്നത് നേതാക്കന്മാർക്ക് ആയിരിക്കും. ചുരുക്കത്തിൽ രാഷ്ട്രീയ സംഘടന, വെറും സംഘടന മാത്രമായിത്തീരുന്നു. സംഘടന സായുധസമരത്തിലേക്ക് നീങ്ങുകയേ ഇല്ല, കാരണം ആദ്യം രാഷ്ട്രീയ നേതൃത്വം ഉറപ്പിച്ചെടുക്കണമല്ലോ. പക്ഷേ യാഥാർത്ഥ്യം എന്തെന്നാൽ സായുധസമരം നടത്തിയാലേ രാഷ്ട്രീയനേതൃത്വം സ്ഥാപിച്ചെടുക്കാനാവൂ എന്നതാണ്. ഈ വിഷമവൃത്തത്തിൽപെട്ട് വിപ്ലവസമരം വർഷങ്ങളായി ഉഴലുകയാണ്.

അങ്ങനെ വരുമ്പോൾ നിലവിലുള്ള രാഷ്ട്രീയസംഘടനകളുടെ കേന്ദ്രസ്ഥാനത്തിനെതിരായി ആന്റിബോഡികൾ സൃഷ്ടിച്ചിട്ടു കാര്യമൊന്നുമില്ല. ഈ വിഷാണുബാധ അവസരവാദിയാണ്, പിടിച്ചു നിർത്താനാവില്ല, രോഗം മൂർച്ഛിക്കുകയേയുള്ളൂ, ഉഗ്രരൂപിയാകും. ഇത് തെളിയിക്കപ്പെട്ടിട്ടുള്ളതാണ്, ചിലതരം രാഷ്ട്രീയമോ സൈദ്ധാന്തികമോ ആയ സമരങ്ങൾ, ചില പരസ്യവിവാദങ്ങൾ ഇവയൊക്കെ നിർണായകമായ ജനകീയസമരങ്ങളെ വൈകിപ്പിച്ചിട്ടുണ്ട്. മറ്റൊരു രാഷ്ട്രീയ ഫോകോ കൂടി രൂപീകരിച്ചിട്ട് ഒരു കാര്യവുമില്ല, സംഘടിതർ തന്നെയാണ് പുനഃസംഘടിക്കുന്നത്. ഏതാനും വിപ്ലവികളും ഒരു പിടി പഴയ നേതാക്കളും ഒന്നിൽ നിന്ന് പിരിഞ്ഞ് മറ്റൊന്നിലേക്കു മാറുന്നു. രാഷ്ട്രീയക്കളരിക്കകത്ത് ദുർഗ്രാഹ്യമായ ചരടുവലികൾ നടക്കുന്നു, പക്ഷേ ഇതൊന്നും വർഗസമരത്തെ ഉത്തേജിപ്പിക്കാൻ പോന്നതല്ല, മറിച്ച് നിരുത്സാഹപ്പെടുത്തുകയാണ് ചെയ്യുന്നത് കാരണം, സമരം യഥാതഥമായ നിലപാടുകളെ ആശ്രയിച്ചല്ല നില്ക്കുന്നത്, ദേശീയ യാഥാർത്ഥ്യവും അതുതന്നെയാണ്, കിംവദന്തികളിലൂടേയും വ്യക്തിവൈരാഗ്യങ്ങളിലൂടേയും മറ്റു നിസ്സാരതകളിലൂടെയുമല്ലാതെ ഇരുപക്ഷക്കാരും സ്വന്തം നിലപാട് വ്യക്തമാക്കിയിട്ടില്ല. കീഴ്ത്തട്ടിലെ

തൊഴിലാളികൾക്കും കർഷകർക്കും ഇതിലൊന്നും അശേഷം താത്പര്യമില്ല, സത്യത്തിൽ അവർക്കിതേപ്പറ്റി അറിവുപോലുമില്ല. മേൽത്തട്ടുകാരുടെ സംഘടനാപ്രവർത്തനങ്ങൾ ഭരണവർഗത്തിന് ഭീഷണിയല്ല മറിച്ച് അവരതിനെ നഗരമധ്യത്തിൽ ഒതുക്കിനിർത്താൻ ശ്രമിക്കുന്നു. മിക്ക രാജ്യങ്ങളിലും തലസ്ഥാനനഗരികളിലെ കേന്ദ്ര ഭാഗം സമ്മേളനങ്ങളും കോൺഗ്രസുകളും പൊതുപ്രഭാഷണങ്ങളും ബുള്ളറ്റിനുകളും ചുമരൊട്ടികളും കൊണ്ട് മുഖരിതമാണ്, എല്ലാം നിയമാനുസൃതം തന്നെ; പക്ഷേ ഇതിനിടയിൽ ഇതേ രാജ്യങ്ങളിലെ ഭരണകൂടങ്ങൾ ആക്റ്റിവിസ്റ്റുകളെ വേട്ടയാടിപ്പിടികൂടുന്നു; നിശ്ശബ്ദരെ ങ്കിലും അവർ കൂടുതൽ അപകടകാരികളത്രെ.

അടിത്തട്ടിൽ, പൊതുജനതലത്തിൽ നിന്നു വേണം പ്രതിവിധി സൃഷ്ടി ക്കേണ്ടത്. ജനതയ്ക്ക് കൈയെത്തിപ്പിടിക്കാവുന്ന യഥാർത്ഥമായ പരി ഹാരം. എന്നാൽ മാത്രമേ നിലവിലുള്ള നേതൃത്വനിരയെ മാറ്റിയെടു ക്കാനാവൂ. ഇന്ന് മിക്ക ലാറ്റിനമേരിക്കൻ രാജ്യങ്ങളിലും സായുധ സമരം തുടങ്ങിയശേഷമോ, അത് ആസന്നമായ ഘട്ടത്തിലോ മാത്രമേ വിപ്ലവത്തെ അതിന്റെ ഘെട്ടോയിൽ നിന്ന്, പണ്ഡിതരുടെ ചർച്ചാമേള കളിൽ നിന്ന്, സ്ഥിരം ഉലകംചുറ്റുന്നവരിൽ നിന്ന് അടർത്തിമാറ്റുന്ന ശ്രമം നടത്താനാകുന്നുള്ളൂ. എന്നാൽ ദാർശനികഭാഷയിൽ പറ ഞ്ഞാൽ മുൻവിധിയോടുകൂടിയുള്ള ഗവേഷണപ്രസക്തമായ ആഗോള സമസ്യയ്ക്ക് ക്യൂബൻ വിപ്ലവം അവസാനം കുറിച്ചു കഴിഞ്ഞിരി ക്കുന്നു. ഇപ്പോൾ ഉത്തരങ്ങളല്ല, ചോദ്യങ്ങൾ തന്നെ മാറ്റിയെഴുതേ ണ്ടതാണെന്ന അവസ്ഥയാണ്. ഈ മാർക്സിസ്റ്റ്ലെനിനിസ്റ്റ് വിഭാഗ ങ്ങൾ, അതല്ലെങ്കിൽ പാർട്ടികൾ ബൂർഷ്വാസി അടിച്ചേല്പിച്ച ആഗോള സമസ്യയുടെ നാലതിരുകൾക്കകത്ത് നിലകൊണ്ട് പ്രവർത്തിക്കുന്ന വരാണ്; അതിരു മാറ്റിയെടുക്കുന്നതിനു പകരം കഴകളെ ആഴത്തിൽ ഉറപ്പിച്ചവരാണ്. മിഥ്യയായ പ്രശ്നങ്ങളിൽപ്പെട്ട് വലയുന്നവരാണ്; ആഗോളപ്രശ്നമെന്ന അവസരവാദത്തിലെ കൂട്ടുപ്രതികളാണ്; കലഹ ങ്ങൾ ഇങ്ങനെ വഴക്കമില്ലെന്ന്, ഇടതുപക്ഷ സംഘടനകളിലെ ഭാര വാഹികൾ ഇങ്ങനെയല്ലെന്നുള്ള കലഹങ്ങൾ തെരഞ്ഞെടുപ്പുമുന്നണി കൾ, ട്രേഡ് യൂണിയനുകളിലെ കരുനീക്കങ്ങൾ, സ്വന്തം പാർട്ടിക്കാർ ക്കെതിരായ ഗൂഢാലോചനകൾ... ഇതിനെയാണ് രാഷ്ട്രീയക്കളിയെന്നു പറയുന്നത്. ഇതിൽനിന്നു രക്ഷപ്പെടണമെന്നുണ്ടെങ്കിൽ അങ്കം മാറ്റിയേ പറ്റൂ, അക്ഷരാർത്ഥത്തിൽത്തന്നെ.

ക്യൂബൻ വിപ്ലവാനന്തരം രൂപീകരിക്കപ്പെട്ടവയും പുതിയതെന്ന് സ്വയം അവകാശപ്പെടുന്നവയുമായ എല്ലാ മാർക്സിസ്റ്റ്ലെനിനിസ്റ്റ് സംഘടന കളും പാർട്ടികളും ഘോഷിക്കുന്നത് റിവിഷനിസ്റ്റുകൾ അട്ടിമറിച്ച

വിപ്ലവം നടത്തിയെടുക്കുകയാണ് തങ്ങളുടെ ലക്ഷ്യം എന്നാണ്. പക്ഷേ അവർക്ക് ആ ലക്ഷ്യം നിറവേറ്റാനായിട്ടില്ല. മാത്രമല്ല തങ്ങളാണ് ഏകമാത്ര നേതൃപാർട്ടി എന്ന അവകാശവാദം ന്യായീകരിക്കാനായി മറ്റു പലയിടത്തും നടക്കാനിരിക്കുന്ന സായുധ വിപ്ലവത്തെ അവർ അട്ടിമറിക്കുകയും ചെയ്തിരിക്കുന്നു. വാക്കുകളെ പ്രവൃത്തിയാക്കി മാറ്റുന്നവരെ അപലപിക്കുന്നതിൽ അവർ പക്ഷം ചേരുന്നത് തങ്ങൾ സ്വയം ബന്ധം അറുത്തുമാറ്റിയ പഴയപാർട്ടിയുടെ നേതൃത്വത്തോടൊപ്പമാണ്; പറഞ്ഞുവന്നാൽ എതിരാളികളാണ്, പക്ഷേ കളിക്കുന്നതോ ഒരേപക്ഷക്കാരായിട്ട്. ലാറ്റിനമേരിക്കയ്ക്ക് പ്രത്യേകമായ ഒരു ഗണിതശാസ്ത്രമുണ്ടെങ്കിൽ നമുക്കിങ്ങനെ പറയാനാകും ഹരണം = ഗുണനം. ഈ കപടബദൽ ഏതിനെതിരാണോ അതിനെത്തന്നെ ഇരട്ടിപ്പിക്കുകയാണ് ചെയ്യുന്നത്. ചൈനീസ് അനുഭാവികൾ എന്നു സ്വയം വിശേഷിപ്പിക്കുന്ന സംഘടനകളുടെ പരാജയങ്ങൾ വിശകലനം ചെയ്യുന്നത് തികച്ചും മടുപ്പിക്കുന്നതും മുഷിപ്പിക്കുന്നതുമാണ്. ആരംഭദശയിൽ ഈ സംഘടനകൾ അവയുടെ കാര്യപരിപാടികളും വാഗ്ദാനങ്ങളും കൊണ്ട് സത്യസന്ധരും ദൃഢചിത്തരുമായ വിപ്ലവികളെ ആകർഷിക്കുന്നു. അധികം താമസിയാതെത്തന്നെ അവരുടെ പ്രവർത്തനശൈലി, രാഷ്ട്രീയപക്ഷത്തിന്റെ ശബ്ദായമാനമായ അവസരവാദം, സായുധവിപ്ലവത്തെക്കുറിച്ചുള്ള സ്വന്തം പാർട്ടിയുടെ ഔദ്യോഗികനിലപാടിനെ തള്ളിപ്പറയൽ, ഇവയൊക്കെ കാരണം യഥാർത്ഥ വിപ്ലവികൾ പ്രത്യേകിച്ചും യുവതലമുറ സംഘടന ഉപേക്ഷിച്ചുപോകാൻ നിർബന്ധിതരാകുന്നു.[30] അങ്ങനെ മറ്റൊരു രാഷ്ട്രീയകക്ഷിയുടെ വിദ്വേഷത്തിനുകൂടി വിപ്ലവകാരികൾ ഇരയായിത്തീരുന്നു. വിള്ളലുകൾ ഉണ്ടായിക്കൊണ്ടേയിരിക്കുന്നു, പക്ഷേ മുഴുവനായുമങ്ങ് പിളരുന്നുമില്ല. ഏറ്റവും ഖേദകരമെന്തെന്നാൽ ചില രാജ്യങ്ങളിൽ സായുധസമരം കാര്യഗൗരവത്തോടെ സംഘടിപ്പിക്കാനൊരുങ്ങുന്ന വിമതർക്ക് ഏറ്റവും കൂടുതൽ പീഡനം സഹിക്കേണ്ടി വരുന്നത് ഭരണകൂടമർദ്ദകശക്തികളിൽ നിന്നല്ല, മറിച്ച് വിമതരെ നിരന്തരനിരീക്ഷണത്തിനു വിധേയരാക്കുന്ന മൂലമാർക്സിസ്റ്റ് ലെനിനിസ്റ്റ് സംഘടനയിൽ നിന്നാണ്. അതെന്തൊക്കെയായാലും ആഗോളവാദവിവാദങ്ങളുടെ അനന്തരഫലമായി കമ്മ്യൂണിസ്റ്റ് പാർട്ടികളിൽ ഉണ്ടായ പിളർപ്പുകൾ അബദ്ധജടിലമായ പ്രശ്നങ്ങൾ കാരണമാണെന്നും വിപ്ലവമാർക്സിസ്റ്റുകൾ ഒരു വശത്തും

30. 1965ൽ ചൈനീസ് അനുകൂല പെറുവിയൻ കമ്യൂണിസ്റ്റ് പാർട്ടിയുടെ (Bandera Roja) യുവവിഭാഗം അടർന്നു മാറി 'FALN' എന്ന പുതിയ സംഘടന രൂപീകരിച്ചു. നട്ടെല്ലൊടിഞ്ഞ മാതൃസംഘടന വീണ്ടും ഒട്ടനേകം തവണ പിളർന്നു. മറ്റു പലയിടങ്ങളിലും ഇതേ പ്രക്രിയ ആവർത്തിക്കപ്പെട്ടു.

മറ്റുള്ളവരൊക്കെ മറുഭാഗത്തുമായുള്ള ശരിയായ ചരിത്രപ്രധാനമായ വിഭജനത്തിന് മറ്റൊരർത്ഥവും സ്വഭാവവുമുണ്ടെന്നും അത് മറ്റൊരു തലത്തിൽ പ്രവർത്തിക്കുന്നുതാണെന്നും അവർക്ക് (വിപ്ലവമാർക്സിസ്റ്റുകൾക്ക്) നല്ല ബോധ്യമുണ്ട്.

വിള്ളലുകളെ അപലപിക്കുന്നതുകൊണ്ട് മറ്റു നിലപാടുകളെ പാടെ തള്ളിക്കളഞ്ഞ് ഏകരാഷ്ട്രീയ നേതൃത്വത്തേയും ഏകസൈദ്ധാന്തിക നിലപാടിനേയും സ്ഥിരീകരിക്കുന്നു എന്നല്ല. ഇവിടെ ഒരു പ്രവർത്തന ശൈലിയാണ് അപലപിക്കപ്പെടുന്നത്. ചേതനയറ്റതും ഫലരഹിതവും ലക്ഷ്യപ്രാപ്തിക്ക് കാലതാമസം വരുത്തുന്നതും ഉദ്ഘോഷിത ലക്ഷ്യങ്ങളിൽത്തന്നെ വൈരുധ്യങ്ങളുള്ളതുമായ ഒരു വിപ്ലവസമരശൈലിയാണ് അപലപിക്കപ്പെടുന്നത്. ഈ ശൈലി വിരൽചൂണ്ടുന്ന കുറുക്കുവഴി നയിക്കുന്നതോ അടഞ്ഞ പാതയിലേക്കും.

ലാറ്റിനമേരിക്കയിൽ സായുധരാഷ്ട്രീയനേതൃത്വം നിലനില്ക്കുന്ന സ്ഥലങ്ങളിലൊന്നുംതന്നെ വിപ്ലവത്തെക്കുറിച്ചുള്ള സൈദ്ധാന്തിക വാഗ്ധോരണികൾക്കോ, വാദവിവാദങ്ങൾക്കോ ഇടമില്ല. ഇത് പുതിയ ഭൂമിയാണ്, പുതിയ പ്രശ്നങ്ങളാണ്. സാമ്രാജ്യത്വം വെല്ലുവിളിക്കപ്പെടുന്ന അത്തരം മേഖലകളിലൊക്കെ സകല വിമത ഗ്രൂപ്പുകളും വീണ്ടും മൂലസംഘടനയിൽ ചേർന്നു, ജനകീയസമരത്തിന്റെ ലക്ഷ്യങ്ങളും മാർഗങ്ങളും വിപ്ലവസേനാനികളെ ഒറ്റക്കെട്ടായി നിർത്തി.

നമുക്ക് ഒരല്പനേരം സാമൂഹികശാസ്ത്രത്തിലേക്കു കടക്കാം. ഗറില്ലാപ്രസ്ഥാനം സജീവമായ പ്രദേശങ്ങളെടുക്കുക. ഉദാഹരണത്തിന് വെനിസ്വേല, ഗ്വാട്ടിമാല, കൊളംബിയ എന്നീ രാജ്യങ്ങൾ, ഇവിടങ്ങളിലെ ഗറില്ലാപ്രസ്ഥാനങ്ങളുടെ മനോവീര്യവും രാഷ്ട്രീയ നൈതിക ആദർശമാതൃകയും ക്യൂബൻ വിപ്ലവമാണ്. ഇവിടങ്ങളിലൊന്നും തന്നെ നേതൃസംഘടനകളാണെന്നു അവകാശവാദം ഉയർത്തുന്നവരും അല്ലാവത്തവരുമായ വിമതഗ്രൂപ്പുകൾക്ക് അസ്തിത്വമില്ല. എന്നാൽ പെറു, ബൊളീവിയ, ബ്രസീൽ തുടങ്ങിയ രാജ്യങ്ങളുടെ ചരിത്രത്തിൽ സായുധസമരത്തിനിടമുണ്ട്, വിമതഗ്രൂപ്പുകൾ വളരെ ചെറിയതോതിൽ ഇവിടങ്ങളിൽ നിലനില്ക്കുന്നുമുണ്ട്. പക്ഷേ സായുധസമരത്തിന്റെ ലാഞ്ഛനപോലുമില്ലാത്ത രാജ്യങ്ങളിലാണ് മാർക്സിസ്റ്റ്ലെനിനിസ്റ്റ് വിമതഗ്രൂപ്പുകൾ പ്രാധാന്യം നേടുന്നത്. മറ്റൊരു വിധത്തിൽ പറഞ്ഞാൽ, ഒരു രാജ്യത്തിലെ വിപ്ലവസാഹചര്യങ്ങളും മാർക്സിസ്റ്റ്ലെനിനിസ്റ്റ് പാർട്ടികളുമായുള്ള പരസ്പരബന്ധം പ്രതിലോമാനുപാതത്തിലാണ്; ഒന്നു കൂടിയാൽ മറ്റേതു കുറയും, അതായത് വിപ്ലവം സജീവമാണെങ്കിൽ വിമതവിപ്ലവ പാർട്ടികൾ ഉണ്ടായിരിക്കുകയേയില്ല. വിമതവിപ്ലവപാർട്ടികൾ വിജയിക്കുന്നത് അവയുടെ വിപ്ലവാത്മകമായ ഉള്ളടക്കം കൊണ്ടല്ല, മറിച്ച്

വിപ്ലവാനുകൂലമായ സാഹചര്യങ്ങൾ നിലവിലില്ല എന്നതു കൊണ്ടാണ്.[31]

അതുകൊണ്ട് കലർപ്പില്ലാത്ത ശുദ്ധമായ രാഷ്ട്രീയമുന്നണി, കലർപ്പില്ലാത്ത ശുദ്ധമായ സൈദ്ധാന്തികമുന്നണി എന്നുള്ള വ്യത്യാസങ്ങൾ പറഞ്ഞ് ആൾബലവും വിഭവസമ്പത്തും പകുത്തുമാറ്റുന്നത് ഒഴിവാക്കണം. ഉൾപാർട്ടി വൈരാഗ്യങ്ങളിലും കലഹങ്ങളിലുമായി വിപ്ലവോർജം ചോർന്നുപോകാതിരിക്കാൻ ശ്രദ്ധിക്കണം.

അതുകൊണ്ടൊക്കെയാണ് ഇന്ന് മിക്ക ലാറ്റിനമേരിക്കൻ രാജ്യങ്ങളിലേയും ഭൂരിഭാഗം ജനതയും വിപ്ലവപ്രസ്ഥാനത്തിന് ഊർജ്ജമേകാൻ സായുധപ്രക്ഷോഭമെന്ന സമീപനം ആവശ്യമാണെന്നും അതിനാൽ രാഷ്ട്രീയസൈനിക സംഘടനകൾ രൂപീകരിക്കുന്നതിൽ ശ്രദ്ധയും ശ്രമവും കേന്ദ്രീകരിക്കേണ്ടതുണ്ടെന്നും വിശ്വസിക്കുന്നത്. വിപ്ലവ രാഷ്ട്രീയം തടസ്സപ്പെടരുതെങ്കിൽ, ശുദ്ധരാഷ്ട്രീയത്തിൽനിന്ന് അതിനെ പിരിച്ചകറ്റണം. നിലവിലുള്ള എല്ലാ വാദവിവാദങ്ങളേയും മറികടന്ന് രാഷ്ട്രീയവിഭവശേഷികളേയെല്ലാം രാഷ്ട്രീയസൈനിക പ്രവർത്തനങ്ങൾ ഒരേസമയം ഒന്നിച്ചു കൈകാര്യം ചെയ്യുന്ന സംഘടനയിൽ സമന്വയിപ്പിക്കണം.

2. സായുധസമരമില്ലാതെ സുസ്പഷ്ടമായ നേതൃത്വനിരയുമില്ല. സാഹചര്യങ്ങൾ അനുകൂലമാണെങ്കിലും സായുധസമരം ഇല്ലാത്ത ഇടങ്ങളിലൊന്നും രാഷ്ട്രീയനേതൃനിരയുമില്ല. (പക്ഷേ ഉറുഗ്വേയിലെ സ്ഥിതി ഇതല്ല, സാഹചര്യങ്ങൾ അനുകൂലമല്ലെങ്കിലും സുശക്തമായ ജനകീയസായുധ പ്രസ്ഥാനം നിലവിലുണ്ട്).

---

31. അങ്ങേയറ്റം കടന്നു ചിന്തിക്കാം ഗ്വാട്ടിമാലയിലോ വെനിസ്വേലയിലോ ഒരു പ്രോചൈനീസ് ഗ്രൂപ്പ് അമ്പതോളം ബുദ്ധിശൂന്യരേയോ കരിങ്കാലികളേയോ സംഘടിപ്പിച്ചെന്നു വെക്കുക. ഈ ദളത്തിന് രണ്ടാഴ്ചയിലധികം ആയുസ്സുണ്ടാവില്ല. കാരണം സാന്റിയാഗോ, മോൺടെവിഡോ എന്നിവിടങ്ങളിൽ നിന്നുള്ള പ്രോചൈനീസ് പ്രവർത്തകർക്കും കൊളംബിയഗ്വാട്ടിമാല ഗറില്ലകൾക്കും പൊതുവായൊരു ഭാഷയില്ല. വിദേശങ്ങളിലെവിടേയെങ്കിലും വെച്ച് കണ്ടുമുട്ടാനിടയായാൽ അവർക്കു പരസ്പരം മനസ്സിലാക്കാനാകുന്നില്ല. ആഫ്രിക്കയിലെ സ്ഥിതിയും ഇതുതന്നെ. നമുക്കുമുന്നിൽ ഒരു പ്രഹേളികയാണിത്. ഇത്തരം ആന്റിറിവഷണിസ്റ്റ് സംഘടനകൾ സൈദ്ധാന്തികമായി വളക്കൂറുള്ള മണ്ണു കണ്ടെത്തുന്നത് യൂറോപ്പിലാണ്. ഇവിടെ ഏതാനും സത്യസന്ധരും സ്ഥിരചിത്തരുമായ മാർക്സിസ്റ്റ്ലെനിനിസ്റ്റുകളെ സംഘടിപ്പിക്കാൻ അവർക്കു കഴിയുന്നു. ചൈനീസ് സഖാക്കളിൽനിന്ന് പ്രചോദനം ഉൾക്കൊണ്ട് രൂപീകരിച്ച സംഘടനാരൂപങ്ങളിൽനിന്നും പ്രക്ഷോഭസമരരീതികളിൽ നിന്നും 'ചുഴലിയുടെ കേന്ദ്രസ്ഥാനങ്ങളും' വിപ്ലവനേതൃനിരയും ദൂരദൂരം അകന്നു മാറി, യൂറോപ്യൻ തീവ്രവാദികൾക്കിടയിലും രാഷ്ട്രീയ അസ്വാരസ്യങ്ങളില്ലാത്ത പ്രാന്തങ്ങളിലും സ്ഥാനം നേടുന്നു.

ഈ രാജ്യങ്ങളിൽ സുസ്ഥാപിതമായ ഏകനേതൃപാർട്ടി ഇല്ലെന്നതിനു കാരണം എല്ലാ ഇടതുപക്ഷ പാർട്ടികളും ആ സ്ഥാനത്തിന് സമാന മായ രീതിയിൽ അവകാശവാദം ഉന്നയിക്കുന്നുവെന്നതുകൊണ്ടാണ്.

എല്ലാവരും തുല്യയോഗ്യത ഉള്ളവരാണെങ്കിൽ പ്രാതിനിധ്യസ്വഭാവ മുള്ള ഒരു നേതൃനിര രൂപപ്പെടുത്താൻ, കാലതാമസമുണ്ടാകും, പക്ഷേ അതുണ്ടാവണം. ഇത്തരം അവസരങ്ങളിൽ വിഭാഗീയത പരി ഹാസ്യവും അടിസ്ഥാനരഹിതവുമാണ്.

ഫിഡൽ ഈയിടെ പറയുകയുണ്ടായി. "ഞങ്ങൾ ഒരു വിഭാഗത്തിലും പെടുന്നില്ല. ഒരു അന്താരാഷ്ട്രീയ കൂട്ടായ്മയിലേയും അംഗങ്ങളല്ല ഞങ്ങൾ, ഒരു ക്രൈസ്തവസഭയോടും ഞങ്ങൾക്കു കൂറില്ല."

വിപ്ലവ പ്രതിബദ്ധതകൾ നിറവേറ്റാതെ, ചൂഷിതരുടെ താത്പര്യ ങ്ങൾ സംരക്ഷിക്കുന്ന പാർട്ടിയാണ് തങ്ങളുടേതെന്ന് വെറുതെ ഉദ് ഘോഷിക്കുന്ന മാർക്സിസ്റ്റ്ലെനിനിസ്റ്റ് പാർട്ടികൾക്കു വിലക്കു കല്പിക്കണം, അങ്ങനെ പുതിയ രൂപവും ഭാവവുമായെത്തുന്ന പാർട്ടി കൾക്കും കപടവിപ്ലവപ്രവർത്തനങ്ങൾക്കും തടയിടാനാകും. പേരും പ്രത്യയശാസ്ത്രവും കാണിച്ച് പല പാർട്ടികളും ജനകീയനേതൃത്വം അവകാശപ്പെടുന്നുണ്ടാകാം, പക്ഷേ പ്രയോഗത്തിൽ അങ്ങനെ യല്ലെന്നു വരികിൽ അവരെ ഒഴിവാക്കേണ്ടതുണ്ട്, വിപ്ലവം ആരു ടേയും പ്രത്യേക കുത്തകയല്ല.

"ഹവാനാ പ്രഖ്യാപനത്തിന് അനുയോജ്യമായ വിധത്തിൽ എല്ലാ ഇടതുപക്ഷകക്ഷികളുമായും ജനകീയസംഘടനകളുമായും സജീവ സമ്പർക്കം പുലർത്തുക എന്നതാണ് ഞങ്ങളുടെ നയം." ഇത് ഈയ ടുത്ത മാസങ്ങളിൽ ഫിഡൽ പലതവണ പുനരാവർത്തിച്ച പ്രസ്താ വനയാണ്.

തെരഞ്ഞെടുപ്പു ലാക്കാക്കിയുള്ള സഖ്യങ്ങളോ, അധികാരം വീണ്ടെ ടുക്കാനായി ബൂർഷ്വാസി ഗ്രൂപ്പുകൾ തമ്മിലുള്ള താത്കാലിക ഉടമ്പടി കളോ അല്ലാതെ സായുധസമരത്തിനുമുമ്പ് ഒരു അകൃത്രിമ മുന്നണി, യഥാർത്ഥവിപ്ലവമുന്നണി ഉരുത്തിരിയുന്നത് ദുസ്സാധ്യമാണ്. ജനകീയ സായുധസമരത്തിലൂടെ മാത്രമേ വിശാലമായ സാമ്രാജ്വത്വവിരുദ്ധ മുന്നണി രൂപപ്പെടുത്തിയെടുക്കാനാവൂ.

മറ്റു രാജ്യങ്ങളിൽ നിന്നു സഹായാഭ്യർത്ഥനയുമായെത്തുന്നവരോട് വിപ്ലവക്യൂബ ഒരൊറ്റ കാര്യമേ ആവശ്യപ്പെടുന്നുള്ളൂ: സാമ്രാജ്യത്വ ശക്തികളുമായി നേരിട്ട് പ്രവൃത്തിയിലൂടെ ഏറ്റുമുട്ടിയാണ്, അല്ലാതെ വെറും വാക്കുകൾ കൊണ്ടല്ല നേതൃത്വം സ്ഥാപിച്ചെടുക്കേണ്ടതെന്ന്. മൂന്നാം ഇന്റർനാഷണലിൽ അംഗത്വം തേടിയെത്തിയ എല്ലാ മാർ ക്സിസ്റ്റ് സംഘടനകളുടേയും മുന്നിൽ ലെനിൻ വെച്ച നിബന്ധനയും ഇതുതന്നെയായിരുന്നു ലെനിന്റെ ഈ കല്പന എല്ലാ മാർക്സിസ്റ്റ്

ലെനിനിസ്റ്റ് കക്ഷികളും അനുസരിക്കേണ്ടതുണ്ട് സോഷ്യൽ ഡെമോക്രാറ്റുകൾ എന്തു ചിന്തിക്കുന്നു എന്നറിയാൻ അവരുടെ കൈകൾ ശ്രദ്ധിക്കൂ; ചുണ്ടുകളല്ല.

3. ഇന്ന് ലാറ്റിനമേരിക്കയിൽ സാമ്രാജ്യത്വവിരുദ്ധസമരം നിർണായകമാണെന്നത് ആർക്കും തന്നെ കാണാതിരിക്കാനാവില്ല. അതാണ് നിർണായകമെങ്കിൽ മറ്റുള്ളവയെല്ലാം തന്നെ അപ്രധാനമാണ്.

ജനസഞ്ചയത്തെ സോഷ്യൽ ഡെമോക്രസിയിലേക്കു നയിക്കുന്ന ഒരു നേതൃത്വനിരയെ സാമ്രാജ്യത്വവിരുദ്ധസായുധജനകീയസമരത്തിന്, സ്വയമേവ രൂപപ്പെടുത്തിയെടുക്കാനായെന്നു വരികിൽപ്പോലും ആ നേതൃനിരയ്ക്ക് സാമ്രാജ്യത്വസംബന്ധമായ കാര്യങ്ങളിലേ നിലപാടെടുക്കാനാവൂ, റിഫോമിസത്തെക്കുറിച്ചോ നിലവിലുള്ള ഇതര രാഷ്ട്രീയകക്ഷികളെക്കുറിച്ചോ ധാരണകളുണ്ടാവില്ല. സ്വന്തം സംഘടനയുടെ സജീവപ്രവർത്തനങ്ങളെ റിഫോമിസ്റ്റുകളുടെ നിഷ്ക്രിയതയുമായി താരതമ്യപ്പെടുത്തുന്നതിലൂടെ സമയനഷ്ടമാണ് ഫലം, ഇത്തരം അപ്രധാന കാര്യങ്ങൾ നിർണായകപ്രവൃത്തികളെ മരവിപ്പിക്കും.

കൂടാതെ ചാഞ്ചല്യങ്ങൾക്ക് പൂർണവിരാമമിടുന്നതിനായി എത്രയും പെട്ടെന്ന് എവിടെയൊക്കെ സാഹചര്യങ്ങൾ അനുകൂലമാണോ അവിടെയൊക്കെ സാമ്രാജ്യത്വത്തിനെതിരായി ആക്രമണം സംഘടിപ്പിക്കണം. ഇതുവഴി പ്രശ്നം തലകീഴായി മറിയും. സമരസപ്പെടാൻ ആഗ്രഹിക്കുന്ന ഇതരർക്ക് വിപ്ലകക്ഷിയുമായുള്ള സ്വന്തം നിലപാട് വ്യക്തമാക്കേണ്ടി വരും, മറിച്ചല്ല. നടന്ന സംഭവങ്ങളെ, യാഥാർത്ഥ്യത്തെ മുൻനിർത്തി സ്വന്തം നിലപാട് വ്യക്തമാക്കേണ്ടതുണ്ട്. സാമ്രാജ്യത്വത്തിനെതിരായുള്ള സമരത്തിൽ ഇതരർ വിപ്ലവകാരികളോടൊപ്പം പങ്കു ചേരുകയാണെങ്കിൽ അതെല്ലാവർക്കും ഗുണകരമായിത്തീരും, മടിച്ചു നിന്നാൽ അതവർക്ക് ഏറെ ദോഷകരമായിത്തീരും കാരണം ചരിത്രം അവരെ വഴിയാധാരമാക്കും പാർശ്വവത്കരിക്കും. വിജയകരമായ ഒരു പതിയാക്രമണം, മർദ്ദകനെ വെട്ടിവീഴ്ത്തൽ, ആയുധശേഖരങ്ങൾ കൈയടക്കൽ ഇവയൊക്കെയാണ് ലാറ്റിനമേരിക്കയിലെ ഒന്നിലധികം രാജ്യങ്ങളിലെ ദുർബലമനസ്കരായ റിഫോമിസ്റ്റുകൾക്കുള്ള ശക്തവും ശരിയുമായ ഉത്തരം.

ക്യൂബൻ വിപ്ലവാനന്തരം, സാന്റിയാഗോ ആക്രമണത്തിനു ശേഷം ലാറ്റിനമേരിക്കൻ രാജ്യങ്ങളിൽ ഒരുതരം സംഘർഷാവസ്ഥ നിലവിലുണ്ട്. കൂലിപ്പട്ടാളക്കാർ ചലിക്കുന്ന എന്തിനേയും വെടിവെച്ചു വീഴ്ത്തുന്നു, പാർട്ടി അനുഭാവം അവർക്കൊരു പ്രശ്നമേയല്ല. സംഘർഷാവസ്ഥയും ആദ്യപ്രമാണങ്ങളും സായുധവിപ്ലമുന്നണി അത്യന്താപേക്ഷിതമാണെന്ന് വരുത്തിയിരിക്കുന്നു. യുദ്ധം മൂർച്ഛിക്കുന്നിടത്തൊക്കെ, ജനകീയമുന്നണി സംഘർഷാവസ്ഥയോടു പ്രതികരിച്ച

ഇടങ്ങളിലൊക്കെ, ഇതരർ ഐക്യത്തിന്റെ കാന്തികവലയത്തിലേക്ക് ആകർഷിക്കപ്പെട്ടിട്ടുണ്ട്. മറ്റിടങ്ങളിൽ അവർ ചിന്നിച്ചിതറി ദുർബലരായി നിലകൊള്ളുന്നു. മാർക്സിസ്റ്റ്ലെനിനിസ്റ്റ് സിദ്ധാന്തങ്ങളിൽ അധിഷ്ഠിതമായ ഐക്യം മുന്നിൽ കണ്ടുകൊണ്ട് പ്രായോഗികതലത്തിൽ ഒരു സായുധസമരം സംഘടിപ്പിക്കുന്നതിലേക്കാണ് സംഭവപരമ്പരകൾ വിരൽ ചൂണ്ടുന്നത്.

ഇന്ന് ലാറ്റിനമേരിക്കയിൽ ആയുധം കൈയിലേന്തിയവരൊക്കെയും ഈ പ്രവർത്തനരേഖയ്ക്കു ചുറ്റും ഒത്തുകൂടിയവരാണ്. ഈ പോരാട്ടത്തിൽ യാദൃച്ഛികതകൾക്ക് ഇടമില്ല. ഗൂഢാലോചനകൾക്ക് ഒട്ടുമില്ല. ഒലിഗാർക്കുകൾ കരുതുമ്പോലെ ആരും അടയാളം കാണിച്ചിട്ടുമില്ല. ഈ ഏറ്റുമുട്ടൽ യുക്തിയുക്തമാണ്. ചരിത്രപരമായ സന്ദർഭങ്ങളിൽ വിപ്ലവത്തിന് ഒരായിരം ഭിന്നസ്വരങ്ങളുണ്ടായേക്കാം, പക്ഷേ അത് നടത്തിയെടുക്കാൻ ദൃഢനിശ്ചയം പൂണ്ടിറങ്ങിയവർ ഏകകണ്ഠരായിരിക്കണം.

∎

www.ingramcontent.com/pod-product-compliance
Lightning Source LLC
LaVergne TN
LVHW041610070526
838199LV00052B/3067